मराठी दौलतीचे नारी शिल्प

गोपाळ देशमुख

मेहता पब्लिशिंग हाऊस

Please contact us at **Mehta Publishing House Pvt. Ltd.**
✆ +91 020-24476924 / 24460313 / Mob. No. 9545000513
Email : production@mehtapublishinghouse.com
Website : www.mehtapublishinghouse.com

- *या पुस्तकातील लेखकाची मते, घटना, वर्णने ही त्या लेखकाची असून त्याच्याशी प्रकाशक सहमत असतीलच असे नाही.*

MARATHI DAULATICHE NARI SHILP by GOPAL DESHMUKH
मराठी दौलतीचे नारी शिल्प : गोपाळ देशमुख / ऐतिहासिक

author@mehtapublishinghouse.com

मराठी पुस्तक प्रकाशनाचे हक्क : मेहता पब्लिशिंग हाऊस, प्रा. लि.

संस्थापक : सुनील अनिल मेहता

प्रकाशक : मेहता पब्लिशिंग हाऊस, प्रा. लि.
१९४१, सदाशिव पेठ, माडीवाले कॉलनी, पुणे - ४११०३०

मुद्रक : ट्रिनिटी ॲकॅडमी फॉर कॉर्पोरेट ट्रेनिंग लिमिटेड

मुखपृष्ठ : मेहता पब्लिशिंग हाऊस प्रा. लि.

प्रकाशनकाल : ऑगस्ट, २००० / मेहता पब्लिशिंग हाऊस प्रा. लि. यांची दुसरी आवृत्ती : नोव्हेंबर, २०२२

किंमत : ₹ २९०

P Book ISBN 9789394258754
E Book ISBN 9789394258808
E Books available on : amazonkindle Apple Books Google Play Books

---

सौ. डॉ. दमयंती कवडे-देशमुख
व सौ. प्रा. कौशल्या देशमुख
या दोन्ही कन्यांस
अर्पण

दोन शब्द

मराठी दौलतीचा इतिहास मोठा स्फूर्तिदायक तसाच रोमांचकारी आहे. मराठी माणूस जगाच्या पाठीवर कुठेही असला तरी या दौलतीचा इतिहास त्याला स्फूर्ती व प्रेरणा देतच राहतो.

देवगिरीच्या यादवांच्या राजवटीनंतर तीनशे-साडेतीनशे वर्षे हा भाग परकीय राजवटीच्या गुलामगिरीत खितपत पडला.

सतराव्या शतकात जिजाऊ मातेने बालशिवाजींची जडणघडण केली. या गुलामगिरीतून सुटका होऊन अंधारयुगाचा अंत व्हावा, यासाठी बालशिवाजींना घडविले. त्यांचे हातून चार पातशाह्या दबवून मराठी राज्य उभे केले. गुलामगिरीतून या भूमीला मुक्त केले. जिजाऊंनी त्यासाठी आपली उभी हयात याच कार्यासाठी समर्पित केली व अनेक संकटे झेलली.

शिवरायांची स्वराज्यनिर्मिती झाली आणि जिजाऊंनी इहलोकीचे कार्य समाप्त केले व कृतार्थ भावनेने त्या काळाला सामोऱ्या गेल्या.

त्यांच्या मागून सहा वर्षांनी इ.स.१६८० ला रायगडावर शिवाजी महाराजांना मृत्युला सामोरे जावे लागले.

नंतर मात्र जिजाऊ आणि शिवरायांनी निर्माण केलेले हे स्वराज्य मोठ्या संकटात सापडले. आलमगीर औरंगजेब दक्षिणेत आला. येताना प्रचंड सैन्यबळ व खजिना घेऊन तो आला. स्वराज्याची धुळधाण करण्यासाठी प्रचंड ताकदीनिशी तो धुमाकूळ घालू लागला. त्याच्या कुटील कारवायांना यशही आल्याचे दिसू लागले. छत्रपती संभाजीराजांना त्याने पकडले. त्यांचे हालहाल करून तुळापूर छावणीत त्यांना ठार

मारले. पाठोपाठ रायगड जिंकून घेतला. स्वराज्याचे घरटे विस्कटून टाकले. या पाशवी आक्रमणाला तोंड देण्यासाठी महाराणी ताराबाई यांनी जीवाची बाजी लावली. हाती असलेल्या साधनसामग्रीची जुळवा जुळव करून परक्या आक्रमणाला संघटीतपणे तोंड दिले. पाव शतकाच्या भ्रमंतीत औरंगजेबाच्या हाती काही लागले नाही. याच भूमीत शेवटी तो मृत्यू पावला.

छत्रपती राजाराम महाराजांच्या निधनानंतर ताराबाईंनी जो उत्तुंग पराक्रम दाखवून मराठी दौलत रक्षण केली, त्यापुढे कुणीही मराठी माणूस नतमस्तक झाल्याशिवाय राहणार नाही.

अशा प्रकारचे कार्य करून मराठी दौलतीत मानाचे स्थान निर्माण करणाऱ्या महिलांचे पुस्तकरूपाने एकत्रित दर्शन व्हावे, हा या लेखनामागील प्रधान हेतू आहे.

सतराव्या-अठराव्या व एकोणीसाव्या शतकांत राजकीय पेचप्रसंग जसे निर्माण होत गेले, त्या त्या वेळी या सर्व महिलांनी मोठी उत्तुंग कामगिरी करून दाखविली. आपल्या त्यागाने, मुत्सद्देगिरीने व पराक्रमाने त्यांनी इतिहासाला एका वेगळ्या वळणावर आणून सोडले, हे इतिहासाला मान्य करावेच लागेल.

ताराबाई राणीसाहेब, उमाबाई दाभाडे, झाशीची राणी लक्ष्मीबाई यांनी युद्धभूमिवर शत्रुला तोंड दिले. येसूबाई राणीसाहेबांना तीस वर्षांचा काळ मोगलांचे कैदेत घालवावा लागला. दर्याबाई निंबाळकर, पेशवा पत्नी गोपीकाबाई, रमाबाई, गंगाबाई यांनाही व्यक्तिगत सुख-दुःखांबरोबरच मराठी दौलतीच्या वाटचालीत आपली भूमिका पार पाडावी लागली.

गंगाबाई, नारायणराव पेशव्यांच्या वधानंतर पुरंदरच्या आश्रयाला गेल्या. येथेच सवाई माधवरावांचा जन्म झाला; पण गडावरची सर्द हवा गंगाबाईंना सोसेना. त्या आजारी पडल्या. त्यांचा आजार विकोपाला गेला. त्यांच्या आजारपणाची बाधा बाळाला होऊ नये, म्हणून कारभाऱ्यांनी त्यांना बाळापासून अलग केले. मग

आजारपणाला तोंड देत देत त्या गडावरच राहिल्या. बाळाच्या सुरक्षिततेचा मोठा प्रश्न होता. त्यामुळे गडावरच त्या मृत्यूला सामोऱ्या गेल्या. गोपिकाबाईंनी पानिपतच्या मोहिमेत पायरव म्हणून विश्वासरावाला सदाशिवराव भाऊबरोबर दिले. त्याच्या लढाईतील मृत्युनेच पानिपतावर इतिहासाला कलाटणी मिळाली.

दौलतीचा कारभार करताना अहिल्याबाईंना तीस वर्षे वैयक्तिक दुःखांना सामोरे जावे लागले. या साऱ्या दुःखांचा त्यांनी कुठेही गाजावाजा करीत न बसता आसेतूहिमाचल असे उत्कृष्ट कार्य करून त्या साध्वी 'पुण्यश्लोक' अहिल्या झाल्या.

शिवरायांच्या मृत्युनंतर पुतळाबाई राणीसाहेब सती गेल्या. माधवराव पेशव्यांचे निधनानंतर रमाबाई सती गेल्या. यामुळे मराठी माणूस हळहळला.

दत्ताजी शिंद्यांची पत्नी भागिरथीबाई यांचे वाटणीला लग्नानंतर एका वर्षातच ज्या प्रचंड दुःखाला सामोरे जावे लागले, त्यामुळे कुणाचेही मन हेलावून गेल्याशिवाय राहणार नाही. जनकोजीची पत्नी कासीबाई, बराडी घाटावर दत्ताजी शिंद्यांचे वधानंतर पळाचे वेळचे हिचे धाडस, प्रसंगावधान याची नोंद मराठी माणसाला भावून गेल्याशिवाय राहणार नाही.

झाशी संस्थानचा बचाव इंग्रजांच्या तावडीतून करण्यासाठी झाशीची राणी लक्ष्मीबाई हाती तलवार घेऊन रणांगणावर लढत राहिली. लढता लढता ती रणांगणावर मुत्युला सामोरी गेली. यामुळे सारा हिंदुस्थान थरारून गेला. ब्रिटिशांनाही तिच्या पराक्रमाचा अचंबा वाटला.

इतिहास काळातील या थोर महिला विभूति. यांचे जीवनकार्याचा अल्पांशाने सार मराठी वाचकांपुढे मांडण्याचा आमचा हा प्रयत्न आहे.

'असे झुंजले वीर मराठे' या पुस्तक लेखनास वाचकांनी उत्तम साथ दिली. मराठ्यांचा इतिहास मराठी वाचकांना सतत मोहिनी घालतो. आमच्या वरील पुस्तकाच्या लेखनावरून आम्हाला त्याचा प्रत्यय आला.

आम्ही लिहिलेल्या मागील तिन्ही पुस्तकांना चांगले सहकार्य देऊन नामदार विजयसिंह मोहिते पाटील यांनी आम्हास उपकृत केले आहे. 'असे झुंजले वीर मराठे' या पुस्तकाच्या दुसऱ्या आवृत्तीसाठी मा. आ. प्रतापसिंह मोहिते पाटील यांनी असाच सहयोग दिला.

पुस्तक लेखन करताना संदर्भग्रंथांची अडचण येते. ती प्रा. शिवाजीराव देशमुख-अमरापुरकर यांनी दूर केली. गरज असेल ते संदर्भग्रंथ त्यांनी लगेच मिळवून दिले. तसेच वाशीचे कि. ब. होळकर यांनी संदर्भग्रंथांबाबत वेळोवेळी सल्ला देऊन मोलाचे सहकार्य दिले आहे. त्यांचा याबाबतचा व्यासंग वाखाणण्यासारखा आहे. प्रा. डॉ. जयसिंगराव देशमुख आणि जयसिंगराव माने वकील यांनी स्वतः सर्व लेखन वाचून योग्य त्या सूचना दिल्या. त्यांचा येथे मुद्दाम उल्लेख करावासा वाटतो.

इतिहासप्रेमी आणि मराठ्यांच्या इतिहासाची आस्था बाळगणाऱ्या सर्वांनी माझ्या या लेखनास सतत प्रोत्साहन दिलेले आहे.

– गोपाळ देशमुख

अनुक्रमणिका

गुरुपुष्यामृत योगावर शिवबांच्या मातोश्री जिजाऊ यांचा जन्म इ. स. १५९८च्या जानेवारी महिन्यात 'सिंदखेड' येथे झाला. त्यांच्या आईचे नाव होते म्हाळसाराणी. पित्याचे नाव होते लखुजीराजे जाधव. पौष महिन्याची इ. स. १५९८ची ही पौर्णिमा गुरुपुष्यामृत योगावर आली.

लखुजी जाधवांना दत्ताजी, अचलोजी, रघोजी व बहादुरजी अशी चार मुले झाली. त्यांना एकच कन्या झाली. जिजाऊंचे जन्माचेवेळी लखुजी जाधव अहमदनगरचे निजामशहाचे पदरी लष्करी चाकरी करीत होते.

मूळ पैठण परगण्यातील 'लासनेर' येथून त्यांना सिंदखेडला येऊन आता तीस वर्षांहून अधिक काळ लोटला होता. 'सिंदखेड' येथेच त्यांची जहागीर आता वैभवाने आणि लखुजींच्या पराक्रमाने भरभराटीस आली होती. लखुजींना दहा हजारी मनसबदारी, अठ्ठावीस महाल आणि बावन्न चावड्यांचे वतन प्राप्त झालेले होते. मूर्तजा निजामशहाच्या दरबारात लखुजीराजेंचा दबदबा खूपच वाढला होता.

ज्या धन्याची चाकरी लखुजीराजे करीत होते, ते राज्य बुडविण्यासाठी दिल्लीचा बादशहा सम्राट अकबर सारखा खटपट करीत होता. लखुजीराजे हे राज्य वाचविण्याचा अटोकाट प्रयत्न करीत होते.

लढाया आणि मोहिमांचा तो काळ. लहानगी जिजाऊ 'सिंदखेड' येथे लहानाची

राजमाता जिजाऊ

मोठी होत होती. जिजाऊंचे आजोळ फलटणचे निंबाळकरांचे. वणगोजी निंबाळकरांची बहीण गिरजाबाई ऊर्फ म्हाळसा ही जिजाऊंची मातोश्री. 'श्रीराम' हे फलटणकरांचे दैवत. श्रीरामावर त्यांची निष्ठा. जिजाऊला लहानपणी आईच्या तोंडून 'रामकथा' ऐकण्याचा योग येई. श्रीरामाचे सारे जीवन कथारूपाने ती जिजाऊला सांगे. 'महाभारत'व त्यातील कथाही ती सांगत असे. या 'रामायण-महाभारता'तील ऐकलेल्या कथाच जिजाऊपोटी जन्मास आलेल्या शिवरायांना लहानपणी आईकडून ऐकविण्यात आल्या. देशरक्षण व धर्मरक्षण करण्याची शिकवण त्यांनी शिवबाला दिली. शिवबांना मिळालेला हा आजोळचा वारसा. हा वारसा शिवरायांचा स्वराज्य निर्मितीचा पाया ठरला.

इ.स.१६०५ पासून अकबर बादशहाचा पुत्र मुराद आणि पराक्रमी सरदार खान इ. हे निजामशाही राजधानीला गिळंकृत करण्यास आलेले. निजामशाही राजवटीचे रक्षण स्वत: 'चाँदबिबी'ही पराक्रमी स्त्री करीत होती. तिच्या पराक्रमापुढे मोगलांची डाळ शिजली नाही. त्यांनी माघार घेतली. बादशहा स्वत: दक्षिणेत येण्याची तयारी करीत होता. चितोडचे रजपूत राणा घराणे सोडले तर सर्व राजपुताना प्रांत मोगल बादशहाने अंकीत केला होता. गुजरात माळवा ते बंगालच्या उपसागरापर्यंतचा प्रदेश त्याचे हाती आला होता. आता दक्षिणेकडील निजामशाही, आदिलशाही, कुतुबशाही या राजवटींवर दिल्लीचे बादशहाची वक्रदृष्टी वळली होती. त्यात पहिला घाव अहमदनगरचे निजामावर आला होता.

मुसलमानांच्या राजवटी या देशात आल्या, त्याला आता पाचशे सहाशे वर्षांचा काळ लोटला होता. राजेपद मिळविण्यासाठी हिंदू रयतेवर अत्याचार, मंदिरांची मोडतोड, लुटालूट, स्त्रियांवर अत्याचार, गावागावांची धुळधाण, जाळपोळ असा क्रम सतत चालू होता. बहामनी सुलतान व त्यानंतरचे बहामनीचे पाच शाखा यांचे अठ्याहत्तर सुलतान अशाच क्रूर कारवाया करून मातीआड झालेले होते. त्यांनी दोनशे वर्षे प्रजेवर अन्यायाचा वरवंटा फिरविला होता.

मोगलांची धाड उत्तरेकडून आली. त्यापुढे निभाव लागत नाही, हे इकडच्या दक्षिणेतील सुलतानांनी ओळखले. त्यातून स्थानिक लोकांना लष्करी पेशात वरचे हुद्दे मिळू लागले. मोगलांच्या प्रचंड ताकदीला तोंड देण्यासाठी पदरच्या निष्ठावान मराठी सरदारांची गरज त्यांना भासू लागली.

लखुजी जाधवराव हे असेच एक प्रचंड पराक्रमी, सामर्थ्यवान व तोलदार सरदार निजामाचे पदरी होते. दहा हजाराची मनसब मिळालेले ते पहिले सेनानी. मागील पाच-सहा शतकांतील हे पहिलेच परिवर्तन. त्यांचे पोटी नवसाने जन्मलेल्या जिजाऊ.

मोगलांनी पराक्रमाची शर्थ करून निजामशहाची राजधानी अहमदनगर ताब्यात घेतली. मलिक अंबर हा निजामशाहीचा प्रधान. त्याने निजामशहाची राजधानी,

दौलताबाद किल्ल्यावर हलविली. इ.स.१६०० सालापासून पुढे ही राजधानी 'परींडा' अहमदनगर, जुन्नर, दौलताबाद अशी फिरत राहिली. राजधानीचे रक्षण करण्यासाठी मलिक अंबर हयातभर झटत राहिला. मालोजीराजे, लखुजी जाधव, बाबाजी काटे, शहाजीराजे यांची चांगली साथ त्याला मिळत होती. त्यामुळे लखुजीराजे जाधव सतत मोहिमेवर असत.

सिंदखेडच्या वाड्यात अश्वशाळा, रथशाळा, गजशाळा, शस्त्रागार असे. दारूगोळा टाच भरलेला राही. अचलोजी, दत्ताजी या वडिलभावांबरोबर लहान जिजाऊ या साऱ्यांतून खेळत राही. एकेका गोष्टीची ओळख करून घेई. हळूहळू घोड्यावर बसणे, तलवार फिरवणे, धनुष्यबाण धरणे, त्याने वेध घेणे अशा गोष्टी ती लीलया शिकू लागली.

लखुजी जाधवराव निजामशाहीत दक्षिणीपंथाचे प्रमुख सरदार होते. याच दरबारात वेरूळचे मालोजीराजे चाकरी करीत होते. त्यांना शहाजी व शरीफजी अशी दोन मुले होती. यापैकी थोरला शहाजी हा मोठा देखणा, चुणचुणीत दिसत असे. जिजाऊंपेक्षा एक-दोन वर्षांनी मोठा. मालोजीराजे पदरी फौजफाटा बाळगू लागले. मोगलांचे प्रतिकारात भाग घेऊ लागले. एकदा सिंदखेडला रंगपंचमीचा सण चालू झाला असता, त्यात शहाजी व जिजाऊ एकमेकांचे अंगावर रंग टाकताना खेळत असलेले पाहून या दोघांचा जोडा उत्तम शोभून दिसेल, असे मालोजीराजांना वाटले. याचे फलित म्हणजे पुढे काही वर्षांतच दोघांचे लग्नाचा योग जुळून आला. स्वतः निजामशहा लग्न समारंभाला हजर राहिला. सोहळा उत्तम रितीने पार पडला. जाधव-भोसले व्याही झाले. मालोजीराजांना हा सोहळा पाहण्याचा योग नव्हता. ते लग्नापूर्वीच इंदापूरचे लढाईत धारातीर्थी पडले होते.

त्यांचे पश्चात शहाजीराजांना 'राजे' हा किताब व वडिलांची जहागिरी निजामशहाने दिली. पुणे, सुपे, चाकण या जहागिरींचा कारभार ते पाहू लागले. यावेळी शहाजीराजे चौदा वर्षांचे तर जिजाऊंचे वय बारा वर्षांचे झालेले होते.

जिजाबाई सिंदखेडहून सासरी आल्या. शहाजीराजे निजामशहाच्या चाकरीसाठी सतत धावपळीचे जीवन जगत होते. श्रीगोंदा, वेरूळ, पांडे पेडगांव, परिंडा, जुन्नर असा सारा मुलूख त्यांना घोड्यावर बसूनच पालथा घालावा लागत होता. जिजाऊ बरोबरच असायच्या. त्यावेळी यवनी सत्तेने केलेले महिलांवरील अत्याचार, त्यांचे जुलमांच्या कहाण्या, मंदिरांची मोडतोड, नासधूस त्यांना पाहण्यास मिळत होती. दक्षिणेतील सुलतानी राजवट असो, की मोगलांची राजवट असो, रयतेचे भोग सगळीकडे सारखेच होते.

साऱ्या महाराष्ट्रात अंधार पसरला होता. कधी कधी प्रचंड पर्जन्यवृष्टी होत असे. नद्या, नाले, ओढे तुडुंब भरून वाहत. सारा मुलूख जलमय होई. कधी अवर्षण

येई मग सारा देश उजाड होत असे. जनावरांना व माणसांना पिण्याचे पाणी सुद्धा मिळत नसे. धान्याच्या कणास रयत महाग होई. भुकी व कंगाल रयत अन्न अन्न करून टाचा घासून प्राण सोडी. गावेच्या गावे ओसाड होत. दिवा लावणीला सुद्धा कोणी राहत नसे. काही वेळा यापेक्षा वेगळेच संकट येई. साथीचे रोग सुरू होत. बघता बघता सारी नागरवस्ती दऱ्याखोऱ्यातील रयत यांचा फडशा उडला जाई. गावे बेचिराख होत. या साऱ्या अस्मानी सुलतानी संकटांतून सुखाची अपेक्षा म्हणजे मृगजळ. अशा वातावरणात शहाजीराजांबरोबर जिजाऊंना घोड्यावर मांड टाकून रानोमाळ भटकत राहावे लागे. असे हे सासरचे जीवन.

अशा परिस्थितीत त्यांचे बाळंतपण आले. त्यांना पुत्ररत्न प्राप्त झाले. मुलाचे नाव 'संभाजी' असे ठेवले. त्याअगोदर तीन-चार बाळंतपणे होऊनही मूल वाचले नव्हते. संभाजीराजेच फक्त लहानाचे मोठे आईबापाजवळ होऊ लागले.

शहाजीराजे मलिक अंबर वजिराला उत्तम साथ देत होते. निजामशाहीचा अस्त करण्यास आलेल्या फौजांना भातवडीच्या मैदानात पराभव पत्करावा लागला. शहाजी राजांचे युद्धकसब सर्वांचे नजरेस आले. या यशाने प्रधान मलिक अंबर शहाजीराजांना टाळू लागला. दरबारात शहाजीराजांचा अपमान होऊ लागला. याचा परिणाम म्हणून शहाजीराजांनी निजामशहाची चाकरी सोडली. आदिलशाही चाकरी त्यांनी स्वीकारली.

आदिलशहाने त्यांना पुणे परगणा, चाकण परगणा, सुपा परगणा येथील जहागिरी दिली. दोन्ही सुलतानांचा या भागावर ताबा असावा, अशी सतत धडपड चालू असे. आदिलशाहीच्या वतीने या भागावर आता शहाजींचा ताबा आला. मोगल आणि आदिलशाहीचे भांडण विकोपाला जात असताना मलिक अंबर याचा मृत्यू झाला. इ. स. १६२७ साली विजापूरचा आदिलशहा आणि दिल्लीचा जहांगिर बादशहा दोघांचा मृत्यू झाला. सत्तेचे परिवर्तन झाले. शहाजीराजांना निजामशाहीत परत येणे भाग पडले. याचवेळी जिजाऊंचे वडील जवळपास चाळीस वर्षांची चाकरी सोडून मोगलांकडे गेले होते. तसेच बिनशर्त निजामशाहीत परतही आले होते. जिजाऊंच्या मातोश्री म्हाळसाबाई, बंधू अचलोजी, रघुजी, बहादूरजी व पुतण्या यशवंतराव असा जाधव कुटुंबाचा तळ इ. स. १६२९ चे श्रावण महिन्यात दौलताबाद किल्ल्याच्या परिसरात पडला होता. जिजाऊंचे चुलते, आई, बंधू बहादूरजी खेरीज सर्व जण शहाच्या दरबारात मुजरा करण्यासाठी गेले. लखुजी यावेळी सत्तरीच्या घरात गेलेले. बरोबर सारा लवाजमा होता. दरबारात होणाऱ्या कुटील नीतीचा सुगावा त्यांना नव्हता. मुजऱ्यासाठी लखुजीराजे खाली वाकतात न वाकतात तोच निजामशहा मसनदीवरून उठून निघून गेला. ज्याचे त्यांना इशारे पोच झाले. लखुजीराजांवर सफ्दर खानाची तलवार पडली व राजे कापले गेले. प्रतिकार करणारे अचलोजी, रघोजी व यशवंतराव यांनाही

असेच वीरमरण आले. तळावर असलेल्या म्हाळसाबाई आणि बहाद्दूरजी यांना खबरा आल्या. त्यांना शोक करण्यासही फुरसत मिळाली नाही; मग जिवाच्या भीतीने त्यांनी 'सिंदखेड' जवळ केले.

मुसलमानी राजवटीच्या क्रूर कथा यावेळेपर्यंत जिजाऊने ऐकल्या होत्या. आता स्वत:चे वडिलांचा, भावांचा प्राण याच क्रूरतेने घेतला. या साऱ्या प्रकाराने त्यांचे मन बधिर झाले. यावेळी त्या परींडा येथे होत्या. त्या गरोदर असून पोटातला गर्भ वाढीस लागला होता. दुःखाचे, अन्यायाचे कढ वरचेवर मनात येत होते. बाहेर हुंदका फोडण्याची ताकद त्यांच्यात राहिली नव्हती. मातेची भेट घेण्याचीही सुरक्षा राहिली नव्हती.

यावर्षी पावसाने ओढ दिली होती. सतत बरसणारा पाऊस कुठेतरी गडप झाला होता. सारा मुलूख उदास आणि रूक्ष झाला होता. पशुपक्षी व माणसे देशोधडीला लागली होती. या अस्थिरतेची परिणती कशात होईल, ते सांगवत नव्हते. बाळंतपण सुरक्षित व्हावे म्हणून शहाजीराजांनी 'शिवनेरी' जवळ केला. किल्लेदार विश्वासराव यांचेकडे जिजाऊंना सुपूर्द केले व सारी काळजी घेण्यास सांगितले. सारा जमाव बरोबर घेऊन त्यांनी गड सोडला.

शिवनेरीवरील शिवाजीमहाराजांचे जन्मस्थान

गडावरून उतरणाऱ्या स्वारीकडे जिजाऊ बराच वेळ पाहत राहिल्या. शहाजीराजांचे पथक मलिक अंबरची नहर पार करून 'हबशी बागे'कडे पोच झाले. घोड्यांच्या टापांचा अस्पष्ट आवाज तेवढा शांततेचा भंग करीत होता. एरवी सारा आसमंत शांत

झाला होता.

दिवस हळूहळू सरकत होते. जिजाऊंचे बाळंतपण नजीक आलेचे जाणवू लागले होते. शिवाई देवीच्या दर्शनात, पूजाअर्चा, उत्सव समारंभांत त्यांचा वेळ जात होता. किल्लेदार विश्वासराव सारी बडदास्त जातीने करीत होता. शके १५५१ शुक्ल नाम संवत्सर, फाल्गुन वद्य ३, वार शुक्रवार म्हणजे १९ फेब्रुवारी १६३० रोजी गडावर मध्यरात्री बालशिवाजी जन्मास आले.

शिवजन्माची खबर राजेंना दौलताबादेस टाकोटाक पोच करण्यात आली. राजे गडावर येऊन पुत्रमुख पाहून आनंदीत झाले. नाव ठेवण्याचा मोठा उत्सव गडावर झाला. बाळाचे नाव 'शिवाजी' ठेवले.

जरी दुष्काळामुळे सारा दक्षिण देश होरपळून निघाला होता, आणि जरी उत्तरेकडील मोगल आणि दक्षिणेकडील सुलतान यांच्या मोहिमा लढायचा क्रम चालू होता, तरी 'शिवनेरी'वर मात्र बालशिवाजीच्या बाललीला पाहून जिजाऊंना आनंद होत असे. बाळाचे रांगणे, हळूहळू पाऊल टाकणे आणि त्याच्या बोबड्या बोलाने आईची आणि सेवेतील साऱ्यांची करमणूक होत होती. बाळ आता तीन वर्षांचा झाला. जिजाऊंना माहेरची ओढ लागली. वडिलांचे वधापासून माय-लेकीची भेट नव्हती. जिजाऊंनी आईच्या भेटीसाठी गड सोडला. दीर्घ काळानंतर माय-लेकीची भेट झाली. हृदयाच्या खोल गाभाऱ्यातील दुःखाला वाचा फुटली. डोळ्यांतील अश्रूंना त्यांनी वाट मोकळी करून दिली. आईच्या अंगावरचे कढत अश्रू जिजाऊंच्या अंगावर पडत होते. जिजाऊंच्या मांडीवरील बालशिवाजी बावऱ्या नजरेने हे सारे पहात होता.

इकडे शहाजीराजांच्या पुणे जहागिरीवर आदिलशहाने मुरारपंतांना पाठवून पुण्याचे तट पाडले. जाळपोळ केली. साऱ्या पुण्याचा विध्वंस करून रयत देशोधडीला लावली. पुण्याच्या वेशी पाडल्या. पांढरीवर गाढवाचा नांगर फिरविला.

निजामशाहीत नित्य नव्या गोष्टी घडू लागल्या. एक निजामशहा जाऊन दुसरा गादीवर केव्हा आला, हे रयतेला कळत नव्हते. सारी अंदाधुंदी होती. दिल्लीच्या मोगलांनी व आदिलशाही सरदारांनी शेवटी दौलताबाद ही निजामशाही राजधानी जिंकली. राज्य बुडाले.

याच सुमारास जवळपास सहा हजारांपेक्षा जास्त फौजफाटा बाळगणाऱ्या शहाजीराजांनी नवीन डाव टाकला. कोकणातील निजामशहाचा वारस आणला. त्याच्यावर 'पेमगिरी' किल्ल्यावर स्वतः छत्र धरले. पश्चिम बाजूचा निजामशाही प्रदेश ताब्यात घेतला. विजापुरीसत्तेने त्यास पाठिंबा दिला. स्वतः मुरारपंत किल्ल्यावर सैन्यासह समारंभाला हजर झाला. शहाजीराजे व मुरारपंत परतीला नांगरगावच्या भिमा-इंद्रायणी संगमावर आले. मुरारपंतांनी स्वतः सुवर्णतुला केली. हत्तीच्या वजनाइतके

द्रव्य दान केले. नांगरगावचे 'तुळापूर' झाले.

शहाजीराजांनी दूरदृष्टीने टाकलेला डाव चांगलाच यशस्वी झाला. दुसऱ्याची चाकरी करण्यात निम्मी हयात गेली. आता या मुलखाची सुख-दुःखे आपण पहायची. रयतेची दुःखे कमी करायची. रयतेची आबादानी होईल, असेच पाऊल यापुढे टाकायचे. यासाठीच त्यांनी निजामाला मांडीवर घेऊन त्यावर छत्र धरले होते. राजे रयतेची गाऱ्हाणी ऐकून स्वतः निवाडे देत होते. रयतेस सुख वाटू लागले. जिजाऊला या साऱ्या खबरा मिळत होत्या.

या गोष्टी दिल्लीच्या मोगलांना व आदिलशाही दरबाराला रुचल्या नाहीत. उभयतांनी पुनः एकत्र येऊन त्यांच्याबद्दल निजामशहा आणि शहाजीराजे यांचेवर मोहीम काढली. शहाजीराजे 'पेमगिरी'हून 'माहुली' किल्ल्यावर आले. येथे अधिक सुरक्षितता होती. दोन-चार महिने त्यांनी अल्प बळावर विजापुरी सरदार रणदुल्लाखान व खानजमान यांना चांगली टक्कर दिली. मोगलांची व आदिलशहाची चांगलीच दमछाक केली. आपले जवळील सैन्य व दारूगोळा सामग्री यांचा विचार करून त्यांनी शेवटी बालनिजामशहाला खानजमानच्या ताब्यात दिले. रणदुल्लाखानाच्या मध्यस्तीने ते आदिलशाही चाकर झाले. रणदुल्लाखानाचे हाताखाली कर्नाटकाचे कामगिरीवर त्यांची रवानगी झाली. यावेळी बालशिवाजी सहा वर्षांचा झाला होता.

पुणे परगणा शहाजीराजांना अर्जानी मोकासा झाला होता. या परगण्याची व्यवस्था करण्यासाठी जिजाऊ आणि बालशिवाजी यांना पुण्याला ठेवण्याचे राजांनी योजिले. पुंड-पाळेगाराचा बंदोबस्त होऊन परगण्यातील विस्कटलेली घडी परत बसण्यास त्यामुळे मदत होणार होती. बालशिवाजीच्या मदतीला दादोजी कोंडदेव यांची नियुक्ती राजांनी विचारपूर्वक केली. दादोजी कोंडदेव हे कोंडाणा सुभ्याचे आदिलशाही सुभेदार होते. शहाजीराजांचा त्यांचेवर पूर्ण विश्वास होता.

बालशिवाजी जिजाऊंसह पुण्यास आले त्यावेळी पुण्याची पांढर ओसाड झाली होती. दादोजींनी शिवबांचे हाती सोन्याचा नांगर पांढरीत फिरविला. रयतेला अभय दिले. पुण्याच्या पांढरीत गाडलेला गणपती जिजाऊंनी श्रद्धापूर्वक प्रतिष्ठापना करून त्याची पूजाअर्चेची सोय लावली. हळूहळू पुण्याच्या पेठा आणि वस्त्या आकाराला येऊ लागल्या. बालशिवाजी आणि जिजाऊ यांचेसाठी राहणेची सोय झाली. 'लालमहाल' बांधून पूर्ण झाला. 'लालमहाला'त सवंगडी जमवून बालशिवाजी खेळ खेळू लागला. घोड्यावर बसणे, दांडपट्टा फिरविणे, धनुष्यबाण फेकणे, भालाफेक अशा सर्व गोष्टी तो समजून घेऊ लागला. याकामी त्याला जिजाऊ प्रोत्साहन देऊ लागल्या. मावळातील गाऱ्हाणी जिजाऊसाहेब यांचेकडे येऊ लागली. त्यात लक्ष घालून त्या साऱ्या बाजू

ऐकून निवाडे होऊ लागले. न्यायाची बाजू ऐकली जाऊन अन्यायाला जरब बसू लागली.

स्वत: जिजाऊ बालशिवाजीला समोर बसवून दररोज न्यायनिवाडा करू लागल्या. सदर सजू लागली.

या साऱ्या घडामोडींकडे दादोजी कोंडदेव बारकाईने लक्ष देत. आदिलशाही कारभाराचा त्यांना दीर्घ अनुभव होता. जमीनबाब, लष्करी व्यवस्था, राजकीय डावपेच, तसेच राजकारणातील दृढता, निश्चय, धडाडी यांचा त्यांना भरपूर अनुभव होता. त्यामुळेच शहाजीराजांचा त्यांचेवर पूर्ण भरवसा होता. या गुणांचा उपयोग बालशिवाजीला व्हावा, अशी तजवीज सर्वांकडून होत होती.

जिजाऊने परक्या सुलतानांची वडिलांनी केलेली चाकरी पाहिली होती. ज्या निजामशाही चाकरीत वडिलांची उभी हयात गेली, त्याच निजामाने त्यांचा भर दरबारात वध केला. भाऊ व पुतण्या यांची गत तशीच झाली. जाधवांच्या घराचा विध्वंस केला. जिजाऊंचे सासरे परक्यांची चाकरी करताना असे धारातिर्थी पडले होते. सख्खे दीर शरीफजी भातवडीच्या लढाईत वीरगतीस मिळाले होते. शहाजीराजांनी निजामशाहीला सतत पंचवीस वर्षे किंवा त्यापेक्षा अधिक काळ आधार देऊन ती सावरली. त्यांचेच भावाच्या पत्नीला महाबत खानाने गोदावरी नदीवरून पळवून नेले होते. लखुजी जाधव यांचे वधापासून आईचे डोळ्यांतील पाणी तुटले नव्हते. जिजाऊंच्या अंगावर पडलेले मातेचे अश्रू अजून मनात कालवाकालव करीत होते.

आता पुणे जहागीर या साऱ्या संकटांपासून मुक्त असली पाहिजे. इथे स्त्रियांवर जुलूम होणार नाही, रयतेच्या पिकाची नासाडी होणार नाही, गावांची जाळपोळ होणार नाही, गुराढोरांची लुटालूट होणार नाही, याची दक्षता घेणेची होती. पुंड पाळेगार यांना धाक वाटेल, अशी राजव्यवस्था करावयाची होती. हे सारे त्यांना बाल शिवाजीला शिकवावयाचे होते. जिजाऊ तिच्या लहानपणी 'रामायण-महाभारता'च्या कथा आईकडून ऐकत असे, त्या तशाच बालशिवाजीला समजावू लागली. अश्वशाळेतील अश्व, शस्त्रागारातील शस्त्रे त्याला हाताळू देऊ लागली. घोड्यावर मांड घालून त्याला मावळात हिंडू देऊ लागली. देशावर पठारी भागात तसेच डोंगर, दऱ्या, घाट, आडवाटा, चोरवाटा, विवरे, गुहा तळघरे आणि सारा मुलुख हिंडू देऊ लागली. हळूहळू शिवबा हे समजून घेत होता. त्याचे बालमन तयार होत होते.

महाराष्ट्र भूमी यावनी सत्तेखाली कशी आली, आदिलशाही, निजामशाही, कुतुबशाही कारभाराचे अनेक नमुने जिजाऊ बालशिवाजीला रात्री सांगत असत. पोर्तुगीज, सिद्धी हबशी यांची माहिती व त्यांच्या क्रूर कारवाया उलगडून सांगत होती.

पुणे जहागिरीत असलेल्या प्रदेशाची ओळख हळूहळू वाढत होती.

येथील गडकोटांची माहिती त्याला होत होती. त्याचे जिवलग सवंगडी, मावळातील मावळे यांना जिजाऊंच्या तोंडून साऱ्या गोष्टी ऐकून मोठे अप्रूप वाटत असे. बालशिवाजीला ते आता आपला राजा समजत होते. त्याचा शब्द त्यांना मोठा नवलाईचा वाटे. त्याने सांगितलेल्या कामगिरीत आपण भाग घ्यावा, त्यात देह झोकून द्यावा, असे त्यांना वाटत असे. दादोजी कोंडदेव हे सारे पाहून आनंदीत होत. शिवबाचे वय आता दहा वर्षांचे झाले.

फलटणकर-निंबाळकर हे भोसले घराण्याचे जुनेच पाहुणे. घनिष्ट नातेवाईक. दादोजींनी या घराण्यांतील सईबाई यांचा विवाह शिवाजीशी जुळवून आणला. दादोजींनी खास जासूस पाठवून कर्नाटकातून या लग्नास परवानगी आणली. लग्न समारंभ मोठ्या थाटात पार पडला.

पुढे लवकरच बंगळूराहून राजे शहाजी यांची थैली पुण्यास आली. दादोजी, जिजाऊ, बालशिवाजी आणि सईबाईसह सर्वांना बंगळूरला बोलावणे आले. तयारी झाली. प्रवासास सुरुवात झाली.

बालशिवाजी एकेका नद्यांची खोरी, प्रदेश निरखून पहात होता. मुळा, मुठा, इंद्रायणी, यांचा प्रदेश मागे पडत होता. निरा, भिमा, कृष्णा, तुंगभद्रा, कावेरी या नद्यांच्या प्रदेशांतून जाताना सारा मुलुख बालशिवाजी मोठ्या कौतुकाने न्याहाळीत होता. नद्याकाठची सुपीक गाळाने भरलेली काळी कसदार जमीन, मंदिरे, जंगली जनावरे, भग्न मंदिरे, मशिदींचे घुमट आणि मिनार पाहून त्याची जिज्ञासा जागृत होई. दादोजी, जिजाऊ त्यास त्या भागातील राजे, सुलतान व सुभेदार यांची माहिती देत असत. वाटेत विजयनगरचा परिसर लागला. प्रचंड शिळेवर निर्माण झालेली मंदिरे, त्यांचे फुटलेले, तोडफोड झालेले भग्न गाभारे, मोठमोठाले प्रासाद, त्यांची आवारे, गोपुरे यांची माहिती त्याला मिळत होती. बालशिवाजी यावनी सत्तेने केलेले प्रलय उघड्या डोळ्यांनी चाणाक्षपणे पहात होता. साऱ्या गोष्टींची चीड निर्माण व्हावी, असे ते देखावे आणि दृष्य होते.

शिवबा दोनतीन वर्षे बंगळूर येथे होता. शहाजी राजेंचे वैभव पाहण्यात आले. वडील बंधू संभाजीचा जिव्हाळा लागला. राजांचे कानावर पुणे परगण्यातील रयतेची खबर जिजाऊ आणि दादोजींनी घातली. पुण्यातील पांढरीची वस्ती वाढू लागली, देवादिकांचे मंदिरातील वर्दळ वाढली, मावळातील सवंगडी शिवबाला उत्तम साथ देऊ लागले. न्याय-अन्यायाची पारख 'लालमहालात' होऊ लागली, रयतेची आमदानी वाढू लागली. हे सारे ऐकून शहाजीराजे मनोमनी संतुष्ट झाले. त्यांनी मोहिते घराण्यातील सोयराबाईंशी शिवाजीचे लग्न बंगळूर मुक्कामी लावून दिले. मोठा थाटमाट करण्यात आला. शिवाजीराजेंच्या परतीचा प्रवास सुरू झाला. यावेळी शहाजीराजांनी जवळचे विश्वासू सहकारी नामजाद केले. श्यामराज नीळकंठ रांझेकर

'पेशवा' म्हणून, माणकोजी दहातोंडे 'सरनौबत', बाळकृष्ण हनुमंते 'मुजुमदार', सोनोपंत विश्वनाथ 'डबीर,' रघुनाथ बल्लाळ यांस 'सबनीस' याप्रमाणे खास मंडळी नामजाद करून सोबत दिली. बाळाजी हरी 'मज्यालसी,' नरहर बल्लाळ 'बक्षी' यांसही दिले. हे सारे एक 'छोटेखानी प्रधान मंडळ' घेऊन राजे शिवबा परत पुणे परगण्याचे मालक म्हणून आले.

सारा मावळ खोरा आणि पुणे जहागीर हळूहळू शिवबाकडे ओढ घेऊ लागली. मावळातील जुने देशमुख मानकरी त्यांची मानापायी पिढ्यान्‌पिढ्या भांडणे होत होती. हाणामाऱ्या, कापाकापी लग्न-समारंभात गोंधळ आणि हल्ले होत होते.

शिवबाला न जुमानता बदअंमल करणारा रांझे गावचा पाटील असाच. त्याने परस्त्रीवर हात टाकला. मग त्या अन्यायी स्त्रीने जीव दिला. याची खबर पुण्यास पोच झाली. याचा न्याय करण्याची सुचना आली. थेट जिजाऊंनी यात लक्ष घातले. पुण्यातून स्वारांची टोळी रवाना झाली. रांझे गावचा पाटील जेरबंद होऊन 'लालमहाला'त आणला गेला. ढालाईतांनी त्याला शिवबापुढे हजर केले. जिजाऊ आणि शिवाजी सदरेवर जमले. सारे सहकारी जमा झाले. शिवबाने सर्व बाजूंनी चौकशी केली. त्याची खात्री झाली. रांझेच्या पाटलावर लावलेला आरोप खरा ठरला. जिजाऊंच्या डोळ्यांत पाणी तरळून गेले. जहागिरीत रानटी कृत्ये करणारे लोक अजून असावेत, याची मनस्वी चीड त्यांना वाटली. शिवबाने आईचे चेहऱ्यावरील भाव पाहिले. त्याने हाताच्या मुठी आवळून धरल्या. हशमांना लगेच फर्मावले. या पाप्याचे दोन हात, दोन पाय आताचे आता कलम करा. पाटलाने ही शिक्षा ऐकून धीर सोडला. तो गयावया करू लागला. तोपर्यंत त्याला पलीकडील चौकात हशमांनी ओढून नेऊन शिक्षेची अंमलबजावणी केली.

शिवबाने दिलेली ही शिक्षा व तिची तात्काळ अंमलबजावणी पाहून सारेच, अवघे थरारून गेले. जिजाऊंच्या चेहऱ्यावर सात्त्विक समाधान उभे राहिले. शिवाजीने दिली ती ही पहिली शिक्षा. आईसमक्ष झालेली ही पहिली चौकशी.

गेल्या सहाशे सातशे वर्षांत अशा हजारो घटना झाल्याची ना दाद ना फिर्याद. पण शिवबाने दिलेली व अंमलात आणलेली ही पहिली शिक्षा. या शिक्षेने स्वराज्याचा पाया रचण्याचे काम चालू झाले. 'प्रतिपश्चद्रेखेव' ही शिवमुद्रा उजळून निघाली.

स्वराज्याच्या वाटेवरील हे पहिले पाऊल. मागील घटनांप्रमाणे आता लुटालुट, स्त्रियांचे अपहरण, दगाबाजी, रयतेस गांजणे अशा गोष्टी या जहागिरीत कदापि सहन होणार नाहीत, याची ही चालती बोलती ग्वाहीच होती. या शिक्षेच्या अंमलबजावणीने मावळ खोऱ्यातील सारे वातावरण बदलून गेले. आता नवा मनू येणार म्हणून बारा मावळे आनंदून गेले. शिवबाचे स्वराज्याला मोठे नैतिक बळ या घटनेने मिळाले.

देहूला तुकोबारायांचा रहिवास होता. त्यांच्या कानी या गोष्टी आल्या. या थोर महात्म्याची दर्शनाची ओढ शिवबालाही लागली होती. एके दिवशी जिजाऊंचा मेणा, शिवबाचे घोडदळ पथक इंद्रायणी तीरावर पाय उतार झाले. साऱ्यांनी या महात्म्याचे घरी जाऊन त्याचे पायावर डोके ठेवून वंदन केले. साधुसंतांचे आशीर्वाद सतत घेत जाणे, ही जिजाऊंची शिकवण. शिवबाला त्या अशा घडवीत होत्या.

तोरणा, कोंढाणा, राजगड, रोहिडा व पुरंदर हे जहागिरीतील किल्ले. त्यावर निशाण हिरवे. याबाबत काही बेत जिजाऊंच्यासमोर मांडले जात होते. काही बेत आकाराला येत होते. खलबते होत होती. दादोजी या साऱ्यावर लक्ष देऊन वावरत होते. वाटा, आडवाटा, चोरवाटा यांची माहिती विश्वासू सहकाऱ्यांकडून येत होती. जिजाऊ आणि दादोजी त्या निरखून पहात होते.

आता थांबायचे नव्हते. माघारी वळून पहायचे नव्हते. 'रोहिड्यावरील' स्वराज्याची शपथ सार्थकी लावायची होती आणि मावळातील 'तोरणा' अलगद ताब्यात आला. तेथील डागडुजी चालू झाली. भूमित गाडलेले प्रचंड धन हाती आले. स्वराज्याला मिळालेला हा देवीचा पहिला आशीर्वाद.

इ.स.१६४८ च्या पहिल्या पाच सहा महिन्यांत कोंढाणा, शिरवळचा सुभानमंगळ, पुरंदर हे किल्ले ताब्यात आले. चिमुकल्या स्वराज्याची मजबुती होऊ लागली. एक अप्रिय घटना यावेळी घडून आली. जिजाऊ आणि शिवबा यांना दादोजी कोंडदेव यांचा स्वर्गवास पाहावा लागला. एक तपाचा त्यांचा सहवास, शिकवण, कारभाराची सचोटी, या गोष्टींचा जिजाऊंना चांगला उपयोग झाला होता. पाठोपाठ देहूचे तुकोबा यांचा वैकुंठवास झालेला ऐकून घ्यावा लागला. यांची उणीव भासल्याशिवाय राहणार नव्हती. काळ पुढे सरकत होता.

विजापूरच्या आदिलशहाची 'कोंढाणा' ही सुभ्याची जागा. दादोजी कोंडदेव याच कोंढाण्याचे नामजाद सुभेदार. ही मोक्याची जागा शिवबाने बगावत करून घेतली. या खबरा विजापुरी पोच झाल्या. विजापूर राजधानीतून फत्तेखान, मुसेखान, बाळाजी हैबत यांना शिवाचा बंदोबस्त करण्याची महत्त्वाची कामगिरी देण्यात आली. विजापुरी

सैन्याचा जमाव फत्तेखानाबरोबर ऑक्टो. इ. स. १६४८ च्या सुमारे खळद बेलसरच्या परिसरात आला. पुरंदर आठ दहा मैलांच्या टप्प्यात आला होता. शिवबाबरोबर गोदाजी जगताप, भिमाजी वाघ, संभाजी काटे, इंगळे, भिकाजी चोर, भैरोजी चोर इत्यादी भरवशाचे साथीदार व फौजफाटा होता. जिजाऊंना वंदन करून साऱ्यांनी पुणे सोडले. खळद बेलसरच्या खानाच्या छावणीवरच प्रथम धाड घातली. होईल ते नुकसान करून शिवबाची तुकडी परत आली.

योजलेल्या डावपेचाप्रमाणे आता फत्तेखान, मुसेखान, थेट पुरंदरावरच चालून आले. निम्मा गड वर येतात, तोच त्यांना वरील शिबंदीकडून बाण, जळते पलिते, गोफणीतले दगड, मोठमोठ्या शिळा, दगड यांना तोंड द्यावे लागले. शत्रू सैन्य अगोदरच मेटाकुटीने वर चढत होते, तोच थेट समोरून हा मारा. मोठी नुकसानी सोसून खान चढत होता. तोच शिवाजी आणि झुंजण्यास तयार झालेले त्याचे सैनिक गडाच्या वाटेवरच त्यास सामोरे आले. यवनांपुढे होत असलेली ही शिवबाची पहिली लढाई. त्याचे विश्वासू सहकारी तलवारी परजून उभे राहिलेले. गोदाजी मुसेखानावर चालून गेला. इतरांनी असेच असरफशहा, मिनाद व रतनशेखवर चालून घेतले. मताजी घाटगे व फलटणकर, निंबाळकर, शिवबाचा हा आवेश पाहून मागे हटू लागले. तोच गोदाजी जगतापाने मुसेखान तरवारीच्या घावाने उभाच चिरला. मग फत्तेखान पळतच सुटला. त्याने थेट विजापूर गाठले.

स्वराज्याचा हा पहिला विजय (ऑक्टो. १६४८). शिवबांनी स्वत: जाऊन हा करीणा जिजाऊंना ऐकविला. 'लालमहाला'त स्वराज्याची भावी जडण घडण करण्याबाबतच्या खलबतांना जोर चढला होता. मनसुबे रचले जात होते. अशातच काळीज करपणारी बातमी बंगळूराहून आली. आदिलशाही सरदार मुस्तफाखानाने शहाजीराजांना कैद केले. राजे बेसावध असता बाजी घोरपड्याने स्वत: चाल करून महाराजांना कैद करून मुस्तफाखानाकडे सुपूर्त केले.

या खबरा ऐकून जिजाऊ धास्तावून गेल्या. पुण्यास आल्यापासून देवी भवानीच्या कृपेमुळे स्वराज्याची मुहूर्तमेढ चांगलीच पक्की होत होती. विजापूर दरबारात या गोष्टीची चर्चा, खलबते चालू झाली. मुहंमद आदिलशहाचे कान भरून शहाजीराजांना अटक करण्याचे कारस्थान तडीला गेले होते. शिवबांनी पुरंदरावर नुकताच फत्तेखानाचा पराभव केला होता. मुसेखान उभा चिरून ठार केला होता. याचा वचपा काढण्यासाठी आदिलशहाने खास जिजाऊंच्या कुंकवालाच हात घातला होता. शिवबांनी मोगलांकडे शब्द टाकून आदिलशाही डाव उलटविला. दक्षिणेचा सुभेदार औरंगजेबचा भाऊ मुरादबक्ष हा बहाणपूर येथे कारभार करीत होता. शिवबांनी आपला वकील त्याचेकडे पाठविला. मोगलांची चाकरी करण्याची इच्छा वकीलामार्फत कळविली. त्याचा योग्य परिणाम झाला. मुरादबक्षकडून १४ ऑगस्ट इ. स. १६४९ ला उत्तर आले.

शिवाजीला पंचहजारी मनसब, इनामे, बक्षिसे देण्याची तयारी त्याने वकीलाजवळ दाखविली. विजापुरी दरबारात या खबरा आल्या. त्याखेरीज मुरादबक्ष कडूनही विजापूर दरबारास खलिता आला. विजापूर दरबाराचा सूर नरमाईचा झाला. संभाजी, शिवाजी हे शहाजींचे पुत्र मोगलांना मिळाले, तर त्या कटकटीला तोंड देणे दरबाराला अवघड होते. अगोदरच मुहंमद आदिलशहा अंथरुणास खिळलेला होता. अशा वेळी शहाजीराजांना बाइज्जत सोडून देणे हेच योग्य, असा पोक्त विचार दरबारात झाला. मात्र त्यासाठी शिवाजीने घेतलेला कोंढाणा किल्ला आदिलशहाला परत द्यावा, अशी अट घालण्यात आली. शहाजी राजेंच्या सुचनेवरून शिवाजीने लगेच तो आदिलशहाच्या ताब्यात दिला. शहाजीराजेकडील बंगळूर, कंदर्पी हेही किल्ले मागण्यात आले. त्याप्रमाणे तेही दिले. शहाजीराजे कैदेतून सुटले. विजापूर दरबारात त्यांचा गौरव झाला. 'शहाजी राजे फर्जंद' असा किताब त्यांना दिला. ही सुटका १६ मे इ. स. १६४९ जेष्ठ शुद्ध पौर्णिमा या दिवशी झाली.

जिजाऊंना वटपौर्णिमेच्या दिवशी आई भवानीच्या कृपेने मिळालेले हे चुडे दानच! पुण्यात सर्वांना आनंद झाला.

शहाजीराजेंची सुटका झालेनंतर काही काळ ते विजापुरातच राहिले. आता त्यांना आपले पुत्राची भेट घेण्याची इच्छा झाली. पुण्यात हरकारे आले. मायलेकरांना कोण आनंद झाला. एकेवेळी गाढवाचा नांगर फिरवून ओसाड झालेली पुण्याची भूमी. आता या पांढरीचे रूप किती बदलले होते. बारा मावळे, पुणे, सुपे, चाकण, इंदापूर, बारामती हा सारा मुलुख शिवबांच्या स्वराज्यासाठी झटत होता. जिजाऊंची भेट होऊन एक तपाचा काळ उलटत आला होता. शिवबांनी राजेंच्या आगमनाप्रीत्यर्थ उत्तम तयारी केली. राजांचा तळ आरडगावचे परिसरात पडला होता. निरा नदीचा खोरा गजबजू लागला. पुण्यातून खासा शिवाजी, जिजाऊ, सईबाई अगदी सारेजण त्यांना येऊन मिळाले, पिता-पुत्राच्या भेटी जेजुरी गडावर थाटात झाल्या. मोठा उत्सव गडावर झाला. मल्हारीरायांचे आशीर्वाद मिळाले. दारूकाम, आतषबाजी, जत्रा, छबीना याने गडाचे रूपच बदलून गेले. पंक्ती भोजने, गाणे बजावणे, असा चारपाच महिन्यांचा काळ आनंदात पार पडला. शिवबांनी राजगड, पुरंदरचा, तोरण्याचा बंदोबस्त दाखविला.

पुण्याची वस्ती, कसबा आणि मावळातील रयतेची खुशी पाहून शहाजीराजे प्रसन्न झाले. कसबा गणपतीचे दर्शन झाले. शहाजीराजांनी शिवबाला आशीर्वाद दिले. जिजाऊराणीला शाबासकी दिली. जिजाऊ सारे भरून पावल्या.

राजे परत फिरले. विजापुरात पोच झाले. पुनः कर्नाटक कामगिरी त्यांचे वाट्याला आली.

शिवबा संधीची वाट पहात होते. शहाजीराजे कर्नाटकात पोचले. आदिलशाही

फौजफाटा त्यांचेबरोबर तिकडे रवाना झाला. स्वत: आदिलशहा मरणपंथाला लागलेला. याचा फायदा घेण्याचे ठरले. जावळी सुभ्याची मोहीम आकाराला आली. जावळीचे चंद्रराव हे आदिलशाही चाकर. जावळी सुभ्याचे मालक. गेली दीडशे वर्षे या मोऱ्यांनी या भागावर अनिर्बंध सत्ता भोगली होती. शिवबाच्या स्वराज्याला ते जुमानीत नव्हते. स्वराज्याला लागून असलेला हा मुलुख. शिवबा धोका पत्करण्यास तयार नव्हते. मोऱ्यांनी स्वराज्यात येऊन सेवा करावी, असे त्यांना शिवबांनी कळविले. त्यास मग्रुरी जवाब आला. परत वकिलामार्फत त्यांना समजविण्याचा प्रयत्न झाला. त्यालाही तसाच जवाब आला. आता दिरंगाई उपयोगी नव्हती. रघुनाथ बल्लाळ, संभाजी कावजी, सूर्यराव काकडे, कान्होजी जेधे, सिलिमकर देशमुख, बांदल देशमुख स्वतः शिवबा असे अवघे सारेजण तयारीने जावळी खोऱ्यात घुसले. मोऱ्यांचे प्रत्येक ठाणे कब्जात घेतले. जावळीवर हल्ला चढविला. हणमंतराव मोरे लढाईत ठार झाला. प्रतापराव पळून विजापुरास गेला. बाकीच्यांची अशीच वाट लागली. जावळी स्वराज्यात सामील झाली. स्वराज्याचा विस्तार समुद्राला भिडला. मोऱ्यांचे पदरी असलेले बाजीप्रभू स्वराज्यात सामिल झाले.

जावळीचा ताबा आला. कृष्णा नदीच्या उगमाजवळ पारघाटाचे ठिकाण. तेथे किल्ल्याचे बांधकाम हाती घेतले. प्रतापगड आकाराला येऊ लागला. भवानी देवीची स्थापना झाली. तीन वर्षांत मोरोपंतांनी गड बांधून पूर्ण केला. प्रतापगडावर वस्ती आली. गड नांदू लागला. या खबरा ऐकून जिजाऊ मनोमनी सुखावत होत्या.

त्यात एक अति दुःखाची खबर आली. थोरले पुत्र संभाजी दक्षिणेकडे कनकगिरीच्या वेढ्यात मारले गेले. तोफेचा गोळा लागून ते कामास आले. अफजलखानाचे हाताखाली ते कामगिरीवर होते. योग्यवेळी खानाने त्याला मदत केली नाही. संभाजीराजे त्यामुळे मृत्यू पावले. बातमी ऐकल्यापासून जिजाऊंचे अश्रू थांबेनात. बारा वर्षांपासून पोटच्या या लेकरास त्यांनी पाहिले नव्हते. परक्याची चाकरी करीत भोसले कुटुंबाचा आणखी एक बळी काळाने घेतला. शिवबाचे स्वराज्य अजून दूरच होते.

विजापूरचा आदिलशहा मरण पावला. बड्या साहेबीणीने लहान मुलगा अली यास गादीवर बसविले आणि कारभार मात्र स्वत: करू लागली. दरबारात तिची मोठी दहशत होती. एकेकाचा काटा ती काढू लागली.

शिवबाचे स्वराज्य चिरडून टाकण्यासाठी तिने पावले टाकण्यास सुरुवात केली. शिवबासह जिजाऊ यावेळी पुरंदर किल्ल्यावर होत्या. राणी सईबाई या प्रकृती ठीक नसल्याने या गडावर आणलेल्या. त्यात त्यांचे बाळंतपण जवळ आलेले. सारेजण त्यासाठी गडावर देखभालीसाठी मौजूद होते. सईबाई राणी गडावर प्रसूत झाल्या. मुलगा झाला. १४ मे इ.स. १६५७ जिजाऊसाहेबांना नातू झाला. सर्वांना खूप

आनंद झाला. गडावर साखर वाटण्यात आली. गुढ्या तोरणांनी गड सजला. बाळाचे नाव संभाजी ठेवले. कनकगिरीच्या वेढ्यात जिजाऊंचा संभाजी तोफेच्या गोळ्याने ठार झाला. सईबाईंच्या पोटी तोच आला असावा, म्हणून जिजाऊने बाळाचे नाव संभाजी ठेवले.

यावेळी जिजाऊंनी शिवबाची आणखी तीन लग्ने करविली. बाळाचे जन्माचे अगोदर चार महिने गायकवाडांचेकडील सकवारबाई, जाधवांचेकडील काशीबाई, इंगळे यांचेकडील गुणवंताबाई या राण्या म्हणून आल्या. सोयराबाई, पुतळाबाई या आधीच शिवबांचे जीवनात प्रवेश केलेल्या राण्या. राणीवसा वाढला. घराचे गोकूळ होऊ लागले. गडावर यावेळी सारा राणीवसा हजर होता. बाळंतीण सईबाईंना गडाची हवा मानवत नव्हती. त्यांची प्रकृती ठीक नव्हती. वैद्यांचे उपचार लागू पडत नसत. पोटभर दूध बाळाला मिळेनासे झाले. जिजाऊंची काळजी वाढली. गडाचे पायथ्याशी असलेले 'कापूरवहाळ' येथील धाराऊ गाडेकर हिला गडावर बोलावणे आले. बाळराजे तिच्या अंगावरचे दूध पिऊ लागले.

शिवबांकडे चाळीस किल्ले आता आले होते. तरी राजापूर ते कल्याण भिवंडीपर्यंत मुलूख घेण्याची त्यांची योजना जिजाऊंना त्यांनी सांगितली. समर्थांचे भेटीची ओढ त्यांना लागली होती. चाफळचे परिसरात जाऊन शिवबांनी त्यांची भेट घेतली. जिजाऊंना आनंद झाला. स्वराज्यासाठी साधूसंतांचे आशीर्वाद मोलाचे होते.

अफजलखान बडी साहेबीणीच्या हुकूमाने अशा वेळी स्वराज्यावर चालून येत होता. जिजाऊंना मोठी काळजी वाटणारी अशी ती बातमी होती. अफजलखान मोठ्या ताकदीने फौजफाटा, संपत्ती, शस्त्रे, दारूगोळा यांसह स्वराज्यावर चालून येत होता. वाटेत हिंदूंची मंदिरे मूर्ती यांची विटंबना करीत होता. तुळजापूर, पंढरपूर येथील देवांना त्याने तोशीस दिली. गावाची खराबी केली. तुळजापूर देवीची मूर्ती विध्वंस केली. खान फलटणला आला. सईबाईंचे बंधू बजाजी अटकेत पडले. त्यांना धर्म बदलण्याची जबरदस्ती करण्यात आली.

सईबाई यावेळी बाळासह खेड शिवापूरला होत्या. जिजाऊ आणि शिवबाही होते. सईबाईंच्या प्रकृतीत अजून आराम नव्हता. बजाजीच्या अटकेची बातमी ऐकून सारेजण काळजीत पडले. सईबाईंची प्रकृती आणखीन खालावली. औषधे निरूपयोगी ठरू लागली. या काळजीने शिवबांनी खेड शिवापूरचा मुक्काम हलविला. थेट प्रतापगडावर ते दाखल झाले. कान्होजी जेधे, तानाजी, नेताजी, मोरोपंत यांसह सर्व फौजफाटा जमा झाला.

काळजीतच दिवस जात होते. खान वाईला येऊन थडकला. सईबाईंच्या प्रकृतीला उतार पडत नव्हता. वरचेवर गंभीर वळण प्रकृतीला पडत होते. अशा साऱ्या प्रयत्नांना यश न येता सईबाई बाळराजेंना मागे ठेवून देवाघरी गेल्या. दुःखाची

कायमची सल मायलेकराच्या मनात राहिली.

शिवबांनी जिजाऊ आणि लहान बाळासह प्रतापगड सोडला. प्रतापगड ते राजगड प्रवास झाला. साराराणीवसा जिजाऊ आणि लहान बाळाला राजगडावर ठेवून मातेचा आशीर्वाद घेऊन परत प्रतापगडावर शिवबा दाखल झाला. राजगडावर दाखल झालेल्या जिजाऊंचे डोळे प्रतापगडावर लागून राहिले. शहाजीराजांना जेर करणारा, संभाजीराजांना ऐनवेळी धोका देऊन जीवास घात करणारा, सईबाईंच्या भावास पकडून जुलूम करणारा, सईबाईंच्या प्रकृतीस घातक होईल, अशी कारवाई करणारा, असा कपटी आणि दगाबाज अफजलखान! आता तर थेट शिवबांवर चालून आला. शिवबाला पकडून अथवा त्याचा काटा काढून तो घातकी खान काहीतरी करील म्हणून जिजाऊंनी देव पाण्यात घातले होते. त्यांचा जीव कासावीस झाला होता.

देवाला पाण्याचा आणि डोळ्यांतील अश्रूंचा अभिषेक चालू होता. कर्नाटकात या खबरा शहाजीराजेंच्या कानी गेल्याही असतील; पण त्यांची मदत येणार नव्हती. खासे शहाजीराजांनीच विजापूर दरबारी, 'मुलगा आपले ऐकत नाही,' म्हणून कळविले होते.

प्रतापगडाच्या नवगजीत वाईच्या खबरा शिवबांचे विश्वासू हेर आणीत होते. नृपशालीवाहन शके १५८१ चे हे 'विकारी' नाम संवत्सर. गडावर नवरात्र बसले. दररोज देवीची पूजाअर्चा, आरती चालू झाली. दसरा आला. कोजागिरी झाली. साऱ्या गडाला चांदण्यांचा वेढा पडला. अशातच गोबारस, धनत्रयोदशी अशा क्रमाने दिवाळी आली. तिही पार पडली. पांडव पंचमी झाली; तरीही खानाचा इरादा समजत नव्हता. राजगडावरही दसरा, दिवाळी आली आणि कोरड्या पावलांनी तशीच निघून गेली.

हळूहळू दिवस पुढे सरकत होते. रात्र मोठी होऊ लागली. पंताजी गोपीनाथ, कृष्णाजी भास्कर यांची खानाचे छावणीपासून प्रतापगडापर्यंत ये-जा चालू झाली. खबरा जिजाऊंकडे पोच झाल्या. काळजाचा ठोका चुकविणारी आणखी एक खबर मागाहून राजगडावर पोच झाली. खासा अफजलखान राजांच्या भेटीला प्रतापगडावर निघाला. देवापुढे जाऊन त्यांनी अनुष्ठान चालू केले.

खंडेरायाचे नवरात्र सुरू झाले. उपासतापास चालू झाले. चंपाषष्ठी आली. भरीत-रोडगा देव्हाऱ्यात देवापुढे अर्पण झाला. जिजाऊ देवघरातून बाहेर आल्याच नाहीत. सारा जीव प्रतापगडाकडे लागला. रात्र झाली. गडाचे दरवाजे बंद झाले. हवेतील कडक गारठ्याने गडाला वेढा घातला. नेमकी मध्यान रातीला गडावरचे दरवाजात खबर आली. दरवाज्याची दारे कराकरा आवाज करीत अलग झाली. जिजाऊंनी पाहिले. अंधाऱ्या रात्री पलित्यांच्या उजेडात ठार झालेल्या खानाचे मुंडके

जिजाऊंना दाखविण्यात आले. जिजाऊंना संभाजी वधाचे उसने शिवबाने फेडून घेतल्याचे पाहून समाधान झाले. मुंडक्याचा योग्य बंदोबस्त करण्याच्या सुचना देऊन जिजाऊ महालात परतल्या.

प्रतापगडाची देवी जिजाऊंच्या नवसाला पावली. महाबळेश्वरच्या महादेवाने मोठे बळ राजांना दिले. त्यांचा हुरूप वाढला. शिवबाची वाट त्या पाहू लागल्या. खान वधानंतर शिवबाने थेट कोल्हापूरकडे झेप घेतली. पन्हाळा कोल्हापूर पर्यंतचा आदिलशाही मुलूख त्यांना डोळ्यासमोर दिसत होता. वाईच्या खानाच्या तळावर दुसऱ्या दिवशीच शिवबाची धाड पडली. छावणी लुटली गेली. वाईहून दक्षिणेकडे मोहरा निघाला. सातारा, कऱ्हाड, खटाव, मायणी, कलेढोण, येळावी, मसूर, सावे, कोळे, या भागांतील ठाणी हाती आली. प्रतिकार कुठेच झाला नाही. कृष्णा खोरे, कोयना खोरे पार झाले, वारणा खोरे पाडाव झाले. पन्हाळा गड सुद्धा ताब्यात आला. गडावर भगवा फडकू लागला. कोल्हापूर स्वराज्यात आले. खान वधानंतर केवळ अठराव्या दिवसांतील ही प्रचंड धडक. स्वराज्याचा हा वणवा विजापूर सलतनत भस्म केल्याशिवाय राहणार नाही, याची जिजाऊला खात्री पटली.

विजापूर दरबार मात्र या खबरा ऐकून बर्फासारखा गारठून गेला. बडी साहेबीण चार दिवस रडत बसली. यवनांची सल्तनत अल्लाने काफीराला दिली.

लवकरच शिवबा पन्हाळ्यावर दाखल झाला. गडाची मजबुती झाली. विजापुरी सरदार सिद्दी जोहार याचा गडाला वेढा पडला. त्याने सहा महिने गडाचा वेढा आवळून काढला. पावसाळ्यातही वेढा ढिला झाला नाही. शिवबांनी हुन्नरबाजी केली. पडत्या पावसात मोजक्या लोकांसह पन्हाळा सोडला. सिद्दी जोहारचा जावई याचा पाठलाग चालू झाला. विजापूरची खिंड बाजीप्रभूंनी अडवून धरली. जीवाची बाजी लावून गनिमांस थोपविले. शिवबाला गडावर जाण्यास सवड करून दिली. शिवबा गडावर पोच होताच दिवसभर खिंड अडवून धरणारे बाजी प्रभू तोफांचे आवाज ऐकून पावन झाले. त्यांनी प्राण सोडला.

काही दिवसांच्या विश्रांतीनंतर शिवबांना राजगडावर मातेच्या भेटीची ओढ लागली. शिवबा नऊ-दहा महिन्यांनी गडावर दाखल झाले. ढोल, ताशे, तुताऱ्या यांनी गड दणाणून सोडला. सुवेळा माची, संजीवनी माची, बालेकिल्ला सारे स्वागताला अधीर झाले होते. पंचक्रोशी गडावर जमली होती.

शिवबा गडावर दाखल झाले. जिजाऊमातेला वंदन करतेवेळी त्यांनी त्याला कवटाळून धरले. डोळ्यांतील अश्रूंनी भिजवून काढले. गडावर साखर वाटण्यात आली. राणीवसा, बाळराजे या साऱ्यांना पाहून शिवबा प्रसन्न झाले.

जिजाऊंच्या महालात रात्रीच्या समयाला सारेजण शिवबाचा पराक्रम ऐकत होते. सारी शांतता पसरली होती. जिजाऊ, राणीवसा, कारभारी मंडळ कान देऊन ऐकत

होते. मागील आठ-नऊ महिन्यांचा करिणा उलगडून शिवबा सांगत होते. तो ऐकण्यात सारे दंग झाले होते. सारी रात्र यात सरून गेली.

गडावर जाणाऱ्या रयतेची गर्दी पाली दरवाज्यापुढे जमली होती. रात्री बंद झालेले दरवाजे अजून उघडले नव्हते. एक कोल्हाट्याचे पोर त्यांची करमणूक करीत होते. शरीराचे कसरती खेळ, दोरीवरून चालणे, अशा कसरती ते सारे करीत होते. त्याची लहानगी बहीण त्या पोराला ढोलावर साथ देत होती. गडाचे माचीकडे बघत ती जोरजोराने ढोल बडवीत होती. सकाळच्या निरव शांततेत हा आवाज, कोल्हाट्याच्या पोराच्या ललकाऱ्या, गडाच्या माचीवरून थेट बालेकिल्ल्यावर पोच होत होत्या. ढाम... ढाम... ढिमाक... ढाम... ढिमाक, ढिमाक... ढिमाक, ढिमाक!

चिमुकल्या स्वराज्यात मोगलांचा सरदार शाहीस्तेखान घुसून बराच काळ झाला होता. पुण्याच्या 'लालमहाला'त तो उतरला होता. साऱ्या स्वराज्यावर त्याचा वरवंटा फिरत होता. गावेच्या गावे संकटात आली होती. रयत सैरभैर झाली होती. जिजाऊंनी शिवबाला याच्या हकगती सांगितल्या.

या शाहीस्तेखानचा बंदोबस्त करण्याचे ठरले. बाबाजी बापू, चिमणाजी बापू यांचेशी भेटी होऊन खलबते झाली. ऐन रमजान महिन्यात राजे सिद्ध होऊन 'लालमहालात' घुसले. इ. स. १६६३ चा एप्रिल महिना. तारीख पाच. राजांनी महालात घुसून चारी बाजूंनी तलवारीचा वार करीत खान गाठला; पण 'लालमहाला'च्या खिडकीतून तो निसटला. बोटावर निभावले. खानाची हाताची बोटे तुटली. त्याची बेगम मारली गेली. मुलगा मारला गेला.

या छाप्याने धास्तावून खानाने पुणे सोडून दिले. त्याचा तळ उठला. बादशहाच्या कानावर खबरा गेल्या. शाहीस्तेखानाची उचलबांगडी झाली.

शिवबाचे पराक्रम पाहून जिजाऊ सुखावून जात. परक्यांची चाकरी करूनही पित्याचा वध झाला. बंधु, पुतणे मारले गेले, जाऊबाईला पळवून नेले, शहाजीराजांना कैद व्हावे लागले, थोरला पुत्र संभाजी मारला गेला. अशा आठवणी त्यांना सतत डोळ्यापुढे येत. शिवबाला त्यांची शिकवण असे. स्त्री सन्मान ठेवा, सत्पुरुषांचे आशीर्वाद घ्या. त्यांचे सहवासात रहा, मातृभक्त शिवबा याप्रमाणे ऐकत होता. मातेच्या विचारांना त्याने कधीच बगल दिली नाही.

आता सुरत लुटण्याचे कामगिरीवर तो निघून गेला. वाटेत त्र्यंबकेश्वराचे दर्शन झाले. शिवबाने पुढे सरकून सुरतेवर धाड टाकली. सुरतची बेसुरत झाली. मिळालेली संपत्ती घेऊन राजे गडावर परतले. दुःखद अशा एका बातमीला त्यांना सामोरे जावे लागले. शहाजीराजांचे दक्षिणेकडे घोड्यावर शिकार करताना खाली पडून निधन झाले होते. जिजाऊंनी आकांत मांडला होता.

सारा राणीवसा, गडावरील सारी कर्ती माणसे जिजाऊंना सावरीत होती. त्या

रडून रडून अबोल झाल्या. काही निश्चय त्यांनी मनी केला. सती जाण्याची तयारी करण्यास त्यांनी कारभाऱ्यांना सांगितले. सारा गड हबकून गेला. समजूत काढणारे थकले. जिजाऊंचा निश्चय ढळेना. अशातच गडावर शिवबा दाखल झाले. शहाजीराजांच्या दुःखद निधनाची खबर ऐकून त्यांनी आईकडे झेप घेतली. आईच्या कुशीत मान घालून हंबरडा फोडला. आईचा सती जाण्याचा विचार ऐकून शिवबा जिजाऊंची समजूत घालू लागले. आई मला टाकून जाऊ नको. मी केलेला पराक्रम यापुढे कोणाला दाखवू? राजे गेले. तू तरी आता मागे थांब! माझा पराक्रम पहा. असे बोलून शिवबांनी आईच्या मांडीवर डोके ठेवून अश्रूंना वाट मोकळी करू लागले.

हळूहळू जिजाऊ भानावर आल्या. आपला निश्चय त्यांनी बदलला. शिवबांना खूप हायसे वाटले.

कालचक्र फिरतच होते. शहाजीराजे गेले. शिवबा, जिजाऊ दोघेही दुःखात होते. हवापालट करण्यासाठी त्यांनी जिजाऊला राजगडावरून सिंहगडावर आणले. जिजाऊ, शिवबा तेथे राहू लागले. राजे सदरेवर जात नसत. राणीवसाकडेही फारसे फिरकत नसत. सतत आईजवळ बसून असत.

याच सुमारास दिल्लीच्या बादशहाकडून मिर्झाराजे जयसिंग यांना शिवाजीवर चालून जाणेचे हुकूम सुटले होते. पुऱ्या ताकदीने मिर्झाराजेंनी थेट पुरंदर गाठला. पुरंदरावर मोठी झुंज चालू झाली. मुरारबाजी कसलेला योद्धा गडाची जबाबदारी सांभाळीत होता. चालून आलेल्या मोगलांचे त्याने मोठे नुकसान केले. दिलेरखान हा चिवट पठाण. त्याने 'वज्रगड' घेतला. पुरंदर धोक्यात आला. मुरारबाजीची आहुती पडली.

या साऱ्या परिणामांचा विचार करून शिवबांनी मोगलांकडे शरणागती पत्करली. बारा किल्ले सोडून राहिलेले तेवीस किल्ले मोगलांना दिले. मोजक्या लोकांनिशी मिर्झा राजांचे स्वाधीन झाले.

मोगलांनी दिलेल्या तेवीस किल्ल्यांत कोंढाणा त्यांना दिला होता. यावेळी कोंढाण्यावर जिजाऊंचा मुक्काम होता. शहाजीराज्यांच्या निधनानंतर त्या येथे राहत होत्या. गड मोगलांचे ताब्यात देणे म्हणजे जिजाऊंना परत खाली उतरवून राजगडावर पाठविणे. शिवबाला हे रुचत नव्हते. आईच्या मनाला तोशीस होऊ नये, याची त्यांना सतत काळजी होती. यावेळी इलाज नव्हता. पूर्ण शरणागती मोगलांना मिळाली होती. त्यांनी प्रथम ताबा मागितला तोही कोंढाण्याचाच.

जिजाऊ पालखीत बसल्या. कल्याण दरवाजाने पालखी खाली उतरली. राजगडाकडे चालू झालेली पालखी आत बसलेल्या जिजाऊंसह हळूहळू अस्पष्ट होत होती. शिवबाला गडावरून हे दिसत होते. आता भगवा झेंडा तेवढाच दिसत राहिला. मिर्झा राजांचा मुलगा किरतसिंह याने गडाचा ताबा घेतला.

शिवबा मोगलांचे आग्रा राजधानीला जाणार, बादशहा औरंगजेबाची भेट दरबारात घेणार, याची चर्चा गडावर चालू झाली होती. जिजाऊ सतत देवघरातच असत. साधूसंत, तपस्वी, गोसावी, तडीतापडी असे, कुणी कुणी गडावर कधी येत. तेवढ्याच वेळात त्या देवघराचे बाहेर येत.

शिवबा आता आग्र्याला जाणार, मोगलांची ही राजधानी सहाशे मैलाचे पलीकडे होती. स्वत:चे बापास कैद करणारा, भावांना कपटाने ठार मारणारा, स्वत:च्या मुलांना जन्मभर कैदेत फेकणारा, असा मोगल बादशहा औरंगजेब त्याचे वाढदिवशी दरबारात भेट घेण्याचे निश्चित झाले. मिर्झाराजेंनी सुरक्षेची हमी घेतली.

निघतेवेळी सर्व देवदेवतांचे आशीर्वाद शिवबांनी घेतले. जिजाऊंना वंदन केले. आग्रा भेटीचा भावी करीणा त्यांना सांगितला. आशीर्वादासाठी पायाला वंदन केले. बाळ संभाजीकडे बघून जिजाऊंना गहिवरून आले. केवळ आठ वर्षांचा हा बाळ, अखेरच्या आजारपणात प्रतापगडावर सईबाईने थरथरत्या हातांनी आपलेकडे दिलेला हा बाळ! जिजाऊंना आठवण झाली. सईबाईचा चेहरा डोळ्यांपुढे तरळू लागला.

सईबाईचा हा बाळ आता नर्मदेच्या पलीकडे चालला. जिजाऊंनी शिवबाकडे पाहिले. आईच्या डोळ्यांतील भाव ओळखून बाळ संभाजीला आग्र्याहून सुखरूप परत आणीन, याची खात्री दिली. रजपूत सरदार मिर्झाराजे जयसिंग यांचा भरोसा दिला. राजे गडावरून निघाले. सोबत बाजी जेधे, राघो मित्रा, निराजी रावजी, हिरोजी फर्जद, त्र्यंबकपंत डबीर अशी जिवाभावाची विश्वासू माणसे होती.

दिवस पानगळीचे होते. झाडांची पानगळ झालेली. झाडे उघडी अन् बोडकी. साऱ्या रानातून फुलांचा बहर येऊन डोंगर, दऱ्या, वाटा दरवळून निघालेले होते. मंद सुवासाने सारं जंगल खोरं भारून गेलं होतं. यांतूनच शिवबांचा प्रवास चालू होता.

मुंगी पैठणला थांबून काकीची भेट घेण्याची जिजाऊंनी सूचना दिलेली. शिवबांचा मुक्काम गोदावरी तटी मुंगी पैठण येथे पडला. या काकी म्हणजे विठोजीराजे यांच्या सुनबाई. जिजाऊंच्या चुलत जाऊबाई. शिवबाला त्या मातेसमान होत्या. मुंगी पैठण, औरंगाबाद वाटेवरील मुक्कामाचे गाव. शिवबांनी काकीची नम्रतापूर्वक भेट घेतली. त्यांचे आशीर्वाद घेतले. क्षेमकुशल याची विचारपूस झाली. लहान संभाजीला त्यांनी पोटाशी धरले. त्याची मीठमिरचीने दृष्ट काढली.

पुढील प्रवास सुरू झाला. शिवबांच्या पश्चात गडाची, स्वराज्याची हुकमत जिजाऊंकडे दिली होती. या सत्तरीच्या वयात त्यांनी हे काम पत्करले होते.

फाल्गुन महिन्यात शिवबाने गड सोडला. त्याला आता चार महिन्यांचा काळ उलटून गेला होता. आग्र्याची खबर वेळेवर येत नसे. ज्या खबरा आल्या त्याही जिजाऊंना काळजीत टाकणाऱ्याच होत्या. राजे बादशहाच्या कैदेत पडले. बाळ

संभाजी बरोबर होता. तोही कैदी बनला. जिजाऊंचा कारभार स्वराज्यावर चालू होता. खबरांना भीक न घालता त्यानी 'वज्रगड' स्वराज्यात दाखल केला. राज्याचा विस्तार या वाढला.

आता पावसाळा चालू झाला होता. पाऊस कोसळत होता. गडाची हवा सर्द झालेली होती. गडाची नाकेबंदी कडक करण्यात आली होती. जिजाऊंच्या परवान्याशिवाय गडाचे दरवाजे उघडले जात नसत.

त्यांचे सारे लक्ष उत्तरेकडे लागलेले. शिवबाचे, बाळसंभाजीचे पहारे कडक झाल्याचे समजले. जिजाऊंचा जीव कासावीस होऊ लागला.

पावसाने जोर धरला. येळवंड खोरे, कांदाटी खोरे धुक्यात गडप होऊ लागले. आख्खा गड धुक्यात अलगद तरंगत आहे, असा भास होत राही. हा पाऊसही निघून जाण्याची तयारी करू लागला. श्रावण संपला, दसरा आला, दिवाळी आली. हे सण आले तसे निघूनही गेले. आता खंडेनवमीचे दिवस आले. थंडी पसरू पहात होती.

राजगडावर खबर आली. काही गोसावी पाली दरवाज्यापुढे आले होते. त्यांनी जिजाऊंच्या दर्शनाची इच्छा धरली होती. त्यांना परवानगी मिळाली. जिजाऊ देवघरातून बाहेर आल्या. पूर्ण भगवी वस्त्रे परिधान केलेले, पायात खडावा असलेले ते गोसावी. त्यातील एकाने जिजाऊंना पहाताच धावतच जाऊन त्यांचे पायावर डोके टेकले. तुंबलेले अश्रूंना वाट मोकळी करून दिली. गरम अश्रूंच्या स्पर्शाने जिजाऊंनी निरखून गोसाव्याकडे पाहिले. त्यांचा उमाळा दाटून आला. शिवबाची मूर्ती डोळ्यांपुढे उभी राहिली. 'माझा शिवबा' म्हणून त्यांनी प्रेमाने मिठी मारली. साऱ्या गडावर ही खबर पोच झाली. अवघी सारी माणसे जमा झाली. शिवबाला साऱ्यांनी वंदन केले.

राजगडावरून तोफा गर्जू लागल्या. साऱ्या स्वराज्यात खबरा पोच झाल्या. गडावरील भांडी गडगडाट करू लागली. 'शिवबा आला, शिवबा आला'.

राजगडावर शिवबा एकटाच आलेला होता. जाताना बाळशंभू बरोबर होता. येताना नव्हता. त्याला मथुरेला ठेवून राजे आले. मागाहून मोरोपंतांचे मेहुणे कृष्णाजीपंत त्रिमळ हे बाळसंभाजीला घेऊन राजगडावर आले. शिवबा आला, मागाहून का होईना बाळशंभूही सुखरूप आला. जिजाऊंचे आनंदाला उधाण आले. बाळराजांच्या सांगाती आलेल्या सर्वांना त्यांनी भरघोस बक्षिसे आणि किताब शिवबाकडून दिले.

राजगडावर शिवबा, संभाजी हे पितापुत्र सुखरूप पोच झाल्याचे औरंगजेब बादशहाला कळले. आयुष्यात पुन्हा न सुधारता येणारी चूक त्याचेकडून झाली. जन्मभर या पश्चात्तापाने त्याला हैराण केले. शिवबाला आता काही दिवस विश्रांतीची गरज होती. बाळ संभाजीला त्यांनी मोगली मनसबदार केले. औरंगाबादकडे त्यांची

रवानगी झाली.

औरंगाबाद सुभ्यात राजांचे सैन्य वर्ष दोन वर्ष खाऊन पिऊन आरामात राहिले. जिजाऊंबरोबर त्याच्या सहवासात शिवबा राजगडावरच होता. जिजाऊंची व त्याची दररोज भविष्याचा वेध घेणारी चर्चा रंगत असे. शिवबाला विश्रांतीची गरज होती. तीही आता मिळत होती. आलमगीर बादशहाला अर्ज दाखल करण्यात आला. आग्र्याहून निसटून येण्याने त्याचे मनात आलेला राग व संताप या पत्राने कमी होण्यास मदत झाली. शिवबाने मोगलांची चाकरी करण्याची इच्छा अर्जातून कळविली होती; तीही आता मान्य झाली. 'राजे' हा किताब 'खिलत' सर्व काही बादशहाकडून आले.

उत्तरेकडील हिंदूंची पवित्र मंदिरे बादशहांचे हुकूमाने धडाधड कोसळू लागली. 'जिझिया' लागू झाला. हिंदू रयत या 'जिझिया'ने भरडून निघू लागली.

जिजाऊ आणि राजे शिवबा या खबरा ऐकून मोठ्या चिंतेत पडले. विचार करू लागले. पुरंदर तह ठोकरण्याची तयारी होऊ लागली. या तहाने जे गमावले ते परत हिसकावून घेण्याचा निर्धार झाला.

प्रथम कोंढाण्याचा मान. याठिकाणी असलेले मोगली निशाण प्रथम खाली खेचून घेण्याची तयारी झाली. याच वेळी गडावर तानाजी मालुसरे हा शिवबांचा बाल सवंगडी हजर होता. मुलाचे लग्नाचे आमंत्रण देण्यासाठी तो गडावर आला होता. त्याचे कानावर कोंढाण्याची गोष्ट गेली. ही कामगिरी आपणालाच मिळावी, म्हणून जिजाऊंकडे त्याने साकडे घातले. शिवबा आणि जिजाऊंची दोघांची अवघड स्थिती झाली. 'आधी लगीन कोंढाण्याचे' असे म्हणून जिजाऊंना वंदन करून तीनशे मावळ्यांसह तो कामगिरीवर निघाला.

माघ वद्य नवमीला मध्यरात्रीला गडाच्या डोणकड्याच्या कपारीत आला. वरती गडावर शांतता होती. डोणकड्यावरून घोरपडीच्या मदतीने साऱ्या मावळ्यांनी कडा सर करून गडावर प्रवेश केला. पहिल्यांदा मेटकरी समोर आले. ते कापले गेले. मोठी आरोळी ठोकून तानाजीने किल्लेदारास व गडास जागे केले. उदयभान किल्लेदार रात्रीच्या समयास साऱ्या साथीदारांसह तानाजीवर चालून आला. मोठी झुंज चालू झाली. रात्रीच्या गडद अंधारात कोंढाण्यावर पलित्यांचा उजेड फरफरू लागला. शिवबा, जिजाऊ काळजीतच होते. राजगडाचे बालेकिल्ल्यावरून पलित्यांचा उजेड इकडे तिकडे नाचल्यासारखा दिसत होता. कोंढाणा किल्ला दोन वर्षांपूर्वी खाली करून जिजाऊ राजगडावर गेलेल्या होत्या. हा अपमान तानाजीच्या चांगलाच लक्षात होता. त्यासाठीच तानाजीने ही मोहीम स्वत:कडे घेतली होती. हा अपमान धुऊन काढायचा होता. जिजाऊंच्या पुण्याईवर तानाजीच्या अंगी भिमाचे बळ संचारले हाते. मावळ्यांची बरोबरची ताकद अल्प असूनही, उदयभानवरती

त्याने चाल केली. टिपऱ्या वाजतात तसा तलवारीचा खणखणाट चालू झाला. शेवटी उदयभान तानाजीच्या तलवारीच्या एका वेगवान घावाने ठार झाला. उदयभानचे तलवारीने तानाजीही खाली पडला. दोघांचा मृत्यू एकाच वेळी झाला. विजयाचे खुणेसाठी शेलारमामांनी पागेचे खण उत्तररात्रीला पेटवून दिले. राजगडावरून शिवबांना आणि जिजाऊंना त्याचा जाळ स्पष्ट दिसला. तानाजी फत्ते पावला ही खूण पटली. सकाळी कोंढाण्यावरून खबर आली 'गड आला पण सिंह गेला'. मायलेकरांना खूप दुःख झाले. त्यांनी तानाजीचा पुत्र रायबा याचे सांत्वन करून त्याला सैन्यात चाकरी दिली.

गडावर आणखी एक क्षण जवळ येत होता. शिवबा आणि जिजाऊ त्या क्षणाची वाट पहात होते. क्षण होता सोयराबाईच्या बाळंतपणाचा. सोयराबाई बाळंत झाल्या. शिवबाला आणखी एक मुलगा झाला. गडावरून खुशीच्या तोफा गर्जू लागल्या. हत्तीवरून साखर वाटण्यात आली (२४ फेब्रुवारी १६७०) पुरंदरचा तह झुगारून राजांनी मोगलांना दिलेले सर्व किल्ले परत ताब्यात घेतले. दक्षिण कोकण ते जुन्नर पर्यंतचा मुलुख स्वराज्यात आला. सुरत दुसऱ्यांदा लुटले, कारंजे लुटले, धरण गांवची इंग्रज वखार लुटली, शिवबांचा खजिना समृद्ध झाला.

राजगडावर आता जिजाऊंसमोर शिवबांसह सारे सवंगडी, कारभारी जमले होते. एका दिव्य भव्य विचाराचा खल चालू होता. त्यात मोरोपंत पिंगळे होते. अण्णाजी दत्तो, बाळाजी आवजी, प्रतापराव गुजर असे सारे धुरंधर हजर होते. शिवबांचा राज्याभिषेक करून घेण्याचा विचार होत होता. साऱ्यांचे अंगावर रोमांच उभे रहात होते. जिजाऊ सांगत होत्या. अवघे माना डोलवत होते. राजधानीचा गड निवडला गेला. रायगड किल्ला. मोठा बेलाग किल्ला. हिरोजी इंदुलकर यांना पाचारण करण्यात आले. रायगडावर करावयाचे कामाची आखणी शिवबांनी त्यांना सांगितली. सारे कामाला लागले. रायगड सजू लागला. गंगासागर तलाव, जगदीश्वर मंदिर, राजसभा, राणीवसा, बाजारपेठ, नगारखाना, शिर्काई मंदिर आकारास येऊ लागले. सोन्याचे सिंहासन तयार करण्याचे कामाने वेग घेतला.

शिवबांनी छत्रचामर मस्तकी धारण करावे, यासाठी केलेला अट्टाहास पूर्ण होण्याची वेळ जवळ येत होती. रामदास स्वामींचा आशीर्वाद मोलाचा. तोही राजांना मिळाला होता.

हिरोजी इंदुलकरांनी रायगड सजविला. जिजाऊ आणि शिवबांनी तो पाहिला. सोन्याचे सिंहासन तयार झाले. काशीक्षेत्राहून खास गडावर गागाभट्टांचे आगमन झाले. जिजाऊ, शिवबा, राणीवसा, बाळशंभुराजे यांनी सर्वांनी दर्शन घेतले. बाळ राजारामाला पायावर घालण्यात आले. समारंभाचा मुहूर्त पाहिला गेला. त्याचा दिवस कायम झाला. जेष्ठ शुद्ध १२, शुक्रवार, श्रीनृप शालिवाहन शके १५९६ आनंदनाम

संवत्सर म्हणजे-६ जून इ. स. १६७४.

जिजाऊंना गडाची सर्द हवा मानवेना. त्यांचेसाठी गडाच्या पायथ्याला खास वाडा शिवबांनी तयार केला. त्यांचे वास्तव्य याच ठिकाणी असे.

रायगडावर राज्याभिषेकाचे विधी चालू झाले. त्यासाठी जिजाऊ गडावरतीच थांबू लागल्या. वैशाखाचा कडक उन्हाळा मागे पडला होता. जेष्ठ चालू झाला होता. ढगांची गडबड दिसू लागली. तेवढीच गडबड ब्रह्मवृंदाची चालू होती. कुलोपाध्याय आणि गागाभट्ट कामात निमग्न झाले. त्यांनी शिवबांची पुन: मुंज केली. सर्व राण्यांसह शिवबाचे पुन: समंत्रक विवाह लागले. गडावरील देवदेवतांना सप्त नद्यांचे जलांचे अभिषेक चालू झाले. नगारखाना सजून तयार झाला. जरिपटका आकाशाकडे झेपावून लहरू लागला. अष्टप्रधान आपापली कामे उरकण्यात दंग झाले.

संभाजी आणि बाळराजाराम सारे कार्यक्रम मोठ्या कौतुकाने न्याहाळीत होते. जिजाऊंच्या डोळ्यांच्या कडा ओलसर होत होत्या. लहानपणापासूनचा शिवबा डोळ्यांपुढे तरळून जात होता. गड गजबजून गेला होता. जिजाऊंच्या शिवबाच्या डोळ्यांपुढे बाजीप्रभू, मुरारबाजी, तानाजी मालुसरा, रामजी पांगेरा, सूर्याजी काकडे, येसाजी कंक आणि... दादोजी कोंडदेव तसेच शहाजीराजे.. तरळत होते.

जेष्ठ शुद्ध १२ उजाडली. मुख्य समारंभ सुरू झाले. बसल्या जागेवरून एक दीर्घ श्वास सोडून जिजाऊ पुढे पाहू लागल्या. राजे झालेले शिवबा, शिवाजीराजे स्वत: मातोश्रींचे दर्शनाला येत होते. अल्काबदाराच्या ललकाऱ्या उठत होत्या.

जिजाऊंना पुन: पुन: डोळे पुसावे लागत होते. गडावर पहाटेच पावसाची एक जोरदार सर येऊन गेली होती. सारा गड धुऊन निघाला होता. एवढ्यात छत्रपती शिवाजीराजेंनी माँसाहेब जिजाऊंचे दर्शन घेतले. जिजाऊंनी राजाला पोटाशी धरले. कपाळाचे चुंबन घेतले. अलाबला केला.

शिवाजी छत्रपतीला मनोमन आशीर्वाद दिले. छत्रपती शिवाजीराजे मातेच्या दर्शनानंतर जगदीश्वराचे मंदिराकडे हत्तीवर बसून दर्शनासाठी रवाना झाले. इंग्रज वकील गडावर आला होता. 'ऑक्झेंडेन' असे त्याचे नाव. सारे कार्यक्रम तो पाहत होता व डायरीत नोंदवून ठेवीत होता.

मुख्य सोहळा पार पडला. गडावर आलेले विद्वान पंडित आणि साऱ्या ब्राह्मणांना देकार चालू झाले. भरपूर मिळालेली दक्षिणा, सुवर्णनाणी यामुळे सारेजण संतुष्ट झाले.

राज्याभिषेक समारंभ पार पडला. सायंकाळच्या सावल्या गडावर उतरू लागल्या होत्या. राजमाता जिजाऊ यांची पालखी गडावरून पाचाडकडील वाड्याकडे जाण्यास खाली उतरत होती. महादरवाजा ओलांडून पालखी खाली खाली येत होती. आता या गडावर पुन: पुन: येणे होणार नाही, याची जणू जाणीव जिजाऊंना झाली.

अंगावरील भरजरी वस्त्रे त्या सावरून धरीत होत्या. मागे वळून त्यांनी बघितले. नगारखान्यावर डौलणारा जरीपटका तेवढा त्यांना दिसत होता.

गडावरच्या समारंभाने जिजाऊंचा चेहरा टवटवीत होऊन त्यांच्या चेहऱ्यावरील समाधान उठून दिसत होते. पावसाळा सुरू झाला होता. त्यामुळे त्यांचा मुक्काम पाचाडच्या वाड्यातच चालू राहिला होता. मात्र अंगात अशक्तपणा वाटू लागला होता.

छत्रपती शिवाजीराजे, युवराज संभाजी दररोज दर्शनास पाचाडला येत होते. पुतळाबाई राणीसाहेब, सकवारबाई राणीसाहेब त्यांच्या दिमतीला पाचाडला दाखल झाल्या.

हळूहळू साऱ्यांना जाणीव झाली. राजमाता जिजाऊंची प्रकृती खालावत चालली आहे. राजवैद्य आले. नाडी तपासून औषध चालू झाले. उगाळलेली औषधे, चाटणे, लागू होईनात. जिजाऊंचा आजार कळेना. त्या थोड्याकाळासाठीच्या सोबती आहेत, याची जाणीव होऊ लागली.

राजमाता जिजाऊ पूर्ण समाधानी होत्या. ऐंशीच्या घरात वय आले. आता आपले कार्य आटोपते घ्यायचे. या जगात थांबायचं नाही. शिवबाचे स्वराज्य पाहिले. त्याचा राज्याभिषेक पाहिला. त्याचे सैन्यदळ, खजिना आणि सिंहासन पाहिले. सारं सारं डोळे भरून पाहिले. आता पाहण्यासारखं मनात काही राहिलंच नव्हतं. शहाजीराजेंच्या मागोमाग आपण सती म्हणून निघालो होतो. शिवबाने त्या प्रवासाला जाऊ दिले नाही. आता स्वारीकडे गेलेच पाहिजे; देर करून चालणार नाही. त्यासाठी त्या राजमाता बनून अनंताच्या प्रवासाला निघाल्या होत्या.

राज्याभिषेकाच्या दिवसापासून नवीन कालगणनेस सुरुवात झाली होती. शिवराज्याभिषेकापासून नवीन 'शिवशक' चालू झाला होता. या शिवशकाचे अकरा दिवस निघून गेले. दिनांक १७ जून इ. स. १६७४ चा मंगळवार उजाडला. आई भवानीचा वार. तिनेच सारे मनोरथ पूर्ण केले. कोंदटलेल्या हवेत सूर्यदर्शन झाले नाही. सूर्य क्षितिजापल्याड कधी गेला, हे कुणाला कळलेच नाही.

अंधार पडला. रात्र सुरू झाली. छत्रपती शिवाजी, युवराज संभाजी, राणीवसा, पंडित, राजवैद्य सारे मानकरी वाड्यात जमा झाले. राजे उशाशी बसून होते. रात्रीचे दोन प्रहराची वेळ होत आली. जिजाऊंनी राजेंकडून पाणी मागितले. राजांनी गंगाजळ हळुवारपणे तोंडात सोडले. जिजाऊंचा श्वास हळूहळू कमी होऊ लागला. हालचाल मंद झाली. काही क्षणांत जिजाऊंची मान छत्रपतींचे मांडीवर तिरकी झाली. जिजाऊ अनंताच्या प्रवासाला निघून गेल्या.

नाना प्रकारचे दुःख भोगून, नाना प्रकारचे अन्याय, अत्याचार, जुलूम पाहून, त्यांनी शिवबा घडविला. त्याचे राज्य उभे केले. हिंदवी स्वराज्य निर्माण केले. आता

कार्य पूर्ण झाले. म्हणून अनंताच्या प्रवासाला त्या चालत्या झाल्या. जिजाऊ एक तालेवाराची लेक. मराठी भूमिला एक राजा आणि त्याने निर्माण केलेले स्वराज्य यांची देणगी देऊन त्या निघून गेल्या. कायमच्या.

रायगडचा महादरवाजा

पाच-सहा वर्षांचा शिवाजी पुणे जहागिरीत आला. जिजाऊ,दादोजी कोंडदेव यांचेकडून जहागिरीच्या कारभाराचे धडे घेऊ लागला. चार-दोन वर्षांतच वयाचे दहावे वर्षी दादोजी कोंडदेवांनी शिवबाचे लग्न पुण्यात करण्याचे योजिले. बंगळूर येथे शहाजी राजे होते. त्यांची खास परवानगी आणली. फलटण येथील निंबाळकर घराण्यातील मुलगी सईबाई ही इ.स.१६४० मध्ये नववधू होऊन 'लालमहाला'त आली. सईबाई त्यावेळी पाच-सहा वर्षे वयाच्या असतील, शिवरायांपेक्षा चार एक वर्षांनी लहान.

'लालमहाला'त सईबाई आली. त्यावेळी शिवबा जहागिरीचे कारभारात लक्ष घालू लागले. जहागिरीत असलेल्या गड किल्ल्यांची ते माहिती घेत होते. सवंगडी जमवून दऱ्याखोऱ्या पालथ्या घालीत होते. मावळ खोरा त्यांना स्वराज्याची साद घालीत होता. याच विचारांनी झपाटलेला शिवाजी सवंगड्यांचे खेळात त्यांचा 'राजा' बनून न्यायनिवाडे करीत होता. लहानगी सईबाई ही सुद्धा जिजाऊंच्या परवानगीने त्यात सामील होत होती. दोघांचे लहानपण जिजाऊंच्या पुढ्यातच घडत होते.

फलटणकर निंबाळकरांची सईबाई मोठ्या तालेवार घरची लेक. निंबाळकर घराणे आदिलशाही तक्ताचे पिढ्यान्‌पिढ्यांचे चाकर होते. याचप्रमाणे दादोजी कोंडदेव आणि शहाजीराजे हेही आता आदिलशाहीतच चाकरी करीत होते.

बालशिवाजीला दुसऱ्याची चाकरी करणे, तेही परक्या जुलमी सत्तेची, मुळीच रुचत नव्हते. लहानपणी सवंगड्यांच्या खेळात सुद्धा तो 'राजा' बनून खेळ खेळत असे. परकीय जुलमी सत्तेकडून रयतेची सुटका व्हावी आणि आपले स्वतंत्र राज्य व्हावे, असे तो सवंगड्यांजवळ सतत बोलत असे. त्यांतूनच 'रोहिडा' किल्ल्यावर सवंगड्यांना घेऊन जाऊन त्याने स्वराज्याची शपथ घेतली होती.

राणीवसा

सवंगड्यांनाही तशी शपथ त्याने 'रोहिडा'किल्ल्यावर दिली होती. सईबाईला हे सारे नवलाईचे वाटत असे. जिजाऊंकडे जहागिरीचा कारभार करताना त्याला स्वराज्याचे धडे त्या देत होत्या. हे सईबाई मोठ्या कुतूहलाने बघत असत.

या 'रोहिड्या'च्या शपथेनंतर थेट स्वराज्याच्या कामालाच शिवाजीने सुरुवात केली होती. आदिलशाही मालकीचे 'तोरणा', 'राजगड', 'कोंढाणा' असे किल्ले स्वराज्यात त्याने आणले होते. 'दौलत' मंगळ आला, 'पुरंदर' आला. मुलखातील वसूल स्वराज्यातील या गडावर जमा होऊ लागला. या घटना सईबाई बघत होत्या. 'लालमहाला'तच घोड्यावर बसणे, रपेट मारणे, ढाल-तलवार चालविणे यांत त्या भाग घेऊ लागल्या.

शिवबाचा पुंडावा वाढतच होता. त्याचा बोभाटा विजापुरी आदिलशाहचे कानावर गेला. फतहखानाची रवानगी शिवाजीचा बंदोबस्त करण्यासाठी झाली. खळद-बेलसरचा पट्टा गाठून त्याने तेथे तळ दिला.

शिवाजीच्या सवंगड्यांनी खानाच्या छावणीवर धाड घातली. छावणीत लुटालूट करून सवंगडी परतले. फतहखान आता चवताळून थेट पुरंदरावरच चालून आला. पुरंदरगडाचे वाटेवरच त्याला शिवाजीच्या मावळ्यांनी अडविले. मोठी खणावणी झाली. त्यात गोदाजी जगताप यांचेकडून मुसेखान मारला गेला. बाकी सैन्य पळत सुटले. त्यांनी थेट विजापूर गाठले.

या गोष्टी पाहून सईबाई अचंबित झाल्या. पुढे शिवाजीने जावळी घेतली. जावळीचे मोरे मारले गेले. त्या खोऱ्यात प्रतापगडचे नवीन काम हाती घेतले. मोरोपंतांनी ते पूर्णही केले. गडावर देवीची स्थापना झाली.

देवी प्रसन्न झाली. मोठी आनंदाची बातमी चिमुकल्या स्वराज्यात पसरली. सईबाई प्रसूत झाल्या. पुत्ररत्न झाले. बाळाचे नाव 'संभाजी' ठेवले. (१४ मे १६५७). बाळ पुरंदरावर जन्मास आले.

यावेळी शिवाजी, जिजाऊ सारे जण पुरंदरावर होते. या बाळाचे जन्मापासून सईबाईंची प्रकृती हळूहळू अशक्त होऊ लागली. त्यांना गडाची हवा मानवेना. बाळाला पोटभर दूध मिळेना. जिजाऊंनी संभाजीबाळाचे दुधासाठी कापूर ओहोळच्या धाराऊ गाडेला गडावर बोलावून घेतले. बाळाच्या दुधाची सोय झाली. दुधासाठी रडणारे बाळ शांत झाले.

हळूहळू दिवस पुढे जात होते. सईबाईंच्या प्रकृतीला आराम वाटावा म्हणून शिवाजी आणि जिजाऊ आता खेडशिवापूर येथे मुक्कामाला होते. सईबाईला वैद्यांची औषधे चालू होती.

लवकरच स्वराज्यावर आणखी मोठे संकट चालून येत आहे, अशा खबरा पसरत होत्या. विजापूरच्या खुनशी, क्रूर अफजलखान याची रवानगी शिवाजीवर

झाली आहे, अशा खबरा येऊन धडकल्या. वाटेत खानाने तुळजापूर, पंढरपूर येथील पवित्र स्थळांना तोशिस लावली. देवीची विटंबना केली असे समजले.

एवढे करून खान फलटण येथे आला. सईबाईंचे सख्खे भाऊ बजाजी निंबाळकर यांनाच त्याने पकडले. फलटणचे निंबाळकर हे तर आदिलशाही चाकर, पण तरीही खानाने त्यांना पकडले. या गोष्टी सईबाईने ऐकल्या. त्यांचे आजारपण यामुळे वाढतच चालले. औषधोपचार लागू होईनात. त्यामुळे शिवाजी आणि जिजाऊ यांनाही मोठी काळजी लागून राहिली. शिवाजीने खानाकडे दंड भरण्याची तजवीज करविली. दंडाची रक्कम भरल्यानंतर बजाजी निंबाळकरांची सुटका झाली. खान पुढे सरकला. वाईला तळ ठोकून तो बसला. (जून इ.स.१६५९)

यावेळी खेडशिवापूरचा मुक्काम हलवून शिवाजी प्रतापगडी आलेला होता. हवापालट करून सईबाईंची प्रकृती ठीक व्हावी, यासाठी शर्थीने प्रयत्न चालू होते. पण एवढे सारे पराकाष्ठेचे प्रयत्नही अपुरे पडत होते. एकीकडे खान स्वराज्याच्या छाताडावर येऊन बसला होता. दुसरीकडे सईबाईंची प्रकृती वरचेवर खालावत होती. सारेच जण या दुहेरी पेचामुळे चिंतीत होते. अखेर सारे उपाय बाजूला राहून आयुष्याचे ऐन उमेदीत त्यांना मृत्यू आला. हा मोठा कसोटीचा काळ होता. शिवाजीला आजारपणातून सईबाईला वाचविता आले नाही; पण लवकरच अफजलखानाचा वध करून त्यांनी स्वराज्याला वाचविले.

संभाजीराजाला पाठीमागे टाकून सईबाई देवाघरी गेल्या. मागे संभाजीराजे छत्रपती पदावर असताना परक्यांचे कैदी होण्याचे दुर्भाग्य त्यांचे नशिबी आले. स्वाभिमान जिवंत ठेवून आणि मोगल बादशाहाची सारी आमिषे ठोकरून देऊन त्यांनी मृत्युला कवटाळले. सईबाईने साऱ्या महाराष्ट्राला दिलेली ही मोठी देणगीच होय. धन्य त्या मातेची! धन्य त्या पुत्राची!

पुतळाबाई राणीसाहेब याही शिवाजी महाराजांच्या राणी. एक अलौकिक असे त्यांचे व्यक्तिमत्त्व. इ. स. १६५३ मध्ये मोहिते घराण्यातून त्या शिवाजीच्या पत्नी म्हणून राजगडावर आल्या. शिवाजी महाराजांचा मृत्यू इ. स. १६८० मध्ये रायगडावर झाला. सत्तावीस वर्षांच्या या काळात देवघरातील समईप्रमाणे छत्रपतींच्या जीवनाच्या त्या साक्षीदार बनल्या. शिवाजी हे त्यांचे एकमेव दैवत, परमेश्वरासमान!

त्यांचेसाठी सारे आयुष्य उपासतापास, व्रतवैकल्ये, देवधर्म यांतच त्यांनी घालविला. महाराजांचे जीवनातील साऱ्या अद्‌भुत घटना प्रत्यक्ष पाहिल्या. बाळ संभाजीला आईची आठवण येणार नाही, असा लळा लावून त्याला वाढविला. जिजाऊंची आज्ञा प्रमाण मानून आचरण ठेवले.

राजांचा राज्याभिषेक झाला. शतकानुशतकात घडणारी अशी ही एखादी घटना. या सोहळ्यात त्या भागीदार होत्या. या सोहळ्यातील पट्टराणीच्या मानाची जागा

सोयराबाईंना मिळाली होती. पुतळाबाईंना या गोष्टीचा अति आनंदच वाटत असे. राजांचा राज्याभिषेक सोहळा पाहून त्या कृतार्थ झाल्या होत्या.

छत्रपती महालात कधी आले तर महाराज विचारतील तेवढेच अदबीने त्या बोलत. काही विचारणा झाली तर स्वारीला आवडेल न आवडेल, हे पाहून ओठांतून मोजकेच शब्द काढीत. परमेश्वराने या भूतलावर त्यांना 'राणी' होण्याचा मान मिळवून दिला, यांतच त्या समाधानी होत्या. राजांचे बरोबरच आपणही शेवटचा श्वास घ्यावा, एवढेच त्यांना आता देवाकडे मागायचे होते.

इ. स. १६८० च्या चैत्रात राजे आजारी पडले. बघता बघता आजारपण वाढत गेले. राजांचा दुर्दैवी अंत चैत्रपौर्णिमेला रायगडावर झाला. सर्वांना मागे ठेवून राजे निजधामास गेले. पुतळाबाईंनी सती जाण्याची इच्छा व्यक्त केली. राजांना त्यांनी तसे वचनही दिले होते.

पण राजांचे मृत्युपासूनच गडावरील वातावरण बदलत होते. गडाचे दरवाजे बंद झाले होते. मोठमोठ्यांचे घरापुढे चौक्या बसल्या होत्या. त्यात पुतळाबाई होत्या. धाकट्या राजारामाचे मंचकारोहण करून कारभार चालू झाला होता. थोरले संभाजीराजे पन्हाळ्यावरच नजरकैदी होते.

चार-दोन महिने असेच गेले. पुन: गडाचे वातावरण बदलू लागले. संभाजी राजांनी गडावर पाऊल टाकले. साऱ्या चौक्या मागे घेण्यात आल्या. शिवाजी राजांचे क्रियाकर्म संभाजीराजांनी पुन: यथासांग पार पाडले. पुतळाबाईंच्या मनातील इच्छा पूर्ण करण्याची त्यांना अनुमति मिळाली. सतीची तयारी करण्यात आली. छत्रपतींच्या पायांतील मोजडे छातीशी कवटाळून पुतळाबाईंनी अग्निप्रवेश केला.

छत्रपतींच्याबरोबर जरी नाही तरी काही अवधीनंतर का होईना, छत्रपतींच्या राण्यांमध्ये सती जाण्याचा मोठा मान पुतळाबाईंना मिळाला. मराठी मुलखात साऱ्यांचे मनावर आदराची कायम कोर कोरून पुतळाबाई सती गेल्या.

शिवाजी महाराजांचे रायगडावर निधन झाले. त्यावेळी गडावर तीन राण्या हयात होत्या. पुतळाबाई, सोयराबाई आणि सकवारबाई. एकूण आठ राण्यांपैकी या तिघी शिवाजी महाराजांचे निधनसमयी गडावर होत्या. शिवाजी महाराजांचा मृत्यू झालेनंतर लगेच गड ताब्यात घेण्यासाठी सोयराबाई राणीने हालचाली केल्या. गडाचे दरवाजे बंद केले. गडाखाली असणारी मुत्सद्दी, कारभारी, सेनापती यांचे कानी शिव निधनाची पक्की बातमी जाणार नाही, अशी काळजी त्या घेत होत्या. छत्रपतींचे अंत्यसंस्कार साबाजी भोसले यांचे करवी पार पाडले. लगेच दहा वर्षांचे राजारामाचे मंचकारोहण त्यांनी करून दौलतीचा कारभार स्वत:कडे घेतला. हे सारे विपरीत घडत होते. काही भरवशाचे कारभारी व मुत्सद्दी यांना संभाजीराजे गडावर येणे व त्यांनी दौलतीचे गादीवर बसणे नको होते, म्हणून हे घडत गेले. या कारवाईला

सेनापतींनी पाठिंबा दिला नाही. पन्हाळ्यावरील नजरकैद सोडवून संभाजीराजे रायगडावर आले. त्यांना कुणी विरोध केला नाहीच; पण ज्यांचा विरोध होता, त्यांचे घरावर चौक्या बसल्या. त्यात सोयराबाईही होत्या.

राज्याभिषेकाचे वेळी पट्टराणीचा मान सोयराबाईंना लाभला होता. साऱ्या गडावर त्यामुळे त्यांची हुकूमत चालत असे. छत्रपतींच्या मागे त्यांना सत्तेची विपरीत स्वप्ने पडू लागली. थोरल्या संभाजीराजांना डावलून धाकट्या राजारामाला त्यांनी गादीवर बसविले.

संभाजीराजेंनी सारी सुत्रे हाती घेतलेनंतर कारभार सुरळीत चालू झाला होता. त्यांनी साऱ्यांना मोकळीक दिली होती. याचा उलटा लाभ घेण्याचा गडावर पुन: प्रयत्न झाला. संभाजीराजेंना जेवणातून विष देण्याचा कट उघडकीला आला. सारे वातावरण पुन: ढवळले गेले. सारे संशयित पकडले गेले. त्यात मातोश्री सोयराबाईंचाही समावेश होता. छत्रपतींचा राग अनावर झाला होता. चौकशी करून त्यांनी शिक्षा देण्याचा सपाटाच लावला. काहींना हत्तीच्या पायी देऊन ठार मारले.

सोयराबाईंना हे सारे दिसत होते. त्यांनी हिरकणी खाऊन स्वत: त्यांचे जीवनाचा शेवट केला. त्यांना भिंतीत चिणून मारले, असाही एक प्रवाह मराठी वाचकांत आहे. वाईट मार्गाचा अवलंब करून सत्ता काबीज केल्याने त्यांचाही शेवट वाईटच झाला. राजारामाला पोरका करून सोयराबाई निघून गेल्या.

इ. स. १६५७ साली सकवारबाई शिवाजी महाराजांच्या राणी झाल्या. त्या गायकवाड घराण्यातून भोसल्यांचे घरी आल्या. इ. स. १६८० ला छत्रपतीं शिवाजी राजांच्या निधनानंतर त्यांचे जीवन पूर्ण एकाकी झाले होते. शिवाजीराजेंच्या हयातीत त्यांनी सावलीप्रमाणे त्यांना साथ दिली. शिवाजीराजेंच्या पश्चात नानाविध घटनांनी त्यांचे आयुष्य पार बदलून गेले. जिजाऊसाहेब गेल्या. शककर्ते शिवाजाराजे गेले.

त्यांचे स्वराज्यावर उत्तरेतून दिल्लीचा बादशहा चालून येत आहे, असे सगळेजण म्हणू लागले. मोगली आक्रमणापुढे स्वराज्य हेलकावे खाऊ लागले. याच अवस्थेत मराठ्यांचा राजा संभाजी त्यांच्या तावडीत सापडला. त्याने क्रूर वध करून साऱ्या महाराष्ट्राचा काळजाचा ठोका चुकविला. राजधानी किल्ला मोगलांना फितुरांमुळे द्यावा लागला. राणी सकवारबाईंना मोगलांचे कैदी बनण्याची वेळ आली. येसूबाई आणि बाळराजा शाहूबरोबर त्या बादशाही छावणीत कैदी म्हणून आल्या. शिवछत्रपतींचे पुजेतील शिवलिंग आणि बाण त्यांचेकडे होते. त्याची पूजाअर्चा करून व्रतवैकल्ये करून त्या जीवन कंठू लागल्या. पण मोगली कैद त्यांना सोसत नव्हती. उपास तापासाने त्यांचे शरीर थकू लागले. या त्रासाची माहिती बादशहाचे कानावर घालण्याची व्यवस्था झाली. शहजादी झिनतुन्नीसा बेगम हिने बादशहाला सांगून पाहिले; पण सकवारबाईंची सुटका झाली नाही.

शहजादा अकबर हा बादशहाचा पुत्र. बापाविरुद्ध बंड करून तो रजपुतांना मिळाला. पुन: स्वराज्यात आश्रयाला आला. त्याची दोन लहान मुले रजपूत राजाचा दिवाण दुर्गादास राठोड यांचेकडे होती. आपली नातवंडे परत यावीत, म्हणून बादशहाचे सारखे प्रयत्न चालू होते. दुर्गादास राठोडने त्याचे विनंतीला धुडकावून लावले होते.

छत्रपती शिवाजीची राणी बादशहाचे कैदेत असून बादशहाचे कैदेतून तिला सोडविण्याची खटपट बादशहाने ऐकली नाही, याबाबतच्या बातम्या या दुर्गादास राठोडच्या कानी गेल्या. शिवाजीराजेंबाबत त्याला अपार आदर वाटत होता. राणी सकवारबाईला कैदेतून सोडून दिल्यास बादशहाची दोन्ही नातवंडे त्याला परत मिळतील, अशी एक अट दुर्गादास राठोडकडून घालण्यात आली.

या अटीनुसार बादशहा राणीसकवारबाईंना सोडून देण्यास तयार झाला. बादशहाची नातवंडे त्याला मिळाली. छत्रपतींची राणी बादशहाच्या कैदेतून सुटली.

बादशाही कैदेतून सकवारबाईंची सुटका झाली, त्यावेळी बादशहाचा मुक्काम ब्रह्मपुरी माचणुर येथे होता. छावणीतील कैद सात-आठ वर्षे भोगल्यानंतर छत्रपतींचे पुजेचे शिवलिंग व बाण यांसह परत जाण्याचे भाग्य त्यांना मिळाले.

राज्याभिषेक समयी राणीपदाचा मान लाभलेली ही राणी छत्रपतींच्या पश्चात परक्या मोगली बादशहाची कैदी झाली. बादशहाची कैदी होणारी ही छत्रपतींची एकमेव राणी.

राणीवसा

महाराणी येसूबाई या मराठी दौलतीचे अलौकिक व्यक्तिमत्त्व! मराठी दौलतीच्या कारभारात त्यांचे जीवनात त्यांनी जो त्याग दाखविला, स्वराज्यावर जी अप्रतिम निष्ठा दाखविली, तेवढी निष्ठा त्यापूर्वी आणि त्यानंतरही क्वचितच एखाद्या व्यक्तिकडून दाखविली गेली असेल. त्यामुळे त्यांचे मराठी दौलतीचे एकूण इतिहासातच, आगळे वेगळे स्थान आहे.

मराठी दौलतीचा कारभार छत्रपती संभाजीराजे करीत असताना त्यांनी मोठी चतुरता दाखविली. संकटसमयी अडचणीच्या वेळी संभाजीराजांना योग्य सल्ला दिला. स्वराज्यहिताच्या गोष्टी त्यांना सांगून तसे निर्णय त्यांच्याकडून घेणे, यांत त्यांची स्वराज्यनिष्ठा व दूरदृष्टी दिसून येते.

स्वराज्यावर संकट आले, राजधानी रायगडला वेढा पडला. तिकडे छत्रपतींचा शत्रूने अमानुष वध केलेला. त्यावेळी स्वत:चे जीवाची आणि लहानग्या बाळराजांचे जीवाची तमा न करता कोरेगांवच्या बादशाही छावणीत कैदी म्हणून हजर होणे, बादशहाबरोबर त्याचे छावणीत साऱ्या महाराष्ट्रभर कैदेत राहून, कैद्यांचे जीवन जगणे या गोष्टी त्यांना अनुभवाव्या लागल्या.

बादशहाच्या अहमदनगर येथील मृत्युनंतर शाहूची सुटका झाली; तरीही पुढे आणखी एक तप दिल्लीच्या किल्ल्यात बादशाही कैद भोगली. अशा दीर्घकाळ, मन खचून जाणाऱ्या, मनस्ताप करणाऱ्या गोष्टींना सामोरे जाणे, या गोष्टी सहन करण्यात एक स्त्री म्हणून त्यांनी दाखविलेली सोशिकता आणि त्यापोटी सोसलेले अपार कष्ट, हालअपेष्टा, या गोष्टींना मराठी दौलतीच्या इतिहासात अन्य तोड

महाराणी येसूबाई

नाही. गेल्या अडीचशे-तीनशे वर्षांचे काळात असे साहसपूर्ण, कष्टमय, त्यागी जीवन व खंबीर धैर्य, दाखविणारी महिला दुर्मिळच!

महाराणी येसूबाई या छत्रपती शिवरायांच्या पहिल्या सूनबाई. वयाचे आठ-नऊ वर्षांचे सुमारास त्या संभाजी राजांच्या धर्मपत्नी म्हणून सासरी आल्या. संभाजीराजे त्यावेळी अकरा वर्षे वयाचे असावेत. हा काळ इ.स. १६६९चा धरला जातो.

येसूबाई या दाभोळच्या शिर्के-देशमुख घराण्यातील. पिलाजीराव शिर्के हे त्यांचे पिताजी. गणोजी शिर्के हे त्यांचे सख्खे भाऊ. कोकणातील पराक्रमी घराण्यातील हे शिर्के घराणे. छत्रपती शिवाजींची स्वराज्याची वाटचाल चालू होण्यापूर्वी हे शिर्के घराणे आदिलशाही सलतनतीकडे सेवाचाकरी बजावत होते. पिलाजीराव शिवाजीराजे भोसले यांचे व्याही झाले, तेव्हापासून ते स्वराज्याच्या चाकरीत आले.

स्वराज्याचे चाकरीत आलेनंतर पिलाजीरावांनी दाभोळचे देशमुखीचे वतन वंशपरंपरेने मागणी केले होते. शिवाजीराजेंपुढे मोठा पेच त्यांनी निर्माण केला होता. स्वराज्यात वंशपरंपरेने वतन देण्याचा दंडक नव्हता. पिलाजीराव पडले व्याही. त्यामुळे हा पेच निर्माण झाला. शिवाजीराजांनी यात एक खुबीदार तोडगा काढला. आपले राज्यात वतने देण्याचा दंडक नाही; पण आपणास नातू झाला म्हणजे तुमचे दाभोळचे देशमुखी वतनाचा विचार करू, असे सांगून त्यांनी पिलाजीरावांना समजावले. छत्रपती शिवाजी महाराजांना नातू झाला; पण त्यावेळी शिवरायांचा स्वर्गवास झाला होता. इ. स. १६८२ साली येसूबाईंचे पोटी शाहूराजांचा जन्म झाला.

येसूबाई सासरी आल्या, त्या सुमारास राजांचा रहिवास राजगडावर होता. पुरंदरच्या तहाने स्वराज्याचा मोठा हिस्सा मोगलांचे ताब्यात दिला गेला होता. संभाजीराजे बादशहाचे पंचहजारी मनसबदार झालेले होते. दक्षिणचा सुभेदार मुअज्जम याची चाकरी ते करीत होते. यावेळी जिजाऊसाहेब आणि शिवाजीराजे यांचा मुक्काम गडावरच असे.

येसूबाईंना सासरी किमान सात-आठ वर्षे तरी जिजाऊंचा प्रेमळ सहवास मिळाला. जिजाऊंच्या आयुष्यात घडलेल्या हकिकती त्यांचेच तोंडून ऐकण्याची मोठी संधी त्यांना खचित मिळाली असावी. त्यामुळेच पुढील साऱ्या आयुष्यात येसूबाईंना जिजाऊंचे जीवन एक प्रेरणा बनून राहिले असावे, यात शंका नाही. गडावरच शिवाजीराजेंच्या कारभाराचे बारकावे, मोहिमा, लढाया, राज्याभिषेक अशा चढत्या क्रमाने साऱ्या गोष्टी प्रत्यक्ष पाहण्याचा योग आला.

इ. स. १६७० साली शिवरायांनी पुरंदरचा तह झुगारून दिला. मोगलांचे विरुद्ध सर्वंकष आघाडी उघडली. पुरंदर तहाने त्यांनी जे मोगलांना दिले ते सारे किल्ले त्यांनी परत घेतले. तानाजी मालुसरे यांची सिंहगड मोहीम, पन्हाळा मोहीम अशा गडावर दररोज घडणाऱ्या मोहिमा, खलबते, महाराजांचे विचार, त्यांसाठीचे निर्णय

याचे त्यांना प्रत्यक्ष दर्शन घेता आले. इ. स. १६७० साली शिवाजीराजेंनी चालू केलेली ही मोहीम स्वत: छत्रपती शिवाजीराजेंच्या काळात तडीस गेली नाही. त्यांचे पश्चात ती अधिक उग्र झाली. छत्रपती संभाजीमहाराज यांना हौताम्य पत्करावे लागले. तरीही त्यांचे पश्चात छत्रपती राजाराममहाराज, ताराबाई राणीसाहेब यांचे काळात ही मोहीम साऱ्या मराठी दौलतीने प्राणपणाने लढविली. औरंगजेब बादशहा इ. स. १७०७ साली निराश मन:स्थितीत अहमदनगर येथे मृत्यू पावला. मोगली सैन्य, बादशहाचा कुटुंबकबिला महाराष्ट्रातून दिल्लीच्या वाटेस लागला. या पस्तीस वर्षांपेक्षा अधिक काळ चाललेल्या स्वराज्याचे मोहिमेत महाराष्ट्र होरपळून निघाला. प्रचंड मनुष्य हानी, वित्तहानी झाली. बादशाही सत्तेचीही तीच गत झाली. दिल्लीची मोगल बादशाही खिळखिळी झाली. या साऱ्या गोष्टींचा साक्षीदार म्हणजे महाराणी येसूबाई होत.

छत्रपती शिवरायांचा राज्याभिषेक त्यांनी डोळ्यांनी पाहिला. युवराज संभाजी राजेंचेवर त्यावेळी झालेले राजपुरोहितांचे संस्कार त्यांनी पाहिले. गागाभट्ट यांसारखे विद्वान, इंग्रज वकील यांचे गडावरील वास्तव्य त्यांना पाहण्यास मिळाले. राजगडावरून रायगडावर जिजाऊसाहेब आणि साऱ्यांचा मुक्काम गेला त्याच्या राणी साक्षीदार.

राज्याभिषेकाचे समारंभानंतर दक्षिणेकडे छत्रपतींनी दक्षिण दिग्विजयासाठी काढलेली मोहीम, त्याची तयारी या साऱ्या गोष्टी त्यांना पाहण्यास मिळाल्या. या मोहिमेचे प्रचंड यश म्हणजे स्वराज्याचा विस्तार 'जिंजी वेलोर'पर्यंत करीत गेले.

युवराज संभाजीराजे यांना प्रभावळीच्या सुभ्यावर जाण्याचा महाराजांचा आदेश होता. राजांच्या इच्छेप्रमाणे प्रभावळी सुभ्यावर संभाजीराजे हजर राहून तेथील कारभार करू लागले. संभाजीराजांचे मन मात्र कारभारात लागत नसे. त्यामुळे परळीवर जाण्याचा छत्रपती शिवरायांचा हुकूम झाला. संभाजीराजे परळी किल्ल्यावर दाखल झाले. परळी किल्ल्यावर समर्थ रामदास स्वामींचे वास्तव्य असे. त्यांचे सहवासात राहिल्याने संभाजीराजांचे मनाला शांती होण्यास मदत होईल, असे राजांना वाटले.

परळी किल्ल्याच्या वास्तव्यांत समर्थ रामदास स्वामींच्या सानिध्यात राहूनही युवराज संभाजी बेचैनीतच होते. छत्रपतींच्या स्वराज्यात न राहता परक्या मोगलांचेकडे जाण्याचे त्यांनी ठरविले. त्यासाठी गुप्त संकेत पाठवून दिले. बहादूरगड येथे दिलेरखान पठाण हा मोगली सरदार छावणी करून होता. थेट त्याचेकडेच जाण्याचे पक्के मनसुबे कायम करण्यात आले.

माहुलीच्या कृष्णा नदीवर पर्वकाळाचे स्नान करण्याचे निमित्त काढून संभाजी परळी किल्ल्यातून खाली आले. कृष्णेचे स्नान उरकून संभाजी राजांनी परतीचा मार्ग न धरता नदी पलीकडे संकेताप्रमाणे आलेले मोगली तुकडीच्या सहाय्याने बहादूरगडाकडे प्रयाण केले. संभाजीराजे स्वराज्याला पारखे झाले. या खबरा ऐकून येसूबाई सुन्न

झाल्या. जीव गुदमरून गेल्यासारखे झाले त्यांना. मनातील व्यथा कुणापुढे सांगावी, हे त्यांना सुचेना. मनातील खिन्नता वाढतच गेली.

काळ जड पावलाने पुढे सरकत होता. ऐकू न वाटणाऱ्या खबरा कानी पडत होत्या. दिलेरखानाने संभाजीराजांना पुढे करून भूपाळगडावर हल्ला केला. गडावरील सैन्याचे हात तोडले, तसेच विजापुरावर चढाई करून मुलखात दहशत बसविली. तिकोटा, अथणी ही मोठी शहरे व बाजारपेठा लुटण्यात आल्या. यात महिलांवरही मोठ्या संख्येने अत्याचार झाले. ऐनापुर, मिरज भागांतूनही अशाच बातम्या येऊन थडकल्या. त्या ऐकण्याचे येसूबाईंच्या नशिबी होते. मराठी दौलतीचा भावी छत्रपती अशा रितीने का वागत होता, हे न उलगडणारे कोडे होते. येसूबाईंना वाटे महिलांवरील अन्याय, अत्याचार स्वारीला आवडणार नाहीत. ते स्वारीला खपणार नाहीत. दिलेरखान मात्र कुणाचे ऐकण्याचे मन:स्थितीत नव्हता. चवताळलेल्या पशुसारखे त्याचे उद्योग चालू होते.

छत्रपती शिवरायांचे हेर साऱ्या बातम्या टिपत होतेच. विजापूरच्या प्रधानाला सारी मदत देत होते. दिलेरखानाचे बेत हाणून पाडत होते. दिलेरचे आणि संभाजी राजेंचे बिनसले. लगेच संभाजी राजांनी दिलेरचा तळ रातोरात सोडला. विजापूर जवळ केले. शिवाजीराजेंचे हेर मार्गावर होतेच. तसेच मदतीला सैन्य व तुकड्याही आलेल्या होत्या. साऱ्यांनी संभाजीला संरक्षण देऊन दिवस-रात्र प्रवास करून पन्हाळा गड जवळ केला.

संभाजीराजे पन्हाळगडावर सुखरूप पोहचले. या खबरा ऐकून येसूबाईंचा उत्साह वाढला. खिन्नता निघून गेली. गडावर सारे वातावरण आनंदी झाले.

पन्हाळा गडावर छत्रपती संभाजीराजेंच्या भेटीसाठी गेले. पिता-पुत्राची भेट झाली. राज्याचे वाटणीचा विषय निघाला; पण संभाजीराजांनी आपण दूध-भात खाऊन राहू, म्हणून शिवाजीराजेंना शपथ दिली.

धाकट्या राजारामाचे लग्न करून आपण परत पन्हाळगडावर येऊ, असे सांगून राजे शिवाजी रायगडावर गेले. लग्न सोहळा पार पडला. राजारामाचे लग्नासाठी येसूबाई गडावर हजर होत्या.

लग्नसमारंभ पार पडलेनंतर शिवरायांना ज्वराची बाधा झाली. वैद्यांचे उपचार चालू झाले; पण उतार पडेना. आजार वाढतच गेला. याच आजारपणात शिवाजी राजेंना मृत्यू आला. सारे स्वराज्य या बातमीने दुःखसागरात बुडाले.

शिवरायांचा सारा जीवनपट येसूबाई आठवत होत्या. त्यांनी समक्ष पाहिलेल्या घटना त्यांचे डोळ्यांपुढे तरळत होत्या. राजेंची स्वारी आता दौलतीची वारस; पण त्यांना बाजूला ठेवून काही गोष्टी गडावर होत होत्या. स्वराज्याचे सेनापती गडावर नव्हते. पंतप्रधान गडावर नव्हते; तरीही गडावर काही घटना वेगाने घडत होत्या.

लवकरच गडाचे दरवाजे बंद करण्यात आले. राणी सोयराबाईंनी स्वारीला गादीवर न आणता राजाराम महाराज यांना गादीवर बसविण्याचा घाट घातला. या विचारात सामील न होणारी माणसे बंदीत घातली. राजाराम महाराजांचे मंचकारोहण झाले.

या खबरा पन्हाळगडावर पोच झाल्या.संभाजीराजे गाफिल न राहता तातडीने रायगडावर आले. सरसेनापती हंबीरराव मोहिते यांचे बळ उपयोगी आले. ते खंबीरपणे स्वारींच्या मागे उभे राहिले.

संभाजीराजांचे विरुद्ध विचार करून त्यांना दूर ठेवून राजारामाचे मंचकारोहण करणारे सर्वांचा बंदोबस्त करून छत्रपती संभाजीराजे यांचे मंचकारोहण झाले. महाराजांचे क्रियाकर्मही यथासांग पार पडले.

माँसाहेब पुतळाबाई राणीसाहेब सर्वांचे साक्षीने सती गेल्या. येसूबाईंना मोठी हळहळ लागून राहिली. मोठा आधार निघून गेला.

हळूहळू सारं स्थिरस्थावर होऊ लागलं. दौलतीच्या कारभारात राणी येसूबाई जातीने लक्ष देऊ लागल्या. उग्र प्रकृतीच्या राजांना वेळोवेळी सल्लाही देऊ लागल्या.

छत्रपतींनी त्यांचेकडे स्वराज्याचा शिक्का व मोहोर दिली. त्यांच्या सल्ल्याची छत्रपती आस्थेवाईकपणे दखल घेऊ लागले.

संभाजीराजांचा कारभार चालू झाला; पण गडावरील संशयाचे, कारस्थानाचे, खलबत करण्याचे उद्योग काही मंत्रिगणांकडून चालूच होते. त्यांना मातोश्री सोयराबाई राणीसाहेब यांचा आधार वाटत राहिला. राजांच्या जीवास अपाय करण्याचा एक गुप्त कट उघडकीस आला. राजेंच्या जेवणातून त्यांना विषबाधा करण्याचा तो कट होता. या प्रकाराने छत्रपतींचा राग अनावर झाला. रागाचे आवेशात त्यांनी बाळाजी आवजी, अण्णाजी दत्तो, तसेच सर्व संशयितांना कठोर शिक्षा दिली. त्याचा तातडीने अंमल झाला. मातोश्री सोयराबाई राणीसाहेब यांनी आयुष्याचा शेवट करून घेतला. येसूबाई राणी यांना हा सारा प्रकार मोठा जिव्हारी लागून राहिला.

राजधानी रायगडावरील वातावरण ठीक नव्हते. कारभारी दबून कामात लक्ष घालीत होते. हेरांकडून खबरा येत होत्या. स्वत: औरंगजेब स्वराज्यावर चालून येत आहे. आलमगीर बादशहा जातीने चालून येत आहे, या खबरा मोठी काळजी करणाऱ्या होत्या. त्याचेसोबत बत्तीस कोटींचा खजिना होता. प्रचंड दारूगोळा आणि सैन्य व शस्त्रसामग्री होती. तो नर्मदा ओलांडून दक्षिणेकडे वेगाने येत होता. त्याचा पोटचा मुलगा शहजादा अकबर बापाविरुद्ध उघड उघड बंड करून मराठी दौलतीत आला होता. राजेसंभाजींनी त्याला आश्रय दिला होता. शहाजादा अकबरला पकडून त्याचा बंदोबस्त करणे तसेच त्याला आश्रय देणारे छत्रपती संभाजीचे राज्य खलास करणे, आणि दक्षिणेकडील विजापुरची आदिलशाही, तसेच गोवळकोंड्याची कुतुबशाही

या दोन्ही राजवटी बुडवून तेथे मोगली सत्ता चालू करणे, अशा बेताने जय्यत तयारीनिशी तो दक्षिणेकडे येत होता.

संभाजीराजांनीही तोडीस तोड जवाब देण्याची तयारी चालविली होती. सर्व गडावर सावधानता बाळगण्याचे इशारे गेले होते. येईल त्या प्रसंगांना तोंड देण्याची तयारी चालू होती. येसूबाई राणीसाहेब यांचेकडून आलेल्या सुचनांची दखल घेणेत येत होती. येसूबाईंना स्वराज्याचे कारभारात चांगला सहभाग घेता यावा, यासाठी स्वतंत्र शिक्कामोर्तब करून दिले होते. उत्तरेकडून आलेला कनोजी ब्राह्मण कवि कलश यासही कारभारात 'छंदोगामात्य' पदवी देऊन महत्त्वाचे स्थान दिले होते. जुने कारभारी बाजूला राहिले होते. सेनापती हंबीरराव मोहिते हे मात्र अपवाद होते. येसूबाई आणि छत्रपती संभाजी राजेंचा पूर्ण विश्वास त्यांनी संपादन केला होता. मराठी दौलतीचे कारभारांत स्वतंत्र शिक्कामोर्तबाचा मान मिळविणारी येसूबाई ही पहिली स्त्री होय.

८ सप्टेंबर इ. स. १६८१ ला औरंगजेबाने अजमेर सोडले. तो १० ऑक्टोबर पर्यंत अहमदनगर येथे येऊन थडकला. मराठी स्वराज्याची कोंडी चारी बाजूने त्याने केली. त्याचा रणमस्तखान हा सरदार कल्याण प्रांतात घुसला. अज्जमशहा कोल्हापूर सुभ्यात चालून आला. रोहिलखान कोळवणात घुसला. गोव्याच्या पोर्तुगीजांना दमदाटी झाली. पोर्तुगीज प्रदेशातून मराठ्यांना रसद दारूगोळा मिळू नये, याची व्यवस्था केली. मुंबईत इंग्रज चुपचाप झाले. परकीय आक्रमणाचे काळेकुट्ट ढग स्वराज्यावर जमा झाले. संभाजीराजे मात्र स्थिर राहून योजना आखत होते. त्यांनी गोव्याच्या पोर्तुगीजांवर नेट बसविला. त्या परकीय सत्तेचा पालापाचोळा होण्याची वेळ आली. मराठी फौजांनी फोंडा घेतला. जुवे घेतले.

अहमदनगरला आलेला आलमगीर स्वस्थ बसला नव्हता. संभाजीराजेंच्या आश्रयाला आलेला शहजादा अकबर कोकणात दडून बसला होता. तो निसटून उत्तरेकडे जाईल, यासाठी त्याचे उत्तरेकडे जाणारे सारे मार्ग रोखून धरण्यात आले. वाटेवरचा 'रामसेज'चा किल्ला ताब्यात असणे अति महत्त्वाचे होते; कारण या बाजूस जर थोडी मोकळीक मिळती, तर तो या बाजूने मुसंडी मारून उत्तरेकडे केव्हाही जाऊ शकत होता. त्यामुळे नाशिकजवळच्या या 'रामसेज' किल्ल्याचे महत्त्व बादशहाच्या लष्करी डावपेचाच्या दृष्टीने फार मोठे होते.

यासाठी 'रामसेज'ला वेढा घातला. बादशहाच्या पदरचा शहाबुद्दीन हा नामांकीत सरदार. 'रामसेज' एक लहानसा किल्ला. स्वराज्याच्या उत्तर सीमेवर असलेला; पण येथे पराक्रमी शहाबुद्दीनची मात्रा चालेना. गडावर थोडी शिबंदी असूनही त्याला अपयश घेऊन बादशाही छावणीत परत यावे लागले. मोगल सैन्याची प्रचंड मनुष्यहानी झाली.

आलमगीर बादशहाला हे अपयश फार झोंबले. मराठ्यांचा राजा पाडाव होईपर्यंत डोईस पगडी घालणार नाही, म्हणून त्याने डोक्याची पगडी खाली जोराने आपटली. येसूबाई या खबरा सावध मनाने टिपत होत्या. पुढचे मनसुबे तयार होत होते.

बादशहाने मराठी सरदारांत फूट पाडण्याचा कुटील डाव टाकला. तो लागूही झाला. त्याने वतने व जहागिऱ्या देण्याचे आमिष मराठी सरदाराला दाखविले. लगेच मराठी सरदारांत मोठी चलबिचल चालू झाली. जेधे, शिर्के, नागोजी माने, महाडीक हे मराठी दौलतीचे प्रमुख धुरीण मोगल दरबारी रुजू झाले. जाधव, निंबाळकर, वाडीचे सावंत हे तर पूर्वीपासूनच मोगलांचे चाकर होते. गडावर आता आपले कुणाला म्हणावे आणि विश्वास कुणावर ठेवावा, याचाच मोठा संदेह निर्माण झाला.

स्वराज्याचा सेनापती हंबीरराव मोहिते हा 'स्वराज्य सेवा' निष्ठेने बजावीत होता. स्वत: राजे छत्रपती संभाजी न डगमगता स्वराज्यात घुसलेल्या गनिमांना नेटाने तोंड देत होते. येसूबाई मोलाची साथ देत होत्या.

त्यामुळेच 'रामसेज'चा लहान किल्लाही मोगली फौजांना तीन वर्षे अतोनात खर्च करून तीन सेनापतींना कामगिरी देऊनही अंजिक्यच राहिला. एवढा पराक्रम करणारे बहाद्दर गडकऱ्यांचे, किल्लेदारांचे नाव मात्र अद्याप मराठी माणसाला ठाऊक नाही.

अशा काळजीच्या वातावरणातच छत्रपतींना गोड बातमी ऐकावयास मिळाली. महाराणी येसूबाई गंगावली येथे प्रसूत झाल्या. पुत्ररत्न झाले. बाळाचे नाव 'शाहूराजे' ठेवण्यात आले. (इ. स. १६८२)

आदिलशाही, कुतुबशाही या मुसलमानी सत्ता दिल्लीच्या मोगलांनी ताब्यात घेण्याचा दीर्घकाळ प्रयत्न चालू ठेवला होता. आलमगीर बादशहाने विजापूरची आदिलशाही आणि गोवळकोंड्याची कुतुबशाही या दोन सत्ता एकामागोमाग जिंकल्या. विजापूरचा सुलतान अली आदिलशहा व गोवळकोंड्याचा सुलतान कुली कुतुबशहा कैदी होऊन बादशाही छावणीत दाखल झाले. आता बादशहाचे सारे लक्ष मराठी दौलतीचा घास घेण्यासाठी लागले. त्याने रायगडाकडे इतिकदखान, कोल्हापूरकडे शेख निजाम आणि चाकणकडे अज्जम शहजादा अशी विभागणी करून त्याप्रमाणे त्यांची रवानगी केली.

येसूबाईंच्या मनात आता काळजी उत्पन्न झाली. लहानग्या बाळाला घेऊन त्या राजधानी रायगडावर आल्या होत्या. याचवेळी येसूबाईंचे माहेरची माणसे छत्रपतींना साथ देत नव्हती. त्यांना कविकलशचे मराठी दौलतीचे कारभारातील महत्त्व सहन होत नसे. त्यांच्या या कृत्याचा जाब विचारणेसाठी कविकलश शिर्क्यांचे जहागिरीत स्वत: चालून गेले. शिर्क्यांचा त्यात पराभव झाला. 'खेळणा' किल्ल्याकडे त्यांना निघून जावे लागले.

या वेळी हंबीरराव मोहिते सेनापती यांची उणीव मराठी राज्याला भासत होती. हंबीरराव मोहिते दोन वर्षांपूर्वी वाईच्या लढाईत धारातीर्थी पडले होते. छत्रपतींनी हे पद तेव्हापासून रिक्तच ठेवले होते. स्वत: छत्रपतींना त्यामुळे मोगलांचे आघाड्यांना तोंड देण्यास जाणे भाग होते. शिर्के 'खेळण्या'कडे निघून गेल्याचे राजांना समजले. त्यांनी त्यांचा बंदोबस्त करण्यासाठी कोकणात धाव घेतली. त्यांची शिर्काणातील जहागीर जप्त केली.

याचा परिणाम व्हायचा तोच झाला. गणोजी हे येसूबाईंचे सख्खे भाऊ. ते मोगलांना जाऊन मिळाले. स्वराज्याचे दौलतीत घरभेदीपणा उफाळून आला.

संभाजीराजांचा मुक्काम संगमेश्वरी पडला होता. रयतेची कामे उरकली जात होती. त्यामुळे मुक्काम वाढत होता. राजांचे मुक्कामाचे खबरा मोगल बादशहाला पोच झाल्या होत्या. राजांचे जवळ पुरेसा फौजफाटा नव्हता. संगमेश्वरचा मुक्काम आटोपून राजे रायगडावर जाणार होते. बरोबरच्या शिबंदीचा बराचसा भाग पुढे रवाना झाला होता.

बादशहाने कोल्हापुरचा फौजदार शेख निजाम याला आलेल्या साऱ्या खबरा पाठवून दिल्या. संभाजीला संगमेश्वरी जाऊन पकडण्याचे हुकूम सुटले. शेख निजाम हा जुना माहीतगार सरदार. त्याने वेळ न दवडता आडमार्गाने जंगल पार करून संगमेश्वर गाठले. राजे संभाजींकडे शिबंदी नावालाच आहे, हे पाहून त्याला मोठे हायसे वाटले. राजाच्या मुक्कामावर छापा आला. राजे पकडले गेले. म्हालोजी घोरपडे स्वामी कार्यावर ठार झाले.

रायगडावर राजेसंभाजी येण्याचा मार्ग शेख निजामाला अगोदरच ठाऊक झाला होता. राजांचे रायगड वाटेवर मराठी सैन्य पुरेशा संख्येने मौजूद झालेले आहे, हे त्याला ठाऊक होते. त्याने राजाचा ठरलेला मार्ग सोडून दुसरा आडमार्ग धरून अकलूजकडे प्रयाण ठोकले. छत्रपतींच्या बरोबर कविकलश हेही पकडले गेले होते.

येसूबाईराणी रायगडावर छत्रपतींची वाट पाहत होत्या. सातारच्या बाजूला असलेले मराठी सैन्यही छत्रपतींची वाट पहात राहिले. छत्रपतींना शेख निजामाने पकडले आहे, या खबरा रायगडावर पोच होण्याचे वेळेपर्यंत उशीर झाला होता. शेख निजाम छत्रपती संभाजीराजांना घेऊन स्वराज्याच्या सीमेबाहेर पोहोच झाला होता. सारा रायगड या बातमीने काळवंडून गेला. येसूबाईंच्या डोळ्यांपुढे अंधारी आली. औरंगजेबाची छावणी अकलूज येथे निरा नदीच्या काठी पडली होती. तेथे मात्र आनंदाला उधाण आले होते. जल्लोष चालू होता.

बहादुरगडाचे मुक्कामास आलमगिर आला. मराठ्यांचा राजा या छावणीत आणण्यात आला. राजांना मुसलमान धर्म स्वीकारण्याची सूचना करण्यात आली. संभाजाराजांनी ती बाणेदारपणाने ठोकरून लावली. बादशहाची कठोरपणे निर्भत्सना

केली. त्याच रात्री राजांचे डोळ्यांत लाल तापलेली सळई फिरविण्यात आली. दोन्ही डोळ्यांच्या खाचा झाल्या. येथून राजांची फरफट वढू कोरेगावच्या छावणीपर्यंत वढू बु.येथे राजांना जल्लादाकडून एक एक अवयव तोडून ठार मारण्याचा बादशाही हुकूम झाला.

राजाचा क्रूरपणे वध झाला. येसूबाईंचे कपाळचे कुंकू पुसले गेले. त्यांनी बाळ शाहूला पोटाशी धरून अश्रूंना मोकळी वाट करून दिली. बादशाही छावणीत शिर्के, माने, निंबाळकर ही सारी आप्तमंडळी हजर असून त्यांचा उपयोग राजांचा जीव वाचविण्यास काहीच होऊ शकला नाही. यापैकी कुणा आप्ताने तशी खटपटही केली नाही. मराठ्यांचे स्वत्व गोठले गेले होते

रायगडावर असणारा सारा कुटुंब कबिला जरी गांगरून गेला, तरी येसूबाईंना सावरून घ्यावे लागले. दुःख बाजूला ठेवावे लागले. गडावर राजाराम महाराज, राणी सकवारबाई मातोश्री अशी मोजकीच मंडळी होती. सकवारबाई या छत्रपती शिवरायांच्या राणीसाहेब.

रायगडावर पाणी साठा भरपूर होता. धान्यसाठा भरपूर होता. गड बेलाग होता. गड पाच-सहा वर्षे तरी झुंजत ठेवण्यास अडचण नव्हती. चांगोजी काटकर किल्लेदार होते.

तशातच गडाला वेढा पडला. इतिकदखान याने गडाला वेढा घातला. वेळ आता मोठी आणीबाणीची आणि दुःखाची होती. अश्रू पुसण्यालाही वेळ नव्हता. गडावरील सर्व प्रमुख आसाम्यांना येसूबाईंनी महालात बोलावून घेतले. मसलत केली. सर्वांचे विचार ऐकून घेतले. मनाचा निर्धार करून राजाराम महाराजांना गड सोडण्यास सांगितले. जाताना त्यांचा कुटुंब कबिला नेण्यासही सांगितले. गडाबाहेर पडून जमेल तसे स्वराज्याचे रक्षण करण्याचा त्यांना सल्ला दिला. त्यासाठी त्यांचे मंचकारोहण गडावर उरकून घेण्यात आले. प्रमुख कारभारी जड अंत:करणाने गड उतरून निघून गेले. (५ एप्रिल १६८९)

मोगलांनी भेदनीतीचा अवलंब केला. गडावरील मोक्याची माणसे त्यांचे आमिषाला बळी पडली. गड मोगलांचे ताब्यात देण्याची पाळी आली. प्रसंग पडेल तसा आपण उचित निर्णय घेऊ, असे त्यांनी राजाराम महाराजांना जाताना सांगितले होते. त्याप्रमाणे बाळराजांसह मोगलांचे कैदी होण्याचे त्यांनी कबूल केले. बाळराजांसह येसूबाई आलमगीर बादशहाचे वढू कोरेगाव छावणीची वाट चालू लागल्या. महाराणी म्हणून नव्हे तर मोगलांचे कैदी म्हणून! (इ. स. १६८९चा ऑक्टोबर) शिवछत्रपतींनी तयार केलेले सोन्याचे तक्त लुटले गले. त्याचे तुकडे झाले. गडावरील मौल्यवान चीजवस्तू लुटून घेतली गेली. गड सोडताना येसूबाईंना राजधानी रायगडाचे हे कळाहीन रूप पाहून हुंदके आवरता आले नाहीत. प्रवासातील मुक्कामात त्यांनी

अन्नपाणी वर्ज्य केले. छावणीत सख्खे बंधू गणोजी, छत्रपतींचे आजोळचे फलटणकर, निंबाळकर हे सारे मौजूद होते; पण त्यांनी येसूबईंची दखल घेतली नाही. बादशाही छावणीत येसूबाईंच्या भेटीला आल्या, त्या प्रथम बादशहाची शाहजादी झिनतुन्नीसा बेगम!

आता थेट बादशहाची कैद सुरू झाली. ही कैद किती काळाची आहे, हे कुणाला सांगता येत नव्हते. बरोबर शिवरायांच्या राणीसाहेब सकवारबाई होत्या. शिवरायांचे पुजेतील शिवलिंग त्यांचेकडे होते. मोगली छावणीतील वातावरण त्यांना सोसवेना. शिवलिंगाची पूजा झालेशिवाय त्या काही घेत नसत. उपासतापास चालूच होते.

कोरेगावच्या याच छावणीत छत्रपती संभाजीराजांचा वध झाला होता. स्वामींचा वध झालेली जागा पाहण्याची येसूबाईंची इच्छा होती; पण बादशहाची नजर सगळीकडे लागलेली. त्यातून परवानगी मिळणे कठीण. येसूबाईंना मनात आलेली इच्छा दाबून टाकावी लागली.

अशातच ऐन पावसाळी दिवसांत या कोरेगावच्या छावणीवर थेट धाड आली. धाड आली रात्रीच्या वेळी. ती थेट बादशाही तंबूवरच! तंबूचे तणाव कापले गेले. सारा शाही तंबू खाली कोसळला. तंबूला सोनेरी कळस बसविले होते. धाड घालणाऱ्यांनी तंबूचे कळसच कापून घेतले. स्वत: आलमगीर बादशहाचा तंबू खाली सापडावयाचा! पण त्या दिवशी ह्याचा मुक्काम इतरत्र होता. तो वाचला. बादशाही तंबूच्या शेजारीच येसूबाई व बाल शाहू यांचा तंबू होता. रात्रीचे अंधारात सारी झालेली गडबड त्यांनी समक्ष पाहिली. धाड घालणारे 'हर हर महादेव' च्या गर्जना करून अंधारात, झाडीत गडप झाले. (ऑगस्ट १६८९)

दुसरे दिवशी साऱ्या बादशाही छावणीत एकच गोंधळ उडाला. धाड घालणारे मराठे, म्हणजे संताजी घोरपडे, हिंदुराव घोरपडे, विठोजी चव्हाण! असे नामांकीत योद्धे आणि निधड्या छातीचे वीर होते. बादशहा सावध झाला. कोरेगावची छावणी हालली. कृष्णा काठी 'गलगले' येथे छावणी करून बादशहा छावणीसाठी पुनः 'ब्रह्मपुरी' येथे आला. 'ब्रह्मपुरी' हे गाव भिमाकाठी पंढरपूर नजीक आहे.

बादशहाचे सरदार साऱ्या स्वराज्यात धुमाकूळ घालत होते. मराठ्यांचा राजा जिंजीकडे निघून गेलेला. दुसरा बालराजा बादशाही कैदेत अडकलेला. स्वराज्यातील सारी रयत पोरकी झालेली. पण बादशहाला मात्र शांतता व समाधान वाटत नव्हते. जिंजीचा वेढा दीर्घकाळ चालला. बादशाही सरदार, सेनापती तसेच शहजादा कामबक्ष तिकडे भांडू लागले. बादशहा मृत झाल्याचे खरे-खोटे वृत्त पसरले. सारा गोंधळ उडून गेला. मोगलांची ही अवस्था मराठ्यांच्या पथ्यावरच पडली. गेलेले किल्ले परत घेण्यात येऊ लागले. मोगल मार खाऊ लागले. धनाजी व संताजी

मोगलांना व त्यांचे घोड्यांना पाण्यातही दिसू लागले.

बादशहा निराश झाला. 'ब्रह्मपुरी'ला काही थोडकी शिबंदी व फौजफाटा ठेवून तो स्वतःच मराठ्यांचे किल्ले घेण्याच्या मोहिमेसाठी बाहेर पडला.

सातारा किल्ला, परळी किल्ला यांना बादशहाने वेढा घातला. सोबत सारी छावणी असायची. येसूबाई, बालशाहूराजा, शहजादी झिनतुम्मीसा बेगम, सारे बरोबरच असायचे. पैशाची देवाणघेवाण करून हे गड मोगलांनी घेतले. तोच सिंहगडावरून खबर आली. मराठ्यांचा राजा राजाराम सिंहगड येथे मृत्यू पावला. मराठ्यांचा राजा नरकवासी झाला, म्हणून बादशाही छावणीत जल्लोष चालू झाला. शाहूराजे आणि येसूबाईंना मात्र ही खबर ऐकून तीव्र दुःख झाले. बाहेर मात्र वरवर त्यांनी बाकी लोकांचे सूरात सूर मिळविला. रायगड सोडताना येसूबाईंनी जी योजना मनात ठेवली होती, ती राजाराम महाराज बाहेर राहून त्यांनी पूर्णपणे अंमलात आणली होती. बादशाही छावणीवर 'ब्रह्मपुरी' येथे धाड स्वतः टाकून उभयता मायलेकरांची सुटका करणेसाठी भिमानदी ओलांडली होती. छावणीत आगाऊ सुगावा लागल्याने मायलेकरांची सुटका होऊ शकली नाही. असे साऱ्या बाजूंनी राज्याला सावरून धरण्याचे काम करणारे छत्रपती राजाराम महाराज अल्प वयातच मृत्यू पावले. स्वराज्यकार्याची मोठी हानी झाली. येसूबाईंना हे दुःख सुद्धा सांगण्याची सोय नव्हती. मोगलांचे छावणीत राहून त्यांना स्वराज्याची बाजू घेणे शक्य नव्हते. बादशहा ज्या ज्या वेळी दरबारात बालशाहूला याबाबत विचारणा करी, त्या त्या वेळी येसूबाईंनी सांगितलेप्रमाणे शाहूराजांना दरबारात बोलावे लागे. मराठी दौलत काकांनी घेतली, आम्हाला वनवास दिला, असे बादशहाला आवडेल तेच बोलावे लागे. याबाबत चुकूनही खरा शब्द बादशहाचे दरबारात उच्चारण्यात येणार नाही, याची त्या जातीने दक्षता घेत.

सातारा, परळी पाठोपाठ आता बादशहाने 'सिंहगडा'स वेढा घातला. नंतर 'राजगडा'स वेढा घातला. देणेघेणे करून हेही किल्ले ताब्यात आले.

छत्रपती राजाराम महाराजांचे मागे स्वराज्याची धुरा ताराबाई राणीसाहेब यांनी शिरावर घेतली. 'पन्हाळा', 'विशालगड' भागांत त्यांनी तक्ताची जागा करून आलमगीर बादशहाबरोबरचे भांडण चालूच ठेवले.

बादशहाचा मुक्काम खटावचे छावणीत असता 'विशाळगडा'ची मोहीम स्वतः बादशहाने काढली. गडापर्यंतचे अंतर मोजून मुक्कामाचे दिवस आणि ठिकाणे तयार झाली. बादशहाने खटावहून प्रस्थान ठेवले. (नोव्हेंबर इ. स.१७०१)

पुढील हंगामाचा पावसाळा चालू होण्यापूर्वी मोहीम आटोपण्याचा बेत करून बादशहाने प्रस्थान ठेवले. लष्करी सामग्री, तोफा, दारूगोळा सारे साहित्य पुढे रवाना झाले. गडाला वेढा पडला; पण वेढा कारिगर होईना. पावसाळा सुरू झाला. थंडी,

पाऊस आणि गडाभोवतालचे पावसाळी रोगट हवामान, तसेच शत्रूच्या किल्ल्यावरून प्रतिकार यांमुळे बादशहा मेटाकुटीला आला. छावणीत निवारा राहिला नाही. तंबू, राहुट्या, पावसाने भिजून, वादळी वाऱ्याने फाटून निकामी झाल्या. वाहतुकीची जनावरे पटापट मरू लागली. पाऊस थांबण्याचे चिन्ह दिसेना. धोधो पाऊस कोसळू लागला. ओढे, नाले, नद्या भरून गेल्या.

किल्ल्यावरच्या लोकांना सुरक्षित बाहेर जाऊ देण्याच्या अटीवर, मराठ्यांनी किल्ला खाली करून दिला. बादशहा परत फिरला. उंटावर खजिना लादलेला, तोही वाटेत ओढ्याच्या पाण्यात वाहून गेला. बादशहाचा जनाना आणि सारी छावणी जीव मुठीत धरून प्रवास करू लागली. या हवेतील गारठ्याने शाहूराजे आजारी पडले. त्यांना येणारा शिधा पचनी पडेना. स्वयंपाकासाठी लाकूडफाटा मिळेना.

तेलाचा काकडा पेटवून त्यावर शिजविलेला डाळ-भात खाऊन शाहूराजे व येसूबाई दिवस काढू लागले. अशा तीस-पस्तीस दिवसांच्या खडतर प्रवासानंतर बादशाही छावणी पन्हाळ्याला दाखल झाली. विश्रांती घेऊन काही दिवसांनी ती भाळवणी, अकलूज, इंदापूर या मार्गाने 'बहादूरगड' येथे पोच झाली.

बादशाही छावणीतून दररोज हुकूम सुटत. मराठ्यांचे गड, किल्ले घेण्यासाठी नामांकित सरदारांची रवानगी होई. पण सारे सरदार, सैन्य, जनावरे आता प्रवासाला कंटाळली होती. त्यामुळे दिलेल्या हुकुमाची अंमलबजावणी होत नसे. खरे-खोटे यांची सरमिसळ करून बादशाहाला मोगली सैन्याच्या खबरा दिल्या जात. हरकारे अर्धवट खबरा देत. त्यामुळे बादशहा वैतागला होता.

बादशहाच्या छावणीत असलेला मराठी दौलतीचा राजा याबाबत नेमके काय करावे, हे त्याला समजत नसे. एके दिवशी बादशाही आज्ञा सुटली. शाहूराजांना मुसलमान धर्माची दीक्षा देण्यात येणार होती. (इ. स. १७०३) येसूबाईंच्या कानी हा हुकूम जाताच त्यांनी रडून आकांत केला. मनाची व्यथा सांगावी अशी छावणीत एकच व्यक्ती होती, ती म्हणजे शहजादी झिनतुन्नास बेगम. बादशहाची मुलगी. येसूबाईंनी बादशहाचे मन वळविण्याची तिला गळ घातली. या बेगमने वडिलांची भेट घेतली. पण उपयोग होईना, बादशहा हुकूम मागे घेणेस नाखुश होता. मुलीनेही मग बापाजवळ रोज हाच हट्ट धरला. काही दिवसांनी तिच्या प्रयत्नांना यश आले. बादशहाच्या हुकुमाचा सन्मान राखण्यासाठी खंडेराव गुजर आणि जगजीवनराम यांनी यावनी धर्म स्वीकारला. (मे. इ.स. १७०३)

येसूबाईंनी उपासतापास चालू ठेवले होते. अनुष्ठान चालू केले होते. त्याचे फळ मिळाले. संकट टळले. बादशहाचा स्वभाव मराठ्यांच्या राजाबाबत काहीसा नरम झाला. मराठी दौलतीचे वाटाघाटीसाठी, सामोपचाराने काही करता येते का, हे पाहण्यासाठी रूपाजी भोसले यांची मदत त्याने घेतली. शहजादा कामबक्ष यास

पुढाकार दिला. राजे शाहू आणि राणी येसूबाई यांना आपले ताब्यातून झुल्पीकार-खानाच्या ताब्यात दिले. पण यातून बादशहाच्या पदरात काहीच पडले नाही. परिस्थिती 'जैसे थे' अशीच राहिली.

शाहूराजेंच्या शादीचा विषय बादशहाचे डोक्यात आला. त्याने छावणीतील रुस्तुमराव जाधव यांचे मुलीशी शाहूचे लग्न मोठ्या थाटात पार पाडले. लग्नात आंदण म्हणून अक्कलकोट, नेवासा, बारामती, सुपे, इंदापूर हे पाच परगणे दिले. सोन्या-चांदीचे दागिने, हत्ती, घोडे, अशा खास वस्तू भेट म्हणून दिल्या.

बादशहाने प्रकृतीच्या कारणास्तव आता अहमदनगर येथे छावणी केली. त्याची प्रकृती ढासळत चालली होती. दिल्ली राजधानी सोडून पंचवीस वर्षांचा काळ उलटला होता. बादशहाच्या प्रकृतीला आराम न पडता तो नगर येथेच मृत्यू पावला. शहाजादा आज्जमने बादशाही कारभार घेतला. स्वत:चे नावाची द्वाही फिरवली.

दिलीच्या वाटेवर त्याचा प्रवास चालू झाला. अधीर झालेले सारे सैन्य, सरदार, मानकरी, जनावरे उत्तरेच्या वाटेला लागले. फक्त मनात चिंता करणारी ती दोनच माणसे, म्हणजे मायलेकरे येसूबाई व शाहूराजे. भविष्यात काय घडणार आहे, याचा काही अंदाज येत नव्हता. ऐन उन्हाळ्यातच उत्तरेचा प्रवास साऱ्या जीवाची तगमग वाढवीत होता. पिण्याचे पाण्यावाचून हालहाल होत होते. बऱ्हाणपूर ओलांडून बादशहा नर्मदा पार झाला. हंड्या परगणा लागला होता.

अशातच दक्षिणेतून खबरा येत होत्या. पंचवीस वर्षांच्या मेहनतीने मोगलांनी जे मिळविले ते मराठे पुन: परत घेत होते. धनाजी जाधव मराठ्यांचा सेनापती. ताराऊ राणीसाहेब स्वत: हिंडून मोगली सत्ता उखडून टाकीत होत्या. बादशाही छावणी आता नेमावर प्रांतात पडली. मराठ्यांचा राजा व त्याची माता याबाबत औरंगजेब बादशहाला त्याचे हयातीत निर्णय घेता आला नाही. आता झुल्फिकार खानाने बादशहाला सल्ला दिला.

अज्जमशहा बादशहाला तो पटला. शाहूची सुटका झाली. मोगलांचे मांडलिकत्व कबूल करावे लागले. याचवेळी येसूबाई राणीची सुटका इष्ट होती; पण मोगलांनी फक्त शाहूचीच सुटका केली. येसूबाई पुन: मोगलांचे छावणीत कैदी म्हणूनच पुढे प्रवास करू लागल्या. कैदेतील जीवन एकोणीस वर्षे चालू होते; पुढेही ते चालूच राहिले.

एवढ्यातही शाहूची सुटका त्यांचे मनाला सुखावून गेली. पुढील कैद भोगत राहण्यास त्यांना त्यांतूनही मानसिक बळ मिळाले.

शाहू दक्षिणेत आला. येसूबाई दिल्लीला पोच झाल्या. मोगलांचे कैदखान्यात त्यांची रवानगी झाली. यमुना तीरावरील 'सलीमगड'चे किल्ल्यात.

यापूर्वीच बादशाही तक्तासाठी भावाभावांत झगडा होऊन मोठे युद्ध झाले होते.

अज्जमशहा मारला गेला होता. त्याचा मुलगा बेदारबक्त मारला गेला होता. मुअज्जमचा जय झाला. चार वर्षं बहादूरशहा म्हणून त्याने मोगल रियासतीचा कारभार केला. त्याचे मृत्यूनंतर पुन: त्याचे मुलांत तक्तासाठी युद्धे झाली. त्यात चारी भावांचा शेवट झाला. झुल्फिकारखान हा कळीचा नारद झाला.

मागावून फर्रुखुसिअर बादशहा तक्तावर आला. एक बादशहा जाऊन पुन: दुसरा सत्तेवर आला, याची काही खबर येसूबाईंना येत नसे. त्यांची कैद चालूच होती. फर्रुखुसिअर बादशहाने प्रथम झुल्फिकारखानाला भेटीला बोलावून छावणीच्या तंबूत त्याला ठार केले. (इ. स.१७७२) रायगड जिंकणारा, फितुरियांस जवळ करणारा, दक्षिणेकडे स्वत: बादशाही स्वप्नं डोळ्यांपुढे ठेवून डावपेच करणाऱ्या एका पाताळयंत्री इसमास योग्य शासन मिळाले. या खबरा मात्र येसूबाईंना त्यांचे नोकराकडून समजल्या. त्यांना कैदेत का होईना, पण तक्ताची जागा घेऊन, तिची अमर्यादा करणारे दुष्टास शासन मिळाले, हे ऐकून समाधान वाटले.

बादशाही तक्त आता शोभेचे झाले होते. वजिराचे हातात सारा खजिना, सैन्य व अधिकार एकवटलेले होते. एका बादशहाला ठार मारून सोयीप्रमाणे तो दुसरा बादशहा तक्तावर बसवीत असे. तक्तावर आलेला बादशहा वजिराला ठार मारण्याचा कट करीत असे. यावेळी सय्यद बंधू या दोघांचे हाती अमर्याद सत्ता एकवटली होती. यापैकी सय्यद हुसेन अल्ली हा दक्षिणेचा सुभेदार होता. दुसरा सय्यद हसन अल्ली हा दिल्लीचा वजीर होता. बादशहा फर्रुखुसिअरला ठार मारून दुसरा बादशहा तक्तावर बसविण्याचा त्याचा इरादा होता.

दिल्लीत साधनसामग्रीची जमवाजमव चालू झाली होती. सय्यद बंधू यांना मराठ्यांची मदत पाहिजे होती. ती त्यांनी शाहू महाराजांकडे मागितली. यावेळी शाहू महाराज सातारा येथे छत्रपती पदावर आरूढ होऊन कारभार करीत होते. बाळाजी विश्वनाथ हा पराक्रमी व मुत्सद्दी सरदार पेशवेपदावर त्यांनी नेमला होता. त्यांना छत्रपती शाहूंकडून हुकूम झाला. सय्यद हुसेन अल्लीबरोबर तो दिल्लीला जाऊन मदत करण्याची कामगिरी त्यांना सांगितली. सोबत खंडेराव दाभाडे सेनापती होते. आणखी नामांकित सरदार मंडळी या मोहिमेत रवाना झाली होती.

जाताना पेशवा बाळाजी विश्वनाथ यांस एक महत्त्वाची आणि जिव्हाळ्याची कामगिरी शाहू छत्रपतींनी सांगितली. ती म्हणजे बादशाही कैदेतून मातोश्री येसूबाई यांची सुटका करून त्यांना घेऊन येणे, ही होती.

इ. स. १७१९ च्या २८ फेब्रुवारी या तारखेला सय्यद बंधू यांनी दिल्ली शहरात धमाल उडवून दिली. बादशहा फर्रुखुसिअर पदच्युत झाला. सय्यद बंधू यांनी दुसरा बादशहा दिल्लीच्या तक्तावर बसविला. दिल्ली शहरात मोठा रक्तपात झाला. नवीन बादशहाकडून सय्यद बंधू यांनी मराठ्यांना स्वराज्याच्या सनदा दिल्या.

येसूबाई आणि इतर बंदिवान यांची बाळाजी विश्वनाथ पेशव्याने सुटका करून घेतली व त्यांना ताब्यात घेतले.

गेले एकतीस वर्षे येसूबाईसाहेब यांचे वाट्याला आलेले कैद्याचे जीवन समाप्त झाले. साऱ्यांनाच मोठा आनंद झाला. बाळाजी विश्वनाथ मातोश्री येसूबाईंसह पावसाळ्याचे तोंडावर सातारा राजधानीत पोहोच झाले. बारा वर्षांनंतर मायलेकरांच्या भेटी झाल्या. हृदयाच्या खोल गाभाऱ्यात साठून राहिलेला मायेचा उमाळा डोळ्यांतून दीर्घकाळ खळाळत राहिला... शब्द बापुडे मुके झाले.

तीस वर्षांपेक्षा अधिक काळाचे कैदेतून परत आलेल्या येसूबाईंना मराठी दौलतीचे नवे रूप पाहून मोठा संतोष वाटला. स्वारीने केलेले बलिदान महाराष्ट्र विसरला नाही, हे त्यांनी डोळ्यांनी पाहिले. आता मराठी दौलत विस्तारत चालली होती. गुजरात, माळवा, खानदेश, वऱ्हाड, बहाणपूर या भागांत मराठी दौलतीची ठाणी बसली होती. भिमा, कृष्णाकाठचे तट्टे यमुनेचे पाणी पिऊन आले होते. त्यांना आता उत्तरेचे वेध लागले होते.

स्वराज्याच्या सीमा रूंदावत असतानाच कोल्हापूरचे छत्रपती व सातारा यांत बेबनाव होण्याचे प्रसंग वेळोवेळी येत होते. येसूबाईंनी परत आल्यानंतर हे पाहिले. त्यांनी यात सन्माननीय तोडगा काढला. कोल्हापूरच्या छत्रपतींना स्वतंत्र राज्य तोडून दिले. वारणेपासूनचा मुलूख दिला. मोठे कार्य तडीस नेले. (इ.स.१७३१)

येसूबाईंचा प्रवास आता वृद्धत्वाकडे आला होता. 'रायगड' ते 'सलीमगड' हा दोन-अडीच तपांचा काळ. फक्त कैद आणि तीही परक्या मोगलांची. छावण्या, तंबू, राहुट्या, ऊन-पाऊस, मान-अपमान हे सारे पाहून व सोसून शरीर आता थकले होते.

या कैदीखान्याचे आयुष्यात शहजादी झिनतुन्नीसा बेगम हिने आधार दिला, म्हणून कठीण प्रसंग निभावून गेले; नाहीतर हे दिवस पाहण्यास मिळाले नसते, याची आठवण त्यांना सतत येत असे. संकटकाळी धर्माचे बंधन तोडून माणुसकीचा झरा या शहजादीने कधी आटू दिला नाही. या मागील घटनांच्या आठवणींनी त्यांचे डोळे डबडबून जात असत.

आता जुने-नवीन गोष्टींचा त्यांचेपुढे पुन: पुन: उजाळा होत असे; मन मात्र पैलतीराला लागले होते व शरीर साथ देत नव्हते.

एके दिवशी निरंतरच्या प्रवासाला हे पिकले पान केव्हा निघून गेले ते महाराष्ट्राला समजलेच नाही.

छत्रपती संभाजीराजांना वढू गावी हालहाल करून ठार मारले. मराठी राज्य आता पूर्ण बुडाले, असे औरंगजेब बादशहाला वाटले. रायगड राजधानी कब्जात आली. त्यापूर्वीच विजापूरची आदिलशाही, गोवळकोंड्याची कुतूबशाही ताब्यात आल्याच होत्या. आता दक्षिणेत कुणाला तरी ठेवून परत दिल्लीला जाण्याचा

बादशहा विचार करीत होता. साऱ्या छावणीला हा बेत पसंतही पडला होता.

पण राणी येसूबाईंनी राजाराम महाराजांचे मंचकारोहण केले. त्यांना गडाचे बाहेर पाठवून दिले ते थेट जिंजीकडे व स्वत: रायगडावर राहून, त्यांनी राजधानीचा बचाव चालू केला.

राणी येसूबाईंच्या या मुत्सद्दी खेळीमुळे औरंगजेब बादशहाने दिल्लीला जाण्याचा बेत रहित केला. मागे राहण्यास त्याचा कोणी सरदार तयार होईना.

प्रचंड ताकदीच्या, बलाढ्य अशा बादशहाला राणी येसूबाईने जो मुत्सद्दी डाव टाकून त्याला या भूमीत पुन: वीस वर्षे रानोमाळ भटकावयास लावले. त्या बादशहाचा शेवट इकडेच झाला.

जेमतेम तिशीच्या आत-बाहेर वयाच्या या थोर राणीने इतिहासाच्या एका मोठ्या वळणावर स्वत:चे कर्तृत्वाचा दीर्घ ठसा उमटविला. इतिहासाने तेथे मोठे वळण घेतले.

छत्रपती शिवाजीराजेंचा राज्याभिषेक इ. स. १६७४ साली रायगडावर झाला. मोगली सत्तेबरोबर स्वराज्याला झुंज देण्याची वेळ ही कधीतरी हमखास येणारच. म्हणून त्यांनी दक्षिणेकडे जिंजी-वेलोरकडे मराठी राज्याचा विस्तार करून फार मोलाची कामगिरी करून ठेवली. शिवाजीराजेंच्या पश्चात लगेच दिल्लीचा औरंगजेब दक्षिणेकडे चालून आला. स्वराज्यरक्षणाची जबाबदारी छत्रपती संभाजी राजे पार पाडीत असताना त्यांनाच या मोगलांचे कैदेत जाण्याची वेळ आली. औरंगजेब बादशहाने त्यांना वडू येथील छावणीत ठार मारले. छत्रपती संभाजीराजेंच्या पश्चात गादीचा मालक बालशाहू व त्याची माता येसूबाई यांनाही कैदेत पडण्याची वेळ आली. त्यांनी राजाराम महाराजांना मंचकी बसवून रायगडाखाली पाठवून दिले. रायगडाला वेढा पडला होता. छत्रपती राजारामांना बादशाही सैन्याचे पाठलागामुळे सुरक्षित राहता येईना. त्यांनी 'जिंजी'चा किल्ला जवळ केला, तेथे राजधानी उभी केली. जिंजीचा असा योग्यवेळी उपयोग मराठी दौलतीचे रक्षणासाठी झाला. मराठी राजा सुरक्षित झाला, पण याही गडाला बादशहाचा सेनापती झुल्फिकारखान व शहजादा कामबक्ष यांनी वेढा घातला. अल्पवयीन राजाराम महाराजांनी हा गड सतत आठ वर्षे झुंजत ठेवला. आठ वर्षांनी राजाराम महाराज स्वराज्यात परत आले. पण त्यांचे लहान वयात झालेले धावपळींनी त्यांना क्षयाची बाधा होऊन तेही 'सिंहगडा'वर मृत्यू पावले.

(इ. स. १७००)

यावेळी औरंगजेब बादशहा मराठ्यांची राजधानी 'सातारा' येथे किल्ल्यास वेढा देऊन बसला होता. राज्याला राजधानी राहिली नव्हती. राजा बादशहाच्या कैदेत पडलेला. सैन्यबळ अपुरे, साधनसामग्री अपुरी आणि विस्कळीत झालेली, नामांकित

ताराबाई

सरदार फितूर होऊन मोगलांना जाऊन मिळालेले, अशा वेळी राज्याचे रक्षण करण्याची जबाबदारी ताराबाई राणी यांचेवर येऊन पडली.

राजाराम छत्रपती सिंहगडावर मृत्यू पावले. त्यावेळी त्यांचा राणीवसा विशाळगडावर होता. ताराबाई दोन वर्षांचे लहान बाळाला घेऊन या गडावर थांबल्या होत्या, छत्रपतींच्या निधनाची बातमी त्यांनी ऐकली; मात्र दुःख करीत बसण्याला व डोळ्यांतील अश्रू पुसण्याला फुरसद नव्हती. ताराबाईंनी स्वतःला सावरून घेतले.

हुकमतपन्हा रामचंद्रपंत अमात्य विशाळगडी हजर झाले होते. त्यांचेशी व गडावरील मोजक्या धुरीणांशी चर्चा झाली. सैन्यबळ, खजिना, शिधासामग्री यांची त्यांनी माहिती घेतली. कारभाऱ्यांचे मनोगत त्यांनी ऐकून घेतले. राजधानी सातारा, परळी त्या पाठोपाठ सिंहगड, तोरणा, राजगड अशा क्रमाने बादशहा रानोमाळ मराठी दौलत घशात घालीत होता. नाशिक बागलाणपासून फोंड्यापर्यंत कुठेच सुरक्षितपणा राहिला नव्हता. त्यासाठी प्रथम विशाळगडची मजबुती ताराबाईने केली. तेथून साऱ्या प्रमुख धुरीणांना पत्रे पाठविली. काहींना गडावर समक्ष बोलावले. सर्वांच्यांत एकजूट ठेवून स्वराज्याचे रक्षण करणे व बादशहाला तोडीस तोड जबाब देणे, असे कार्य करून दाखविण्याचे आवाहन केले. तशा शपथा त्यांनी सर्वांना दिल्या.

स्वतः ताराबाई लहान बाळाला घेऊन गडावरून खाली उतरल्या. मराठी सैन्याबरोबर राहून त्या किल्ल्यांना भेटी देऊ लागल्या. गड भांडत राहतील, याची तजवीज त्यांनी चालू ठेवली. प्रसंग पडला आणि गड किल्ला रक्षण करण्यास कुमक येणार नाही, असे दिसताच भरपूर दाम मोगलांकडून घेऊन किल्ला मोगलांस तात्पुरता द्यावा, असे धोरण ठरविले. गनिमाची पाठ फिरताच परत किल्ला घेण्यास हयगय होऊ नये, अशी दक्षता घेण्याची व्यवस्थाही त्यांनी केली.

जेमतेम पंचवीस वर्षे वयाचे ताराबाईराणी यांचा हा नेत्रदीपक आवेश आणि झपाटा पाहून मोगलसुद्धा अचंबित झाले. औरंगजेब बादशहा ऐंशीच्या वयात, प्रचंड सैन्य, दारूगोळा, खजिना याने सारे स्वराज्य पिंजून काढीत होता. पंचवीस वर्षे वयाची विधवा ताराराणी या गनिमांचे झंजावाताला यशस्वी टक्कर देत राहिली. याची दखल मोगल इतिहासकारांना सुद्धा घ्यावी लागली. ताराबाईंच्या पराक्रमाचे मोठ्या आदराने सर्वांनी कौतुकच केले.

स्वराज्याचे सेनापती हंबीरराव मोहिते यांच्या ताराबाई या कन्या होत. राजाराम महाराज हे छत्रपती शिवाजी राजेंचे धाकटे पुत्र. राजारामाचा जन्म इ. स. १६७०चा असून, ताराबाई त्यांचेपेक्षा चार-पाच वर्षांनी लहान होत्या. राजाराम व ताराबाई यांचे लग्न छत्रपती संभाजी महाराज यांनी इ. स. १६८३चे सुमारास रायगडावर केले. लग्नानंतरची सहा वर्षे दोघेही नजरकैदेतच रायगडावर राहिली. संभाजीराजांचे वधानंतर राजारामाची सुटका झाली. राज्याचा कारभार त्यांनी हाती घेतला. ताराबाई व छत्रपती

राजाराम महाराजांना लवकरच रायगड किल्ला सोडून बाहेर पडावे लागले.

ताराबाई यांचे वय चौदा-पंधरा वर्षांचे. राजाराम महाराज यांचे वय एकोणीस वर्षांचे. ताराबाईंना राज्यकारभाराचे धडे देणारे पोक्त असे त्यावेळी फारसे कुणी नव्हते. रामचंद्रपंत अमात्य, एवढेच काय ते जुने व जाणते मुत्सद्दी. त्यांना मागे ठेवून राजारामांनी 'जिंजी' किल्ला गाठला. मागाहून दोन वर्षांनी विशाळगडावर थांबलेल्या ताराबाई 'जिंजी'ला पोचल्या. 'जिंजी'च्या आठ वर्षांच्या काळातही मोगलांचा गडाला वेढा पडलेला. त्यामुळे त्या धामधुमीच्या काळात त्यांना राज्यकारभाराचे धडे घेण्याची संधी मिळण्याची काही सोयच राहिली नव्हती. हंबीरराव मोहिते सेनापती म्हणून स्वराज्यरक्षणाचे काम करीत होते. वाईच्या मोगलांशी झालेल्या लढाईत त्यांनाही मृत्यू आला होता. त्यामुळे राजाराम महाराज निधन पावल्यानंतर मराठी राज्याच्या रक्षणाची मोठी बिकट कामगिरी त्यांनी घेतली, तेव्हा त्यांना वडिलधारे, कारभारी म्हणून आधार राहिला नव्हता. रामचंद्रपंतांचे वय झालेले आणि त्यांचा ओढा बालशाहू राजाकडे पाहून ताराबाईंना स्वतःच सारे निर्णय घ्यावे लागले. विशाळगडावर काहीसे संशयाचे वातावरण पाहून स्वतः ताराबाईंनी पुढाकार घेऊन बाळाची मुंज करविली. त्याचे नावाची द्वाही फिरवून कारभार स्वतःकडे घेतला. ताराबाईंचा पुत्र 'बालशिवाजी' तसेच 'राजसबाई' या राजाराम महाराजांच्या दुसऱ्या राणी. त्यांचे पुत्राचे नाव 'संभाजी'. दोघांचाही जन्म 'जिंजी'कडेच किल्ल्यावर झालेला होता.

धनाजी जाधव, परशुराम त्रिंबक, शंकराजी नारायण, यांना ताराबाईंनी एकत्र आणले. हणमंतराव निंबाळकर, मानाजी मोरे, सिधोजी घोरपडे, राणोजी घोरपडे, खंडेराव दाभाडे अशा प्रमुखांना त्यांनी स्वराज्याचे रक्षण करण्यासाठी मोगलांना तोडीस तोड जबाब देण्यास फर्मावले. त्यामुळेच तर पन्हाळ्याचा किल्ला मोगलांना जेर होईना. बेदारबक्त कसून खटपट करीत होता; पण त्याला गड हाती येत नव्हता. शेवटी भेदनीतीचा वापर झाला व गड मोगलांकडे गेला.

मराठ्यांना मोगली सैन्याची ताकद समजली होती. बादशहाच्या तोंडावर फक्त सारेजण हुकमाची तामीली करण्याची प्रतिज्ञा करीत. छावणीबाहेर पडल्यानंतर सारे जुलमाचा रामराम म्हणून मराठ्यांशी झटापट केली असा आव आणून, खोट्यानाट्या खबरा पाठवित. बादशहाचा कुणावरच विश्वास राहिला नव्हता.

ताराबाईराणीने मोगलांना शह देण्यासाठी, त्यांचेच उत्तरेकडील प्रांतात धुमाकूळ घालण्यासाठी मराठी सरदारांना प्रोत्साहन दिले. त्यामुळे बादशहा दक्षिणेकडे रानोमाळ किल्ल्यांसाठी झटत असताना मराठे नर्मदापार झाले. गुजरात, माळवा, बऱ्हाणपूर, सुरत, खानदेश, वऱ्हाड या भागांत नेमाजी शिंदे, दाभाडे, थोरात यांनी मुसंडी मारली. बादशहाची झोप उडाली. मोगली अंमलदार भरपूर रकमा देऊन आपले प्रदेशाचा बचाव करू लागले. बादशहाची राज्यव्यवस्था कोलमडून पडू लागली.

म्हणूनच ताराबाईंचे चढाईचे धोरण यशस्वी होऊ लागले. गेलेले गडकिल्ले परत येऊ लागले. मोगलांची भीती मराठी मनांतून निघून गेली. मराठ्यांनी मोगली भागांतील ही अवस्था पाहून थेट 'सिरोज' व 'ग्वाल्हेर' ही मोठी शहरे यथेच्छ लुटली. मराठ्यांची धाड पुढे मोगलांची राजधानी 'आग्रा' शहरावर जाण्याची मोठी भीती बादशहापुढे उभी राहिली. आपला नातू बेदारबक्त यास बादशहाने 'आग्रा' शहराचे रक्षण करण्यासाठी रवाना केले. मोगलांची स्वराज्यावरील पकड ढिली पडू लागली. (इ. स. १७०४)

उत्तरेकडे गेलेल्या मराठी सरदारांनी अमाप संपत्ती घेऊन स्वराज्यात प्रवेश केला. याच सैन्यबळाचे मदतीने दक्षिणेकडील कामगिरी ताराबाईने करून मोगलांचे डोळ्यांत अंजन घातले. त्यांनी त्रिचनापल्ली, अर्काट, सिरा, तंजावर या भागांत घुसून मोगलांची धुळधाण केली. अमाप संपत्ती जमा झाली. दाऊदखान कुरेशी, खुदावंतखान हे दक्षिणेकडील नामांकीत मोगली सुभेदार. या साऱ्या प्रकाराने तेही हतबल होऊन गेले.

बादशहा औरंगजेब कधी नाही एवढा हताश यावेळी झाला. मराठ्यांची विधवा राणी मोगलांना भारी ठरली. प्रत्येक आघाडीवर भरपूर द्रव्य खर्च केल्याशिवाय मोगलांच्या ताब्यात किल्ले येईनात. मराठ्यांचा हल्ला न होण्यासाठी, ठाण्याचा बचाव होण्यासाठी लाखो रुपयांचे द्रव्य आणून देऊनच मोगल अधिकारी दिवस काढू लागले.

बादशहाच्या ताब्यात संभाजीपुत्र शाहू होता. त्याने शाहूला कैदेतून बाहेर काढले. जुल्फिकारखानाला सिंहगड घेण्यास पाठविले. बरोबर शाहूला जोडून दिले. (इ. स. १७०६) ताराबाईने हा डाव ओळखला. प्रत्यक्ष शाहूला पाहून मराठे किल्ला आपोआप देतील, हा त्यांचा कयास होता. तो ताराबाईने हाणून पाडला. शाहूराजा मोगल फौजेतून किल्ल्यावर चालून आला म्हणून मराठ्यांच्या मनोधैर्यावर काहीच परिणाम झाला नाही. यामुळे बादशहा अधिकच बेचैन झाला.

त्याचे वय ऐंशीच्या पुढे गेलेले. त्याला आता प्रवास सोसवेना. तो आजारी पडू लागला. किल्ल्यांमागून किल्ले घेण्याची त्याची पायपीट निरुपयोगी ठरली. ताराबाई राणी मोगली डावपेचांना पुरून उरली. बादशहा विश्रांतीसाठी अहमदनगर येथे आला. तेथेच थोड्या आजाराने तो मृत्यू पावला. (इ. स. १७०७)

शाहूमहाराज सुटून दक्षिणेत आले. सर्व मराठी सरदारांना त्यांनी पत्रे लिहिली. आपण स्वराज्याचे मालक आहोत, तरी आपणाकडे येऊन हजर व्हावे. दौलतीची सेवा चाकरी करावी, असे सर्व प्रमुख धुरीणांना कळविले. या पत्राला ताराबाईने मुळीच जुमानले नाही. कडाडून विरोध केला. शाहू महाराज खेड येथे भिमातिरी छावणी करून होते. धनाजी जाधव, बाळाजी विश्वनाथ, खंडो बल्लाळ असे मराठी सैन्य ताराबाईंच्या हुकुमाने शाहूराजांच्या छावणीवर चालून गेले.

खेडच्या छावणीत लढाईपूर्वीच गाठीभेटी होऊ लागल्या. खंडो बल्लाळ,

धनाजी जाधव शाहूराजांना जाऊन भेटले. स्वराज्याचे धनी हेच खरे, याची खात्री पटली. एकोपा झाला. ताराबाईंचा पक्ष दुभंगला. खेडच्या लढाईत अर्थ उरला नाही. ताराबाईंचे सैन्य विस्कळीत होऊन पराभव पावले.

ताराबाईने सातारा सोडले. त्यांनी पन्हाळगड, पावनगड, खेळणा किल्ल्यांकडे जाऊन जम बसविला. सैन्यसामग्री जमा केली.

सातारा राजधानी हातची गेली. मोगलांचे स्वराज्यावर आलेल्या संकटाला गेली अठरा वर्षे स्वराज्याची रयत तोंड देत होती. तशातच महाराष्ट्रात सलग दोन वर्षे भयानक दुष्काळ पडला. (इ. स. १७०४ ते १७०६) रयत निराधार झाली. या परिस्थितीत शाहूला राज्याभिषेक करण्यास ताराबाईराणी विरोध करू लागल्या. शाहूच्या बापाने सारे राज्य घालविले. आता आहे ते स्वराज्य मी व माझे मालक यांनी मिळविलेले स्वराज्य आहे. त्यावर शाहूचा काही हक्क नाही. गेली अठरा वर्षे राजाराम महाराज व आपण या मोगलांना तोंड देत आलो आहोत. त्यात दौलतीचे सेनापती, सरदार, पायदळ, घोडदळ, रयत अशी असंख्य माणसे, जनावरे धारातीर्थी पडली होती. स्वराज्याचे रक्षण करताना प्राणाची आहुती देऊन ती परलोकी गेली होती. स्वराज्याचा हा सोन्याचा घास मोगलांचे घशातून लोकांचे बलिदान देऊन आपण काढला होता. त्यात शाहूचा वाटा काहीच नव्हता. त्यामुळे मराठ्यांचा गादीचा मालक आपलाच पुत्र 'शिवाजी' हा आहे. असा तिचा आग्रह होता.

राजाराम महाराज आणि ताराबाईराणी यांचे हे अजोड कार्य साऱ्या कारभाऱ्यांना पटत होते. पण त्यामुळे शाहूचा राज्यावर हक्क नाही, हे त्यांना पटत नव्हते. या गोष्टीला प्रथम छेद दिला, बाळाजी विश्वनाथ या एके काळचे मोगलांचे सेवेतील इसमाने. शाहू राजांचाच हक्क गादीवर आहे. त्यामुळे त्यांचे सेवेत सर्वांनी हजर व्हावे, अशी खटपट करून मातब्बर सरदार, सेनापती, प्रमुख कारभारी यांना त्याने शाहू राजाची बाजू पटवून दिली. त्यांना शाहूच्या पक्षाकडे वळवून घेतले.

त्यामुळे 'सातारा' राजधानी फारसे कष्ट न करता शाहूच्या ताब्यात आली. ताराबाईला दक्षिणेकडे पन्हाळा, कोल्हापुरचा आश्रय घ्यावा लागला.

स्वतःचे मुलाला 'शिवाजीराजे' यास गादीवर बसवून त्यांनी पन्हाळा, कोल्हापूरला वेगळी गादी स्थापन केली. (इ.स.१७१०)

संभाजीराजांच्या वधापासून शाहू बादशाही कैदेत होता. त्याला पंचवीस वर्षांचा काळ उलटून गेला होता. अजून येसूबाई राणी मोगलांचे कैदेतच होत्या. मराठ्यांना त्यांची सुटका अजून करता आली नव्हती. रायगडावर थोरले छत्रपती शिवाजी मृत्यू पावले. त्यावेळी जरी सोयराबाई राणी यांनी राजारामाला गादीवर बसविले होते, तरी ते स्थान अल्पकाळच त्यांचेकडे टिकले. छत्रपती संभाजीराजांनी पन्हाळ्याहून येऊन राज्य ताब्यात घेतले होते. त्यामुळे शाहू हा त्यांचाच मुलगा. तेच खरे स्वराज्याचे

धनी आहेत. ताराबाई राणीने त्यास कितीही विरोध केला तरी शाहू महाराजांचा गादीवर हक्क नाही, ही भूमिका मराठी सरदारांना मनात पटत नव्हती. तमाम मराठ्यांचे पुढे हा भावनेचा प्रश्न बनला होता.

बाळाजी विश्वनाथ भट यांनी मराठी मनाचा हा अंदाज अचूक हेरला. ताराबाईंच्या पक्षाचे प्रमुख सरदार यांचे भेटी घेऊन त्यांना शाहूराजाची बाजू पटवून देण्यात ते यशस्वी झाले. प्रमुख मराठे सरदार ताराबाईंचा पक्ष सोडून शाहूच्या बाजूस आले.

त्यामुळे स्वतंत्र गादीची स्थापना ताराऊराणीने 'पन्हाळा' येथे केली. ताराऊराणीच्या बाजूला कान्होजी आंग्रे होते. ते मराठी दौलतीचे सरदार होते. ते शाहूराजांचे बाजूस आले. माने, निंबाळकर, जाधव, थोरात असेच शाहूच्या बाजूस आले. बाळाजी विश्वनाथाने त्यांना जागिऱ्या, वतने, किताब पूर्वीप्रमाणेच चालू ठेवण्याची आश्वासने दिली.

छत्रपती राजाराम महाराजांच्या निधनानंतर पहिली सात वर्षे थेट औरंगजेब बादशहाशी ताराराणीला झुंज द्यावी लागली. बादशहाला अंतिम जय कुठेही मिळविता आला नाही. मोगलांचे कचाट्यातून ताराऊराणीने स्वराज्याचा मुलूख तर सोडविलाच; पण थेट ग्वाल्हेर, सुरत, बडोदा येथपर्यंत मोगली प्रदेशांची लुटालूटही केली. स्वराज्याची आर्थिक नासाडी भरून काढली.

शाहू महाराजांच्या सुटकेनंतर त्यांना पुढील सात वर्षे थेट शाहू महाराजांशीच लढत द्यावी लागली. शाहू महाराज लष्करी हालचाली, दारूगोळा, रसद पुरवठा यांबाबत नवखे होते. त्यामुळे याही सात वर्षांच्या काळात ताराऊराणीने कधी माघार घेतली नाही.

'रांगणा' किल्ल्यावर ताराऊराणी असताना शाहूंच्या सरदारांनी गडाला वेढा घातला. गड अति बिकट जागी वसलेला; याही वेढ्यांतून ताराऊराणी सुटून मालवणला निघून गेल्या. शाहूच्या सैन्याला माघार घ्यावी लागली.

इ. स. १७११ ते १७१३ या काळात मराठे सरदार ताराबाईंचा पक्ष सोडून शाहूंना मिळाले. काहींनी दक्षिणेचा सुभेदार निजाम याचा आश्रय घेतला. चंद्रसेन जाधव, रामचंद्रपंत अमात्य, उदाजी चव्हाण, आंग्रे, सचिव शंकराजी नारायण, खेम सावंत इ. सरदारांनी ताराराणींचा पक्ष बळकट केला होता. त्यालाच आता खिंडार पडले. चंद्रसेन जाधव, आंग्रे, दाभाडे, मोरे असे नावाजलेले सरदार दुरावले. त्यांनी ताराबाईंचा पक्ष सोडला.

या गोष्टी अपुऱ्या झाल्या म्हणून की काय, कोल्हापूरच्या राजघराण्यातच ताराबाई सत्ताहीन झाल्या. त्यांना राजसबाईंच्या कैदेत पडावे लागले. राजसबाई या राजाराम महाराजांच्या राणीसाहेब. त्यांनी त्यांचा पुत्र संभाजीराजे यांना पुढे करून सत्ता काबीज केली. शिवाजीराजे व ताराऊराणी या मायलेकरांना राजसबाईंच्या कैदेत पडावे

लागले. पुढे शिवाजीराजे कैदेतच मृत्यू पावले. ही कैद ताराऊराणीच्या नशिबी जवळपास सतरा वर्षे आली.

शाहू महाराजांचे राज्य आता स्थिरावले होते. दिल्लीहून येसूबाई राणी मोगलांचे कैदेतून परत सुखरूप आल्या होत्या. कोल्हापूरचे संभाजी महाराज व शाहू महाराज यांचे दरम्यान इ. स. १७३१ मध्ये वारणेचा तह झाला. यासाठी येसूबाईंनी शाहूराजांना उपदेश केला, तो त्यांनी मनावर घेतला. वारणेपासून दक्षिणेला रीतसर मराठ्यांची स्वतंत्र दौलत निर्माण झाली. ताराऊराणी मात्र या वारणेच्या तहानंतर सातारा येथे राहण्यास आल्या. शाहू महाराजांचेकडे राहणे त्यांनी पसंत केले. सातारा येथेही बंदिवान म्हणूनच त्या गडावर राहू लागल्या. हा बंदिवासही पुढे शाहूच्या हयातीपर्यंत चालूच राहिला. इ. स. १७४९ ला शाहूराजे निधन पावले. त्यांना पुत्र संतान नव्हते. सातारा गादीवर योग्य वारसाचा शोध शाहूच्या हयातीतच चालू होता. ताराऊराणीचा नातू 'रामराजा' हा पेशव्यांच्या मदतीने व ताराऊंच्या संमतीने गादीवर विराजमान झाला.

कोल्हापूर छत्रपती संभाजीराजे यांचेपासून जीवाला धोका होऊ नये, म्हणून तो अगदी लहानपणापासून अज्ञातवासात वाढलेला होता. तो आता सातारचा छत्रपती झाला, याही वयात ताराऊराणी या मराठी दौलतीचे प्रमुखपण स्वत:कडे घेऊ पहात होत्या. त्यांना पेशव्यांच्या हाती एकवटलेली सत्ता झुगारुन द्यावयाची होती. इ. स. १७०७ साली शाहूने स्वराज्याच्या सनदा मोगलांकडून घेतल्या. त्यावेळी दिल्लीच्या बादशहाचे मांडलिकत्व त्यांनी कबूल केले होते. ते राणी ताराबाईंना मान्य नव्हते. चार पातशाह्या दबवून जे राज्य थोरले छत्रपतींनी निर्माण केले, त्यात हे धोरण बसत नव्हते. त्यामुळे पेशव्यांची सारी सत्ता आणि मोगलांचे मांडलिकत्व त्यांना झुगारून द्यावयाचे होते. पण आता ताराऊराणीचे वय पंचाहत्तरीला आलेले. पेशव्यांची लष्करी ताकद खूप विस्तारलेली. पूर्वीचे अष्टप्रधान नाहीसे झालेले. त्यामुळे हा पूर्वीचा बनाव पुन्हा निर्माण करणे सोपे नव्हते. यासाठी नानासाहेब पेशवे मोठ्या विचारात पडले होते. मातोश्री ताराऊराणीला दुखावण्याची त्यांची हिंमत नव्हती.

'रामराजा'ला हाताशी धरून पुन: पूर्वीचे सारे विखुरलेले धुरीण एकत्र करून राज्य करता येईल, हा ताराऊराणीचा भरोसा मात्र वस्तुस्थितीवर आधारलेला नव्हता. स्वत: 'रामराजा' या गोष्टीचा गंध नसलेला राजा. त्याचे सारे आयुष्यच अज्ञातवासात गेलेले. पेशव्यांची व ताराऊराणीची दोघांची स्पर्धा 'रामराजा' आपलेच तंत्राने चालावा, म्हणून चालू झाली. त्यात 'रामराजा'ची दमछाक होऊ लागली. त्याला कुणाची बाजू घ्यावी, हेही कळेना. पंचवीस-तीस हजारांचे सैन्य सातारा राजधानीभोवती पसरलेले होते.

स्वत: पेशवा या गोष्टीचा सोक्षमोक्ष लावण्यासाठी शाहूच्या मृत्युपूर्वीच तळ

ठोकून बसलेला. सहा-सात महिन्यांचा काळ उलटून गेला; पण हा तिढा काही सुटत नव्हता.

प्रत्यक्ष गादीवर बसलेला 'रामराजा' पेशव्यांचे बाजूने झुकू लागला. ताराऊराणीने त्यांना पेशव्याचे कारभारातील वर्चस्व झुगारण्याची सूचना केली. पण शेवटी राजा पेशव्यांचे तंत्रानेच चालणार, हे स्पष्ट झाले.

'रामराजा'चे स्वभावातील हा बदल पेशव्यांनी लगेच हेरून त्यालाच विश्वासात घेऊन आपलेसे केले. सातारा शहराचा योग्य बंदोबस्त झालेनंतरच पेशव्यांचा तळ सातारहून उठला.

या थराला गोष्टी गेल्याने ताराऊराणीला खूपच अपमानित व्हावे लागले. पेशव्यांनी हा सारा प्रकार पुन्हा घडू नये, म्हणून सातारचे बाजूचे जुने 'प्रतिनिधी' घराणे यांचेवर शह बसविला. 'प्रतिनिधी' हे दौलतीचे सेवक. त्यांचे ताब्यात सिंहगड, मंगळवेढा, सांगोला अशी महत्त्वाची ठाणी होती ती मागितली.

ताराऊराणीला या गोष्टी सहन झाल्या नाहीत. 'रामराजा'चे कुळापासूनच त्याची खरडपट्टी त्यांनी केली, 'रामराजा'ला दोन्हीकडून दबाव येऊ लागला. तो गांगरून गेला.

'प्रतिनिधीं'च्या ताब्यात असलेले किल्ले व मुलूखठाणी यांचा ताबा घेणेसाठी पेशव्याने सदाशिवराव भाऊंना हुकूम दिला. त्यात 'रामराजा' यांना सामील करून घेऊन सदाशिवराव सांगोल्याच्या ठाण्याचे कब्जासाठी जय्यत तयारी करून सांगोल्यावर चालून गेले.

सांगोला येथील ठाणे पेशव्याने लष्करी बळाचा वापर करून ताब्यात घेतले. याच मुक्कामात छत्रपतींकडून पेशव्याने लेखी करार करून सर्व मालकी स्वत:कडे घेतली. पेशव्यांची सत्ता निरंकुश झाली. ताराऊराणीला या गोष्टीची मोठी चीड निर्माण झाली. 'रामराजा' सांगोला मोहिमेवरून परत आला तेव्हा ताराऊराणीने त्यालाच क़िल्ल्यावर नजरकैदेत टाकले.

पण त्यापूर्वीच मराठी दौलतीचे सारे अधिकार पेशव्यांना मिळाले होते. ताराऊंच्या मनात असलेल्या गोष्टींचा बुरूज ढासळून गेला.

याच पद्धतीने पेशव्यांनी आंग्रे, दमाजी गायकवाड, दाभाडे, नागपूरकर, भोसले, सचिव यांना कोंडीत पकडून निष्प्रभ केले. मराठी दौलतीत पेशव्यांचे सत्तेला आव्हान देणारा कोणी राहिला नाही.

काळ पुढे सरकत होता. दिल्लीच्या राजकारणात पेशव्याने लक्ष देण्याची गरज होती. त्यावेळी स्वराज्यातील जुनी व जाणती माणसे खच्ची करण्यापलीकडे पेशव्यांकडून कार्य झाले नाही. दिल्लेपती, रजपूत राजे, जाटवाडा, अहमदशहा अब्दाली यांची सत्तासूत्रे उत्तरेकडे रंगात आली. मराठ्यांना दक्षिणेत परत हाकलून देऊन त्यांचा बीमोड करण्याची कारस्थाने उत्तरेत शिजत होती. उत्तरेकडील सत्ताधीश

मराठ्यांचे विरुद्ध एक झाले. पेशव्यांनी सावधानता बाळगली नाही. जुने मानकरी, अष्टप्रधान यांना मोडीत काढण्यात ते गुंतले होते. याच काळात अहमदशहा अब्दाली उत्तरेत तीन-चार स्वाऱ्या करून साऱ्यांची झोप उडवीत होता. नजीबखान रोहिला सारी सूत्रे खेळवीत होता.

या उत्तरेकडील पुंड, पाळेगार व मराठ्यांना सतत विरोध करणारे सत्ताधीश यांना वटणीवर आणून त्यांचा बंदोबस्त करण्यासाठी सदाशिवराव भाऊंची निवड केली. सोबत विश्वासराव आणि सारे मराठी तमाम सरदार यांना उत्तरेत रवाना करून अहमदशहा व नजीबखान रोहिला यांचा सोक्षमोक्ष लावण्याचा हुकूम दिला. उत्तरेकडे गेलेल्या मराठी सैन्याला पानिपतच्या तळावर उपाशीपोटी गनिमांशी लढावे लागले. मोठा संहार होऊन मराठ्यांचा पराभव झाला, मराठी सत्तेचा दरारा उरला नाही. सारी ठाणी उठून परकीय अंमल बसला. या साऱ्या घटनांचा परिणाम नानासाहेब पेशवे यांचे मनावर होऊन तेही लवकरच मृत्यू पावले.

या साऱ्या काळात ताराऊराणी सातारा येथेच होत्या. प्रचंड पराभवाच्या वार्ता साताऱ्यात आल्या. त्या त्यांना ऐकून घ्याव्या लागल्या.

शाहू महाराजांची राज्यव्यवस्था पेशव्यांनी झुगारून दिली. जुनी व जाणती माणसे यांची कुचंबणा केली. सातारा येथील मसनदीचा अवमान केला, या गोष्टीचा निचरा पानिपत मैदानावर झाला. पेशवे पुरते फजीत झाले.

ताराऊराणीचे वय आता ऐंशी-पंच्याऐंशीचे पुढे सरकत होते. वृद्धत्वाचे खुणा ठायीठायी आल्या होत्या. मोगल बादशहाला सात वर्षे स्वतः टक्कर देणारी, 'जिंजी'च्या वेढ्यात पतीबरोबर झुंज देणारी, पराक्रमाचा झेंडा सतत उंचावत ठेवणारी राणी, गेली चाळीस-पंचेचाळीस वर्षे या-ना त्या कैदेत घालविणारी ताराऊ पिकले पान होऊन मृत्यूला सामोरी गेली. (इ. स. १७६१)

थोरले छत्रपती शिवाजी महाराज यांच्या येसूबाई व ताराबाई या दोन सुना. या दोघींनी दाखविलेली कर्तबगारी मोठी मोलाची ठरली. एकीला परकीयाचे तर दुसरीला स्वकीयांचे कैदेत दीर्घकाळ घालवावा लागला.त्यांना वैधव्य प्राप्त होऊनही, दौलतीचे रक्षणासाठी मोठी ईर्षा धरून अपार कष्ट सोसावे लागले, सुखी व ऐषआरामी जीवनाचा त्याग करून त्यांनी मराठी दौलत रक्षण करण्यास आजन्म कष्ट सोसले. त्यांच्या कर्तृत्वाची बरोबरी करणारी स्त्री त्यावेळी साऱ्या भारतवर्षात सुद्धा दुर्मिळच म्हणावी लागेल.

महाराणी येसूबाई आणि महाराणी ताराबाई या शिवछत्रपतींच्या सुना. त्यांनी शिवछत्रपतींच्या पश्चात स्वराज्य रक्षणासाठी शर्थीचे प्रयत्न करून राज्यरक्षणाचे कार्य केले. महाराणी येसूबाईंनी मोगलांची कैद पत्करली. ही कैद परकीय सत्तेची होती. महाराणी ताराबाईंनाही आयुष्याचा मोठा काळ कैदेत घालवावा लागला. पण

ही कैद स्वकीयांची होती. महाराणी येसूबाईंना जिजाऊ आणि छत्रपतींचा सहवास मिळाला. पण महाराणी ताराऊंना हा योग नव्हता. रायगडावर त्या राजाराम महाराजांचे धर्मपत्नी म्हणून आल्या, त्यावेळी जिजाऊ आणि छत्रपती शिवाजी दोघेही हयात नव्हते.

छत्रपती संभाजी राजांचा वध केला त्यावेळी बादशहा औरंगजेबाला दक्षिणेच्या मोहिमेचे उद्दिष्ट पूर्ण झाले असे वाटले. आता कुणा सरदारावर उरलेली मोहीम सोपवून उत्तरेकडे परत जाण्याचे त्याचे मनसूबे चालले होते. गेले सतरा-अठरा वर्षांचे दक्षिणेतील मोहिमेमुळे त्याने दक्षिणेचा सारा इतिहासच बदलून टाकला होता.

रायगडाला वेढा पडला. राजाराम आणि त्याच्या कुटुंबकबिल्यासह सर्वांना गड सोडून बाहेर पडण्याचा सल्ला येसूबाईंनी दिला. त्याप्रमाणे मंचकारोहण झालेनंतर इ. स. १६८९ साली राजाराम छत्रपती कुटुंबकबिल्यासह रायगड किल्ल्यावरून बाहेर पडला. राणी येसूबाईंनी हा जो सल्ला महाराष्ट्राच्या त्यावेळच्या धुरीणांना दिला, त्यामुळे बादशहाचे उत्तरेकडील प्रयाण तर थांबलेच; पण त्याच्या उरलेल्या आयुष्याचा इतिहासच यामुळे बदलून गेला.

राजाराम महाराजांनी रायगड सोडल्यानंतर खाली दक्षिणेकडे झेप घेऊन 'जिंजी'चा किल्ला जवळ केला. रायगडासारखी राजधानी तिथे थाटून मराठी दौलतीचा कारभार त्यांनी अष्टप्रधानांच्या नेमणुका करून चालू केला. त्यामुळेच बादशहाला उत्तरेकडे जाण्याचा बेत तडीस नेता आला नाही. या साऱ्या घटनांचे मूळ प्रेरणास्थान म्हणजेच राणी येसूबाई.

महाराणी येसूबाईंच्या या दूरदृष्टीच्या निर्णयाने बादशहाची लष्करी मोहीम पुढे चालू राहिली. पण त्याचा परिणाम उत्तरेकडील त्याचे राज्यकारभारावर होऊ लागला. ही गोष्ट ताराऊराणीने ओळखली. मराठे सरदारांना उत्तरेकडील बादशाही मुलूख लुटण्याचे प्रोत्साहन त्यांनी दिले. मराठ्यांनी औरंगजेबाचे दक्षिणेतील आक्रमणाला न जुमानता थेट माळवा, गुजरात, बऱ्हाणपूर, ग्वाल्हेरपर्यंत धडक मारली. मोगली प्रदेशात लुटालूट करून मराठी सत्तेचे पाणी दाखविले. बादशहाच्या पुत्राला अकबरालाही उत्तरेकडे जाता आले नाही. त्याची किमया ताराऊराणींनी करून दाखविली.

यावरून येसूबाईंच्या रायगडावर घेतलेल्या निर्णयाचा फायदा ताराऊराणीने मराठी दौलतीस मिळवून दिला. बादशहा घाबरा झाला. त्याने आग्र्याच्या रक्षणासाठी नातू बेदारबक्त याची रवानगी केली.

वयाची पंचविशी ओलांडण्याच्या आत-बाहेरच्या काळात या दोघींनी घेतलेले निर्णय मोगली सत्तेच्या ऱ्हासास कारणीभूत झाले, असे म्हटले तरी वावगे ठरू नये. असे दूरगामी निर्णय दोन्ही राण्यांनी घेऊन मराठेशाहीचा इतिहास घडविला. त्यामुळेच देशाच्या इतिहासातील या दोघींचे परकीय सत्तेविरुद्ध केलेले स्वराज्य बचावाचे कार्य अजोड होऊन राहिले.

दाभाडे घराणे हे मराठी दौलतीचे कदीम सेवक. येसाजी दाभाड्यांना दोन मुले खंडोजी व शिवाजी.

रायगड राजधानीवरून छत्रपती राजाराम महाराज इ. स. १६८९ साली कुटुंब काबिल्यासह खाली आले. त्यांचे पाठीवर मोगल तुकड्या त्यांना पकडण्यासाठी धावपळ करीत होत्या. प्रतापगडावरून पन्हाळा, पन्हाळ्याहून दक्षिणेकडे 'जिंजी' किल्ल्याकडे, अशी छत्रपतींची पळापळ चालू होती. अशा बिकट प्रवासात छत्रपती राजाराम महाराजांना दाभाडे बंधुंनी उत्तम साथ दिली. वेळप्रसंगी या स्वामीभक्तांनी राजाराम महाराजांना पाठीवर घेऊन प्रवास केला. त्यांचे जीवाला धोका होऊ दिला नाही. अशाच प्रवासात अति थकव्याने शिवाजी दाभाडे वाटेत रक्ताच्या गुळण्या येऊन गतप्राण झाला. छत्रपतींना मोठे वाईट वाटले. छत्रपती, शिवाजी दाभाडे खाली कोसळल्यावर पुढे जाण्यास तयार नव्हते. त्यांनाच चार धीराचे शब्द सांगून पुढे जाण्यास सांगितले. नंतर त्यांचा प्राण गेला. 'साहेब कामावर देह ठेवला'. राजाराम महाराज गडावर पोच झाले. मागाहून त्यांचा कबिलाही या पन्हाळ्यावर आला. येसाजी दाभाडे यांचे स्वामीकार्यावर राजाराम महाराज प्रसन्न होते. जुन्नर सरकारमधील सातशे पंचाण्णव गावची सरपाटिलकी आणि इनाम गावे त्यांना सनद करून छत्रपतींनी दिली. नंतर येसाजी मृत्यू पावले. (१९ऑक्टोबर इ. स. १६९८)

त्यांचे पश्चात खंडोजीराव दाभाडे यांनी राजाराम छत्रपती आणि ताराऊराणीसाहेब यांचे काळात स्वराज्यरक्षण करणे कामी उत्तम कार्य करून महाराजांना आणि ताराऊ राणींना संतोषी केले.

शाहू महाराज मोगलांचे कैदेतून परत आलेनंतर काही मराठी सरदार ताराबाईराणींचा

उमाबाई दाभाडे

पक्ष सोडून शाहू महाराज यांचेकडे आले. सेनापती धनाजी जाधव मृत्यू पावलेनंतर खंडेरावाची स्वामिनिष्ठा व पराक्रम पाहून शाहू महाराजांनी त्यांना सेनापतिपद दिले. स्वराज्याचे सेनापती म्हणून खंडेराव दाभाडे दिल्ली पावेतो गेले. शाहू छत्रपतींनी इ. स. १७१९ला बाळाजी विश्वनाथ पेशवा आणि खंडेराव दाभाडे सेनापती यांना दिल्लीस पाठविले. बादशाही काम झालेनंतर त्यांनी स्वराज्याचे सनदा, तसेच शाहू महाराजांची माता राणी येसूबाई यांना घेऊन सातारा येथे आले. फार मोठे कार्य करून ते आले. शाहू महाराजांना मातोश्रींचे आगमनामुळे फार मोठा संतोष झाला. खंडेराव दाभाडेंचे हे सर्वांत मोठे स्वामिकार्य होय.

शाहू महाराजांनी पुन: आज्ञा दिली म्हणून खंडेराव दाभाडे गुजरात प्रांतावर चालून गेले. तेथील मोगलांचा अंमल त्यांनी मोडून काढला. बडोदा, अहमदाबाद पर्यंतचा मुलूख स्वराज्यात आला. शाहू महाराजांनी सेनापतिपदाची वस्त्रे दिली होती. त्यांचे सार्थक त्यांनी करून दाखविले.

राजाराम महाराजांचा कुटुंबकबिला चंदीहून महाराष्ट्रात परत सुखरूप आणणेची कामगिरी, तसेच राणी येसूबाई यांची मोगलांचे कैदेतून सुटका करून त्यांना सुखरूप साताऱ्यास पोहोच केले, या त्यांच्या कामगिऱ्या मराठी इतिहासात लक्षात ठेवण्यासारख्या आहेत. यावरून सेनापती खंडेराव दाभाडे यांनी दक्षिणेकडील ‘जिंजी’पासून उत्तरेकडे दिल्लीपर्यंत धन्याची उत्तम कामगिरी करून लौकिक संपादन केला. खंडेराव दाभाडे सेनापती असताना बाळाजी विश्वनाथांना शाहू महाराजांनी पेशवेपद दिले. उभयतांनी उत्तम स्वामिसेवा करून शाहू महाराजांना संतोषी केले.

यांचे पत्नीचे नाव उमाबाई. उमाबाईंचे माहेर अंभोण्याचे टोके होत. यांचा जन्मकाळ इतिहासात नोंदलेला नाही. आपले आयुष्यात उत्तमरीतीने स्वराज्यसेवा करून मूतखड्याच्या आजाराने खंडेराव सेनापती इ. स. १७२९ मध्ये मृत्यू पावले. मग उमाबाईंचा पुत्र त्रिंबकराव दाभाडे यांसच शाहूंनी सेनापतीची वस्त्रे बहाल केली. यापूर्वीच पेशवा बाळाजी विश्वनाथ मृत्यू पावला होता. ‘बाजीराव’ या त्याचे थोरल्या मुलास शाहूंनी पेशवेपद दिले होते.

खंडेराव दाभाडे आणि बाळाजी विश्वनाथ पेशवे यांचे उभयतांदरम्यान असणारे सौहार्दाचे वातावरण पुढे राहिले नाही. गुजरात सुभ्यातील महालांची वाटणी, त्यांची मालकी व उत्पन्न यावरून दोन्ही घराण्यांत द्वेष उत्पन्न झाला.

गुजरातचा सुभा मोगलांकडून सोडविला होता, खंडेराव दाभाडे सेनापती यांनी, ही कारवाई छत्रपती शाहूंच्या आदेशाप्रमाणेच केली होती. पेशव्यांचा या गुजरातमधील उत्पन्नावर आणि तेथील महाल, मुलूख यांवर हक्क पोहोचत नव्हता.

पेशव्यांनी मात्र काही वेळा शाहू महाराजांची संमती घेऊन, तर काही वेळा वेळ पडेल तसे वर्तन ठेवून जुने मराठी सरदारांची गळचेपी चालू केली होती. त्यात प्रथम

भरडले गेले ते थोरात. बाळाजी विश्वनाथाने हिंगणगावची थोरातांची गढी जमीनदोस्त करून धुळीस मिळविली होती. स्वराज्याचे 'सरदारपद' विराजमान करणारे कान्होजी आंग्रे हे ताराबाई पक्षाकडे होते. त्यांना ताराबाईंचा पक्ष सोडण्यास सांगून शाहू महाराजांकडे बाळाजी विश्वनाथ पेशव्याने आणले. पण पश्चात इंग्रजी सत्तेचे सहाय्य घेऊन त्यांस पेशव्यांनी धुळीस मिळविले. त्यामुळे स्वराज्याचे 'नाविक दला'चे मोठे नुकसान झाले, ते पुढे भरून आलेच नाही. यामुळे पश्चिम किनाऱ्यावर इंग्रजी सत्ता मात्र 'दृढमूल' झाली.

थोरात-आंग्रेप्रमाणेच, दाभाडेंनाही पेशव्यांनी असेच नामोहरम केले. छत्रपतींचे दाभाडे सेनापती. गुजरात सुभा त्यांनी तलवारीचे पराक्रमावर, शाहूंच्या आज्ञेप्रमाणे मिळविला. या गुजरात सुभ्यातील निम्मे महालाची मागणी बाजीराव पेशवा करू लागला. सेनापती त्रिंबकराव यांनी ही मागणी मान्य केली नाही. त्यांनी ही पेशव्यांची कागाळी शाहूच्या कानावर घातली. छत्रपतींनी बाजीरावास गुजरातच्या सुभ्यात लक्ष न घालणेची समज दिली. या घटना इ.स.१७३० मध्ये घडत होत्या.

बाजीराव आणि बंधू चिमाजी आप्पा यांनी गुजरातेत जाऊन तेथील महाल ताब्यात घेण्याचा सपाटा लावला. गुजरातेत त्यांनी धामधूम उडवून दिली. यास शाहू छत्रपतींची मान्यता नव्हती.

या घालमेलीमुळे सेनापती दाभाडे मोठ्या पेचात आले. वडिलांचे मृत्यूनंतर त्रिंबकरावांना छत्रपतींकडून सेनापतिपदाची वस्त्रे मिळाली होती. त्यांना पेशव्यांची ही मनमानी सहन होणे शक्य नव्हते.

गुजरातेत मात्र लष्करी बळाचे जोरावर पेशव्यांचा हस्तक आवजी कवडे धामधूम करीत होता. त्याचेबरोबर पुरंदरे, मुजूमदार, फडणीस, प्रभू अशी मंडळी आवजी कवडेला साथ देत होती. सेनापती दाभाड्यांचा हस्तक पिलाजी गायकवाड यावेळी बडोद्यास बंदोबस्त करून होता. त्याने पेशव्यांचे हस्तक आवजी कवडे आणि त्याचे साथीदार यांचा दणदणीत पराभव करून त्यांस पिटाळून लावले. या गोष्टी बाजीरावाचे कानी गेल्या. तो जातीने गुजरातेत चालून गेला. यावेळी त्रिंबकराव हाही गुजरातेत मुलूखाचे बचावासाठी आलेला होता. खंडेराव दाभाड्यांचे पश्चात सेनापतिपदाची वस्त्रे घेतल्यानंतरची ही त्यांची पहिली मोहीम. डभईच्या तळावर दाभाडे विसावले असता बाजीराव त्यांचेवर थेट चालून आला. दाभाडेंच्या सैन्यास फितूर करून ठेवलेलं त्यांस माहीत नव्हते. सेनापतीकडील फितूर झालेले सैन्य ऐनवेळी घोड्यांना पाणी पाजण्याचे निमित्त करून तळावरुन निघून गेले. सेनापती त्रिंबकराव यांस याची खबरही नव्हती. उरलेल्या सैन्यास घेऊन तळावर पेशव्याला रोखून धरण्यासाठी उभा राहिला. हत्तीला अंदु घालणेत आले. दुपारचे चार वाजेपर्यंत त्याने या अवस्थेत पेशव्याला रोखून धरले. सेनापतिकडील हत्तीवरील माहूत ठार पडला. ऐन समयास

दुसरा माहूत नाही, हे पाहून सेनापती त्रिंबकरावाने पायाने हत्ती चालवून आपल्या तलवारीचे व तिरंदाजीचे पाणी पेशव्याला दाखविले. आता उकाडा असह्य झाला होता. थोडावेळ डोईवरचा टोप त्यांनी उचलून धरला. नेमकी हीच वेळ साधून पेशव्यांचे फौजेतील शिलेदाराने गोळी झाडली. त्रिंबकरावाचे डोक्याची कवटी फुटून ते पडले. गोळी झाडणारा शिलेदार पेशव्यांच्या फौजेत असणारे भाऊसिंग टोके यांचेकडील होता. टोके हे सेनापतीचे सावत्र मामाही होते. शिलेदाराचे गोळीने त्रिंबकराव सेनापतीचा युद्धभूमिवरच प्राण गेला. (१ एप्रिल इ. स. १७३१)

सेनापती त्रिंबकराव दाभाड्यांची मातोश्री उमाबाई मोठी बाणेदार आणि पराक्रमी स्त्री होती. शाहू छत्रपतींच्या देखत एका सेवकाने दुसऱ्याचा वध करावा, ही गोष्ट त्यांचे धनिपणालाही कमीपणा देणारी होती. म्हणून स्वत: शाहू छत्रपतींनी तळेगाव येथे जाऊन उमाबाईंचे सांत्वन केले. बाजीराव पेशव्यालाही त्यांनी उमाबाईंच्या पायावर घातले. तिचा राग शांत केला. सेनापतीची वस्त्रे त्रिंबकराव दाभाडे यांचा धाकटा भाऊ यशवंतराव यांजकडे दिली. 'सेना खास खेल' हे पद बाबूराव धाकटे बंधू यास दिले. काही काळ त्यांनी तळेगांव येथे मुक्काम केला. गुजरातचा सुभा मात्र दाभाड्यांकडेच ठेवला.

औरंगजेब बादशहा दक्षिणेत आला, त्यावेळी राजाराम महाराजांच्या मृत्युनंतर ताराऊराणीने स्वत: तलवार हाती धरून मोगलांचा मुकाबला केला होता. रणांगणावर लढण्याचा पहिला मान ताराऊराणीकडे जातो. अशीच पाळी नंतर उमाबाई दाभाडे यांचेवर आली. गुजरात सुभ्याचे अहमदाबादचे ठाणे ताब्यात घेण्यासाठी मराठी फौजा चालून गेल्या. त्यावेळी उमाबाई स्वत: हातात तलवार धरून या ठाण्यावर चालून गेली.

गुजरात सुभ्यातील अहमदाबादचे हे महत्त्वाचे ठाणे दिल्लीच्या बादशहाचे ताब्यात होते. दिल्लीच्या बादशहाने गुजरात सुभा अभयसिंग या रजपूत सरदाराकडे दिला होता. तो मारवाडचा राजा होता. जवामर्द बावी हा त्याचे वतीने अहमदाबाद सुभ्यावर कामगिरी करत होता. हे मोगलांचे दृष्टीने महत्त्वाचे सुभ्याचे ठाणे होते.

शाहू महाराजांनी ही मोहीम सेनापती दाभाड्यांना सांगितली. त्यावेळी त्रिंबकराव मारला गेला होता. म्हणून यशवंतराव व बाबूराव दाभाडे या लहानग्यांना बरोबर घेऊन स्वत: उमाबाई या मोहिमेवर निघाली होती. तिने दोन्ही पुत्र दोन हत्तींवरील अंबारीत बसविले. स्वत: एका वेगळ्या हत्तीवर बसून बरोबर तलवार, पिस्तुल व पेशकबज यांसह अहमदाबादचे ठाण्यावर चालून गेली. मोगलांचा ठाण्याचा अंमलदार दहा हजार फौजेनिशी चालून किल्ल्याबाहेर आला. तटाचे बाहेरच युद्धास सुरुवात झाली. मोठे रणकंदन माजले. मोगलांचा निभाव लागेना. किल्ल्यात जाऊन त्यांनी दरवाजे बंद करून घेतले. लढाईची सारी सुत्रे हाती असलेल्या उमाबाईलाही मोठा चेव

आला. रणांगणात पडलेले मुडदे तिने एकावर एक रचले. त्या ढिगावरून तिने आपले सैन्य तटावर चढविले. आतील सैन्याला पराभव पत्करावयास लावून अहमदाबाद काबीज केले. (इ.स.१७३२). छत्रपती शाहूच्या कानावर या पराक्रमाच्या व विजयाच्या वार्ता गेल्या. अहमदाबाद काबीज केल्यानंतर उमाबाई सातारा येथे छत्रपतींच्या दर्शनास आली. त्यावेळी स्वत: छत्रपती शाहू महाराज उमाबाईंना सामोरे गेले. ही एक मोठी अपूर्वाई होती. एखादे स्त्रीच्या पराक्रमाचे आदरासाठी तिला सामोरे जाण्याची छत्रपतींची ही पहिलीच वेळ. उमाबाईंच्या पराक्रमावर शाहू छत्रपती संतुष्ट झाले. उमाबाईंच्या अतुल पराक्रमाबद्दल त्यांनी उचित गौरव केला. उमाबाईला किल्ल्यावर नेऊन पायात सोन्याचे तोडे घातले. हत्ती-घोडे बक्षीस दिले. उमाबाईंना धन्य वाटले. रणांगणावर केलेल्या पराक्रमाचे चीज म्हणून सोन्याचे तोडे छत्रपतींकडून बक्षीस मिळविणारी, ही रणशूर महिला पहिलीच म्हणावी लागेल. यापूर्वी आणि नंतरही असा मान कुणाच्या वाटणीस आल्याची नोंद इतिहासात तरी नाही.

गुजरातेत इ.स.१७३२ मध्ये अहमदाबादचे लढाईत उमाबाई मोगलांचा नुसता पराभवच करून थांबली नाही तर 'जनामर्द बाबी' यांजकडून रोख ऐंशीहजार रुपये अहमदाबादचे खजिन्यातून घेतले.

गुजरातचा सुभेदार अभयसिंग यांजकडून गुजरातची चौथाई व सरदेशमुखीचे हक्क करार करून घेतले. बाजीराव पेशवा आणि चिमाजी आप्पा यांनी उभयताबंधुंनी माळवा प्रांतावर स्वाऱ्या करून चौथाई व सरदेशमुखी हक्काचे सनदा कबूल करण्यास बादशहाला भाग पाडले होते. प्रत्यक्ष माळव्याच्या बादशाही सनदा मात्र उभयता बंधुंच्या हयातीत पुण्यास किंवा साताऱ्यास आल्या नाहीत. माळव्याच्या सनदा पेशव्याला इ. स. १७४३ला बादशहाकडून मिळाल्या. यामुळे उमाबाईंच्या पराक्रमाची व तिचे कार्याची महती लक्षात येते.

सेनापती दाभाडे यांचे या विजयाचे साऱ्या मराठी दौलतीत कौतुक झाले. उमाबाईंच्या पराक्रमाची वाहवा झाली. छत्रपती शाहू महाराजांच्या हयातीत दाभाडे सेनापती यांचेकडे पुन: पेशव्यांनी आकसाने पाहिले नाही.

छत्रपती शाहू महाराजांचे निधनानंतर पेशवे हे मराठी दौलतीचे प्रमुख झाले. सातारा राजधानीचे महत्त्व कमी झाले. मराठी दौलतीचा कारभार पुण्याचे शनिवार वाड्यात आला. गुजरातेतील उत्पन्नाची वाटणी घेण्याची पुन: जोरदार खटपट पेशव्यांनी चालू केली.

सातारा येथील छत्रपतिपद हे रामराजा यांचेकडे आले होते. ताराबाईराणी साताऱ्यास होती. रामराजा छत्रपती ताराऊराणीचे पसंतीने गादीवर आला होता. तो राणी ताराऊंचे मार्गदर्शनाप्रमाणे कारभार करील, ही ताराऊराणीची अपेक्षा फोल ठरली होती. रामराजा छत्रपती पेशव्यांचे तंत्राने चालू लागले. सेनापती दाभाडे व

त्यांचा हस्तक दमाजी गायकवाड हे मूळ ताराबाई पक्षाचे होते. यांतील दमाजीस पेशव्यांनी आपल्या बाजूस वळवून घेतले. त्याला गुजरातेतील सुभ्याचे आमिष होतेच. आता यशवंतराव दाभाड्यांना यांतील कुटील डाव न समजल्यामुळे गुजरातच्या सुभ्याच्या तोडग्याची मसलत करण्यासाठी उमाबाईंना घेऊन पेशव्यांचा मुक्काम आळंदीच्या बाजूस होता तिथे गेले.

पेशव्यांनी लगेच उभयता माय-लेकरांना कैदेत टाकले. उमाबाई व यशवंतराव यांना पुण्यास आणून कैदेत टाकले. त्यांची जहागीर जप्त केली. नानासाहेब पेशव्यांच्या कैदेत असताना पुढे उमाबाईंना मृत्यू आला. पायांतल्या बेड्या मृत्यू नंतरच निघाल्या.

उमाबाईने अहमदाबाद सुभ्याचे लढाईत स्वतः तलवार गाजवून शाबासकी मिळविली. छत्रपतींनी पायांत सोन्याचे तोडे घातले. पुनः काळ फिरला, याच गुजरातेतील सुभ्याचे चौदा महाल देऊनही त्यात पेशव्यांचे समाधान झाले नाही. त्यांनी दाभाड्यांची जहागीरच जप्त केली. यशवंतराव आणि उमाबाई यांना कैदेची वाट धरावी लागली. शाहू महाराजांप्रमाणे आता उमाबाईंची बाजू घेणारे मराठी दौलतीत कुणी राहिले नव्हते. उगवत्या सूर्याला नमस्कार करणारे सारेजण पेशव्यांचे ओंजळीने पाणी पीत होते. स्वतः छत्रपतींना व ताराऊराणीला कैदेत पडण्याची पाळी आली, तिथे सेनापतींच्या मातोश्री उमाबाईंच्या कैदेची विचारपूस कोण करतो?

पेशव्यांच्या कैदेत पुण्यासच त्यांना मृत्यू आला. (१८ सप्टेंबर इ. स. १७५३).

दिल्लीच्या बादशहाला सतत सात वर्षे समरांगणावर टक्कर देऊन मराठी दौलतीच्या रक्षणाचे अलौकिक कार्य करणाऱ्या ताराऊराणी यांनाही नंतर सातारा गडावर कैदेत मृत्युला सामोरे जावे लागले. तसेच उमाबाई दाभाडे या सेनापती खंडेराव दाभाडे यांच्या पत्नी. त्रिंबकराव दाभाडे सेनापती यांच्या मातोश्री. यांनीही अहमदाबादचे मोगली सुभ्याचे ठाणे तलवार गाजवून जिंकले, त्यांनाही पुढे पेशव्यांच्या कैदेतच मृत्यू आला.

दौलतीचे रक्षण करणेसाठी त्यांनी केलेले पराक्रमाचे राज्यकर्त्यांना विस्मरण झाले. पेशव्यांना या दोन शूर पराक्रमी स्त्रियांचा वापर मराठी दौलतीचे भल्यासाठी करून घेता आला असता, तर मराठी दौलत खूपच मजबूत झाली असती.

पुढे नानासाहेब पेशव्यांचे काळातच पानिपतचे युद्धात मराठी दौलतीचे सेनापती सदाशिवरावभाऊ आणि लाखो वीर प्राणांस मुकले. जुनी पराक्रमी घराणी स्वराज्य कामी लावण्यात पेशव्यांना जे अपयश आले, त्याचाच तर हा परिणाम नसावा?

या पार्श्वभूमिवर उमाबाई दाभाडे यांचा शूरपणा व पराक्रम, एक तलवार गाजविणारी महिला म्हणून अद्याप मराठी मनाला भावतो, यात शंका नाही. उमाबाईने अहमदाबादचे मोगली सुभ्याचे ठाणे तलवारीच्या जोरावर पराक्रम करून मोगलांकडून

हिसकावून घेतले. यातून सेनापती दाभाडेंचा हस्तक दमाजी गायकवाड याने पुढच्याच वर्षी या अभयसिंगची राजपुतान्यातील राजधानी जोधपुरावरच चाल करून हल्ला चढविला.

जोधपूर शहराचा बचाव करण्यासाठी अभयसिंग सुभेदारास अहमदाबादचा नाद सोडून मारवाडात जावे लागले.

यावरून उमाबाई दाभाडे यांचेकडून अहमदाबाद सुभ्याचे लढाईत दाखविलेले शौर्य मराठी वीरांना मोठे स्फुरण देणारे ठरले, यांत शंकाच नाही.

अजिंक्यतारा

दर्याबाई निंबाळकर

छत्रपती राजाराम सिंहगडावर मृत्यू पावले त्यावेळी त्यांचा 'शिवाजी' हा मुलगा चार वर्षांचा होता. त्यालाच ताराबाईने गादीवर बसवून औरंगजेबाच्या मृत्यूपर्यंत थेट बादशहाला व त्याचे मोगली आक्रमणाला धैर्याने तोंड दिले. इ. स. १७०७ साली बादशहा मृत्यू पावला. छत्रपती संभाजीच्या वधानंतर त्याची राणी येसूबाई व मुलगा शाहू बादशाही कैदेत होते. यांतील फक्त शाहूला बादशहाचा पुत्र आज्जम याने उत्तरेकडील प्रवासात सोडून दिले. शाहू दक्षिणेत आला. चार-पाच महिन्यांत त्याने सातारा राजधानी काबीज करून स्वत:चा राज्याभिषेक करवून घेतला.

इ. स. १७१० साली ताराबाईराणीने कोल्हापूर येथे स्वत:चे मुलास राज्याची स्वतंत्र गादी निर्माण करून राज्याभिषेक केला. यानंतर इ.स.१७१४ चे दरम्यान ताराबाई आणि तिचा पुत्र छत्रपती शिवाजी यांना कोल्हापूर येथील राजघराण्यात सत्तांतर झालेने राजसबाईंच्या कैदेत पडावे लागले. त्यांचा मुलगा छत्रपती शिवाजी हाही यावेळी कैदेत पडला. या छत्रपतीचा मृत्यू पुढे कैदेतच झाला. शिवाजीला कृष्णाबाई तथा दर्याबाई नावाची मुलगी झाली होती. या मुलीचे पाठीवर मुलगा जन्मला; पण भवानीबाई गरोदर असतानाच शिवाजीचा मृत्यू इ. स.१७२६ ला कैदेत झाला.

सातारा येथे राजधानी ताब्यात आलेनंतर शाहू छत्रपतीने इ.स.१७४९पर्यंत मराठी दौलतीचा कारभार केला. इ.स.१७३१मध्ये त्यांनी कोल्हापूरचे छत्रपती संभाजी राजेंना वारणेच्या तहानुसार स्वतंत्र मुलूख देऊन दक्षिणेकडील भाग राज्य कारभारासाठी तोडून दिला.

शाहू छत्रपतींनी चाळीस-बेचाळीस वर्षे मराठी दौलतीचे राज्य केले. इ.स.१७४९ साली वृद्धत्वाने त्यांचे निधन झाले. त्यापूर्वीच हैदराबादचा निजाम याचेही निधन आदले वर्षी झाले होते. दक्षिणेकडील राजकारणात सत्तेची मोठी

पोकळी निर्माण झाली होती. शाहू महाराजांना पुत्र संतान नव्हते. मराठी दौलतीचा कारभार कुशलतेने चालविणारा राजा सातारचे तक्तावर असणे गरजेचे होते.

शाहू छत्रपतींनी पेशव्यांवर विश्वास दाखवून वंशपरंपरेने त्यांचेकडे पेशवेपद दिले होते. बाळाजी विश्वनाथ हा पहिला पेशवा तर मागाऊन बाजीराव व शाहूच्या मृत्यूसमयी बाळाजी बाजीराव हा पेशवे पदावर काम करीत होता. मराठी दौलतीचा विस्तार उत्तर हिंदुस्थानात खूपच विस्तारला होता. माळवा, गुजरात, राजस्थान, जाटवाडा, ते तहत बंगालपर्यंत मराठी सत्ता विस्तारली होती. या साऱ्या भागाचे राजकारण ध्यानात घेऊन राज्यकारभार पाहणारा गादीचा वारस सातारचे गादीवर येणे जरुरीचे होते.

शाहू महाराजांनी मृत्युपूर्वी दत्तक घेऊन गादीचा वारस निवडला नव्हता. शाहू आणि त्यांची राणी सकवारबाई यांचे याबाबत दोन टोकाची भिन्न मते होती. राजा शाहू छत्रपती यांनी मृत्युपूर्वी तीन-चार वर्षे अगोदर गादीचा भावी वारस कोण असावा, याचा खल गोविंदराव चिटणीस, यशवंतराव पोतनीस, देवराम मेघ:श्याम या विश्वासू कारभाऱ्यांमार्फत चालू केला होता. ताराऊराणी वारणेच्या तहापासून सातारा येथेच गडावर राहत होत्या. त्या शाहूंच्या नजरकैदेत होत्या. त्यांनी स्वत: शाहू महाराजांची गाठ घेऊन आपला नातू 'रामराजा' म्हणजे शिवाजीचा मुलगा, यास दत्तक घेण्याबाबत सल्ला दिला होता. हा 'रामराजा' आता वीस एक वर्षांचा झाला होता. तो यावेळी 'पानगाव' येथे त्याचे बहिणीकडे अज्ञातवासात दिवस काढीत होता.

कोल्हापूर येथे यावेळी राजसबाई राणीचा पुत्र 'संभाजी' हा राजा म्हणून कारभार करीत होता. या छत्रपती संभाजीकडून 'रामराजा'चे जीवाला अपाय होण्याचा धोका होता. म्हणून लहानपणापासून त्यास अज्ञातवासात वाढविले होते. त्याचे जन्माची हकिकत शाहू महाराजांना नवीन होती. ती ताराऊराणीने शाहू महाराजांना ऐकविली.

ताराऊपुत्र शिवाजी यांस प्रथम 'दर्याबाई' ही कन्या झाली. नंतर भवानीबाईराणी गरोदर असतानाच इ.स.१७२६ मध्ये २४ मार्चला शिवाजीराजे देवीच्या रोगाने मयत झाले. यावेळी सर्व जण छत्रपती संभाजी व राजसबाई यांचे कैदेत होते. शिवाजीच्या मृत्युनंतर भवानीबाई प्रसूत झाली. तिला मुलगा झाला. तोच हा 'रामराजा.' कोल्हापूरच्या छत्रपतींपासून या मुलाच्या जीवाला अपाय होऊ नये, यासाठी ताराबाईनेच युक्तीने मुलास अफू जास्त झालेने ते दगावले, अशी बतावणी केली. काकासाहेब भोसले जिंतीकर हे मुलास अपाय होऊ नये, म्हणून सतत दक्षता बाळगत होते. त्यांनी मृत मुलास बाहेर पुरण्यास नेण्याचा बहाणा करून मूल बाहेर काढले. मूल पुरण्याच्या खड्ड्यात कोंबडी व भाकर घालून खड्डा भरला व खासगी कोतवालीचे घरी हे मूल रात्रीच्या समयी पोहोच केले. भवानीबाई ही सुद्धा अंधाऱ्या रात्री गडाखाली मुलास

घेऊन आली होती. पुढे या मुलाची आई भवानीबाई ही सुद्धा मृत झाली. मुलाचा सांभाळ रजपूत कुटुंबाने काही काळ केला. बावड्याला काही दिवस काढलेनंतर खाली कोकणात काही वर्षे सांभाळ या रजपुत कुटुंबाने केला. नंतर या मुलाला तुळजापूर येथे काही काळ अज्ञातवासात ठेवल्यानंतर इ. स.१७४५ च्या दरम्यान पानगावी दर्याबाईकडे पोच केले. तो आता वीस एक वर्षांचे वयाचा झाला होता.

ही हकिकत ऐकून शाहू महाराजांनी तिची खात्री करून घेण्यासाठी या साऱ्या घटनांचे माहीतगार भगवंतराव अमात्य यांस बोलावून घेतले. त्यांनी मूल जन्माचे हकिकतीला दुजोरा दिला. गोविंदराव चिटणीस यांचे हातावर कृष्णेचे उदक भगवंतराव अमात्यांनी या गोष्टीचे सत्यतेबाबत सोडले.

मुलगा राजबीजाचा असलेने त्यासच सातारचे गादीवर बसविण्याचे निश्चित केले. राणी सकवारबाईंच्या कानी या गोष्टी गेल्या, तेव्हा त्यांनी या गोष्टीला सक्त विरोध केला. त्यांचा ओढा नागपूरकर रघुजी भोसले यांचा पुत्र मुधोजी, यास दत्तक घेऊन सातारचे गादीवर बसविण्याचा स्पष्ट झाला होता. हा मुलगा राणी सकवारबाईंचे चुलत बहिणीचा होता.

यापैकी सत्ता कुणाकडेही गेली तरी ती पेशव्यांना अडचणीची होणार होती. ताराबाई, नागपूरकर भोसले, तसेच कोल्हापूरकर संभाजीराजे यांचा आणि पेशव्यांच्या कारभाराचा मेळ बसणे शक्य नव्हते. पेशव्यांचे बाजूस फक्त शाहू छत्रपतीच काय ते होते. ही त्यांची जमेची बाजू होती. तसेच पेशव्यांची लष्करी ताकद ही सुद्धा निर्णायक जमेची बाजू त्यांना प्राप्त झालेली होती.

सातारा अदालत वाड्यातील व राणीवसाकडील बातम्या पेशव्याने काढून, परिस्थिती अचानक गंभीर वळणावर जाऊ नये, म्हणून सातारा येथे स्वत:च हजर राहण्याचा निर्णय घेतला. होळकरादी सरदार बरोबर घेतले. तीस हजारांचे सैन्य बरोबर घेऊन पेशव्याने सातारा येथे तळ ठोकला. ता.२१ ऑगस्ट, इ. स. १७४९ ला पेशवा सातारा येथे आला. तो एप्रिल इ. स. १७५० पर्यंत जातीने सातारा येथेच राहिला. शाहूचा उत्तराधिकारी आपले सत्तेला मान तुकविणाराच असावा, अशी त्याची धडपड होती. अन्यथा एवढी मोठी फौज व प्रमुख सरदार सातारा येथे आणण्याचे प्रयोजन नव्हते.

रामराजा यासच आपला उत्तराधिकारी म्हणून गादीवर बसविण्याचे शाहू छत्रपतीने ठरविले तरी हा बेत अगदी गुप्त होता. तो राणी सकवारबाईला कळू दिला नव्हता. गादीवर येणारा राजा 'पानगाव' येथे बहिणीकडे राहत होता. त्याचा सांभाळ दर्याबाई निंबाळकर करीत होती.

'पानगाव' हे दर्याबाईंचे सासर, निंबाजीराव निंबाळकर हे तिचे पती. दर्याबाईंच्या लग्नाची तारीख इतिहासात नमूद नाही; पण दर्याबाई पाच-सहा वर्षांची झालेनंतर

तिचे लग्न झाले असावे, असे वाटते.

लग्नानंतर शाहू छत्रपतींनी दर्याबाईला इ. स.१७३९ साली आपणाजवळ बोलावून घेतलेचे दिसून येते. तिला त्यांनी सातारा येथे काही दिवस ठेवून घेतले. परत जातेवेळी तिचे अंगावर दहा हजार रुपयांचे दागिने घातले. हत्ती, घोडे भेट दिले. तिची रवानगी सन्मानपूर्वक करण्यात आली.

यावरून सातारा येथील वास्तव्यात दर्याबाईला मराठी दौलतीचा विस्तार, पेशव्यांचा कारभार, शाहू महाराजांचे इतर मोठमोठे सरदार यांचे कामकाजाची बरीच माहिती झाली असावी, असे वाटते. शाहूमहाराजांना यावेळी सुद्धा रामराजाची जन्माबाबतची हकिकत कुणी सांगितली नाही.

डिसेंबर इ. स.१७४९ शाहू छत्रपतींचे निधन झाले. पेशव्याने लगेच शहराची व अदालतवाड्याची नाकेबंदी केली. छत्रपतींच्या बाजूचे त्यांचे कट्टर पुरस्कर्ते दादोबा प्रतिनिधी व त्यांचा मुतालिक यमाजी शिवदेव यांना कैदेत टाकले. राणी सकवारबाईंना त्यांचे वडील कुँवरजी शिर्के यांचेकडून समजावून सांगून सती जाण्यास प्रवृत्त केले. नंतर शाहू छत्रपतींचा अंत्यविधी 'माहुली' येथे कृष्णातिरी पार पडला.

दुसरे दिवशी पानगावला रामराजांना आणणेसाठी फौजफाटा रवाना केला. सोबत खंडेराव चिटणीस, महादोबा पुरंदरे, तसेच ताराबाईंचे विश्वासातील चिंतो विनायक अशी कर्ती माणसे रवाना केली. सोबत पाच हजारांची फौज दिली.

सर्व जण पानगाव येथून दर्याबाई निंबाळकर आणि रामराजा यांना घेऊन साताऱ्याकडे रवाना झाले. २६ डिसेंबर १७४९ ला हा सारा लवाजमा वडूथ येथे पोहोच झाला. ४ जानेवारी इ. स. १७५० रोजी मुहूर्त पाहून त्यांनी शहरात प्रवेश केला. त्याच दिवशी रामराजाचा राज्यारोहण समारंभ पार पडला.

येथपर्यंतच्या घटना पेशव्यांना हव्या त्याप्रमाणे घडून आल्या. येथून पुढे दररोजचा कारभार छत्रपती पाहणार होता. कैदेत जन्म झालेला हा राजा आतापर्यंत अज्ञातवासांतच राहिला होता. त्याने जन्म देण्याऱ्या पित्याला पाहिले नव्हते. त्याची आई लहानपणीच मृत्यू पावली होती. त्याने त्याची आजी ताराऊराणी हिलासुद्धा पानगावहून येईपर्यंत पाहिले नव्हते. सारे आयुष्य जीवाच्या भीतीने भटकंतीत गेलेले. त्याला कुणी शिक्षण दिलेले नव्हते. राज्यकारभाराचे धडे कुणी शिकविले नव्हते. दर्याबाई ही बहीण सोडली तर त्याला जवळचे आप्तही कुणी उरले नव्हते. दर्याबाई ही त्याची थोरली बहीण हीच काय ती गेले चार-पाच वर्षांत त्याला शिकवू शकली असेल तेच त्याचे शिक्षण. तोच त्याचा अनुभव होता. पेशव्याने कर्नाटक मोहीम हाती घेतली होती. या चार-पाच वर्षांत त्रिचनापल्लीपर्यंत मराठ्यांनी धडक मारली होती. रघुजी भोसल्याने त्रिचनापल्ली ताब्यात घेतली होती. दक्षिणेकडील सारे नवाब मराठ्यांच्या सत्तेपुढे दुबळे झाले होते. दमणचेरीच्या लढाईत मराठ्यांना प्रचंड विजय

प्राप्त झाला होता. उत्तरेकडील मराठी सरदार शिंदे, होळकर यांनी राजस्थानातील राजकारणात हात घालून रजपुतांवर जरब बसविली होती.

या साऱ्यांचे मध्यवर्ती सत्तेचे ठिकाण म्हणजे सातारा होते. नुकताच गादीवर आलेला राजा यासर्व गोष्टींना अनभिज्ञ होता. त्याला या गोष्टी समजावून सांगून दौलतीचा कारभार पुढे चालविण्यासाठी आता पेशवा आणि ताराबाई राणीसाहेब पुढे सरसावल्या होत्या.

नवीन रामराजा आपले धोरणानुसार व आपले सल्ल्यानुसार वागेल व त्याप्रमाणे पुढील पाऊल टाकेल, अशी अपेक्षा ती करून होती. एकदा रामराजा आपले कह्यात आला म्हणजे प्रत्यक्ष पेशवा आणि सारी मराठी दौलत आपले तंत्रानुसार चालणार, अशी ताराबाईंची समजूत होती. उलट नानासाहेब पेशव्यांना हा नवीन राजा आपले धोरणानुसार चालणारा असावा, असे वाटे. जर रामराजाने ताराबाईंच्या धोरणाला उचलून पाठिंबा दिला तर राज्यात बखेडा माजून अनंत घोटाळे माजतील, अशी भीती त्याला वाटे. त्यामुळे रामराजा आपले तंत्राने कसा वागेल, यासाठी लागेल ती उपाययोजना करण्याची पेशव्याची तयारी होती. कोणताही पक्ष माघार घेण्याचे स्थितीत नव्हता. ताराऊराणी गडावर राहून बातम्या काढीत असे. त्यानुसार पुढील मनसुबे तयार करीत असे. पेशव्यांचा तळ खुद्द सातारा शहरालगतच होता. पेशव्याने आणलेले सरदार लष्करी ताकदीने प्रसंगास सामोरे जाण्याचे तयारीत होते. त्याची सुरुवात म्हणजेच सातारा शहराची त्यांनी केलेली नाकेबंदी.

साऱ्या घटना वेगाने घडत होत्या. रामराजाची बहीण दर्याबाई ही पानगावहून सातारा येथे त्यांचेबरोबर आलेली होती. गेले चार-पाच वर्षांत रामराजा तिचेच सहवासात वाढला होता. रामराजाने पेशवा, शिंदे, होळकर, प्रतिनिधी, सचिव किंवा अन्य कोणाही सरदाराला पाहिले नव्हते. त्यामुळे दर्याबाई निंबाळकर हीच या अडचणीच्या वेळी रामराजाला काही सल्ला देणारी अती जवळची व्यक्ती होती. रामराजाने राज्याभिषेक झालेनंतर निंबाजी निंबाळकर या दर्याबाईच्या नवऱ्यास मराठी दौलतीचे सरलष्करपद देऊन त्याचा बहुमान वाढविला होता.

दर्याबाई ही रामराजापेक्षा दोन वर्षे वयाने मोठी होती. त्यावेळी तिचे वय पंचवीस ते सव्वीस वर्षांचे होते. रामराजाचा बहिणीवर पूर्ण विश्वास होता. रामराजाची ही बहीण सातारा येथे एक वर्ष राहिली. तेवढ्या अवधित सातारा येथे अनेक गुंतागुंतीची प्रकरणे घडून आली.

दादोबा प्रतिनिधी व त्याचा मुतालिक यमाजी शिवदेव यांस पेशव्याने अटकेत टाकले होते. कऱ्हाड हे प्रतिनिधीचे जहागिरीचे स्थळ होते. तसेच सांगोला, मंगळवेढा, सिंहगड ही महत्त्वाची ठाणी प्रतिनिधीच्या ताब्यात होती. ती पेशव्याने मागितली. रामराजा छत्रपतींच्या हुकूमाशिवाय ती ठाणी पेशव्यांकडे देण्यास त्याने

नकार दिला.

या गोष्टीचा सोक्षमोक्ष लावण्याचे पेशव्याने ठरविले. ताराबाईने प्रतिनिधीची बाजू घेतली, म्हणून पेशव्यांचे बंधू सदाशिवराव भाऊंनी सांगोला मोहीम हाती घेतली. तो स्वत: मोहिमेवर निघाला तसेच छत्रपती रामराजाला त्याने बरोबर घेतले.

सांगोला येथे जाऊन त्या ठाण्याला सदाशिवराव भाऊंनी वेढा घातला. आठ दिवस संग्राम करून त्यांनी हे ठाणे ताब्यात घेतले.

याच मोहिमेत संधी साधून सदाशिवराव भाऊ यांनी छत्रपती रामराजाशी लेखी करार करून सारी सत्ता पेशव्यांकडे लावून घेतली. यासच 'सांगोला करार' म्हणतात. यांतील तरतुदींमुळे सातारा राजधानीचे महत्त्व पार निकाली निघाले. दौलतीचा सारा कारभार आणि सत्ता पुण्यास हलविली. छत्रपतींची सत्ता फक्त नावालाच राहिली.

छत्रपतींनी त्यांचे खर्चाची सोय लावून घेतली. सचिव, प्रतिनिधी, सेनापती राजाज्ञा अशा दरबारातील जुन्या मंडळींचे सारे महत्त्व या 'सांगोला करारा'ने लयाला गेले.

दर्याबाई निंबाळकर या रामराजा छत्रपतींची बहीण. नाजूक आणि अती गुंतागुंतीच्या प्रसंगी ती भावाला मोलाचा सल्ला देत होती. रामराजा गादीवर बसल्यानंतर घडलेल्या साऱ्या प्रसंगांनी बावरून गेला होता. छत्रपतींचा कल पेशव्याच्या बाजूला वळविण्याची महत्त्वाची कामगिरी ती यावेळी करत होती. तिचा जीव सुद्धा या काळात संकटात होता. सारे संशयाचे वातावरण जिकडे तिकडे पसरलेले होते. ताराबाई आणि रामराजा छत्रपती तसेच पेशवे आणि ताराबाई यांचेतील संघर्षामुळे परिस्थिती कोणते वळणावर जाईल, याचा नेम नव्हता. त्यामुळे दर्याबाईला साऱ्या गोष्टी सावधपणे पार पाडाव्या लागत असणार, यात शंका नाही.

जुन्या कारभाऱ्याकडे शौर्य व धाडस यांचा अभाव होता. लष्करी जमाव पुरेसा नव्हता. उलट पेशव्यांकडे लष्करी ताकद मोठी होती. तसेच पेशव्यांचे प्रमुख सरदार हे शूर आणि धाडसी व फौजबंद होते. राजस्थानपासून ते बंगालपर्यंत आणि दक्षिणेकडे अर्काट, त्रिचन्नापल्ली, जिंजी, वेल्लोरपर्यंत मराठी दौलत आता विस्तारली होती. याचा आटोप पेशव्यांशिवाय इतर कुणी करू शकणार नाही, फक्त पेशवाच काय तो यासाठी समर्थ आहे, हा भाव तिने वरचेवर रामराजाला समजावून दिला. त्यायोगे 'पेशवा' हाच राज्याचा खरा चालक आहे, ही गोष्ट छत्रपतींनी सांगोला कराराने मान्य केली.

मराठी दौलतीचा कारभार शाहू छत्रपतींच्या निधनानंतर एका ऐतिहासिक वळणावर येऊन ठेपला असता दर्याबाईने अल्पकाळच; परंतु महत्त्वाची कामगिरी करून मराठी दौलतीच्या इतिहासात आपले कर्तृत्व दाखविले, यात शंकाच नाही. याच प्रवाहानुसार पुढील साठ-सत्तर वर्षांचा इतिहास घडत गेला.

पेशवे मराठी दौलतीचे धनी झाले; पण त्यांना जुन्या सरदारांच्या तोलाची माणसे लगेच निर्माण करता येणे शक्य नव्हते. सेनापती दाभाडे, ताराबाई, प्रतिनिधी, सचिव, आंग्रे यांसारखे अनुभवी व माहीतगारांचा योग्य उपयोग स्वराज्य बांधणीकामी करून घेता आला नाही. त्यामुळे पेशव्यांचा धाकटा भाऊ 'राघोबा' याचे कारभारात महत्त्व वाढत गेले. तो दुर्बल मनाचा, हलक्या मनोवृत्तीचा व धरसोडवृत्तीचा इसम होता. इ. स. १७५१ ते. इ. स. १७५९ पर्यंतचे उत्तरेकडील महत्त्वाचे लष्करी डावपेच ओळखून काम करण्यास तो कुचकामी ठरला. पेशव्यांचे धोरण फसत गेले. त्यामुळे पानिपतावर मराठ्यांचा प्रचंड पराभव झाला. सत्ता ऱ्हास पावण्यास सुरुवात झाली.

छत्रपती रामराजाजवळ एक वर्ष राहून दर्याबाई परत पानगावास आली. ती पुन: सातारा येथे गेली नाही. सातारा येथे झालेल्या गुंतागुंतीमध्ये ताराबाईंना मोठी माघार घ्यावी लागली. त्यातच त्यांनी गडावर छत्रपतींना बोलवून घेऊन त्यास नजरकैदेत टाकले. ताराबाईंच्या हयातीपर्यंत त्यांची पुन: सुटका झाली नाही. स्वत: पेशव्यांनीही पुन: यांत काही केले नाही.

मराठी दौलतीचे इतिहासात एका मोक्याचे क्षणी 'दर्याबाई' या छत्रपतींच्या कुळातील कन्येने पेशव्यांची बाजू धरली. त्यामुळे सातारा येथे येऊ घातलेली अंतर्गत यादवी काहीशी बोथट झाली. दौलतीचा कारभार पुण्याला आला. पुणे राजधानीचे शहर म्हणून दिमाखाने मिरवू लागले. पुण्याचा 'शनिवारवाडा' आणि साऱ्या पेठा गजबजून गेल्या. इंग्रज, फ्रेंच अशांच्या वकिलाती पुण्यास आल्या. हिंदुस्थानातील साऱ्या राजे-राजवाड्यांचे लक्ष येथून पुढे पुण्याच्या शनिवारवाड्याकडे साठ-सत्तर वर्षे सतत लागून राहिले.

ही सारी किमया या 'सांगोला करारा'ने घडून आली. तसेच या 'करारा'स संमती देण्यासाठी मार्ग दाखविणारी पडद्याआड राहून सल्ला देणारी 'दर्याबाई' ही सुद्धा महत्त्वाची व्यक्ती ठरली, यात शंका नाही.

'पानगाव' हे गाव सोलापूर जिल्ह्यात बार्शी तालुक्यात आहे. या ठिकाणी रामराजा राहत असलेला 'सरकार वाडा' आहे. सचिव दप्तरदार आणि त्यांचे दिमतीस असणाऱ्यांचे भग्न वाडे आहेत. सरलष्कर निंबाळकर यांचे हत्तीसाठी बांधलेला हत्ती-तलाव आहे. दर्याबाई व तिच्या वंशजांच्या समाध्या आहेत.

'दर्याबाई' एक वर्ष सातारा येथे होती. त्यावेळी सरलष्कर निंबाजी निंबाळकर यांचे घराण्यास पाच लाख रुपये उत्पन्नाची जहागिरी देण्याची एक महत्त्वाची योजना त्यावेळी आकाराला येत होती. फत्तेसिंग बाबा भोसले यांचे जहागिरीतील काही महाल दर्याबाईंच्या घराण्याला देण्याची ती योजना होती. पण या धामधुमीत ही गोष्ट तडीस गेली नाही. शिवाय फत्तेसिंग बाबाच्या काही महालावर पेशव्यांचाच डोळा

होता. त्यामुळे ही गोष्ट घडून आली नाही. पानगाव येथे राहून, पुढे या गोष्टीचा दर्याबाईने छत्रपतींकडे पुनः पाठपुरावा केला नाही. कारण तो स्वतःच कैदेत होता.

जर ही गोष्ट त्यावेळी अंमलात येती तर पानगावचे निंबाळकर घराणे ब्रिटिश अमदानीत सुद्धा एक संस्थानिक म्हणून आस्तित्व टिकवून राहिले असते, यात शंका नाही.

पन्हाळा सज्जाकोठी

शाहू छत्रपतींचे निधनानंतर दौलतीचा कारभार पेशव्यांकडे आला. सातारा राजधानी मागे पडली. पुणे राजधानीचा बोलबाला वाढू लागला. छत्रपतींच्या हयातीत दौलतीच्या कारभारात वेळप्रसंगी छत्रपतींच्या राण्या भाग घेत. शाहू छत्रपतींच्या राण्या-सगुणाबाई, सकवारबाई. त्यांचो रक्षा बिरूबाई यांनी काही प्रसंगी कारभारात लक्ष घालून केली व छत्रपतींना त्यानुसार निर्णय घ्यावे लागले.

पेशवा पत्नी गोपिकाबाईंच्या बाबत असेच घडून आले. सांगोला कराराने पेशवे मराठी दौलतीचे सर्वेसर्वा झाले. त्यामुळे गोपिकाबाई या सुद्धा दौलतीच्या कामी लक्ष देऊ लागल्या.

नानासाहेब पेशव्यांच्या काळात मराठी सत्ता कळसास पोचली. भिमाकाठची घोडी गंगा-यमुना पार झाली. रावी सतलजचे पाणी प्यायली. अटकेपार होऊन ती पेशावरपर्यंत पोच झाली. दक्षिणेकडेही मराठी राज्य समुद्रास जाऊन भिडले. ओरिसा आणि वंग भूमित मराठी सत्ता स्थापन झाली. मराठी माणसाला ही गोष्ट अभिमान वाटावी, अशी होती. मराठी वीरांच्या पराक्रमाने हे घडून आले. स्वत: नानासाहेब पेशव्याने उत्तरेकडे तीन स्वाऱ्या केल्या होत्या. गोपिकाबाई पेशव्यांचेबरोबर हजर

गोपिकाबाई पेशवे

राहत असे. 'सांगोला करारा'ने पेशवे सत्तेचे मालक झाले. गोपिकाबाई सुद्धा अधिक सक्रीयपणे कारभारात लक्ष घालू लागली.

रास्ते घराणे हे गोपिकाबाईंचे माहेर. रास्ते हे पेशव्यांचे सरदार. गोपिकाबाईंचे लहानपण वाई-सातारा येथे गेले. गोपिकाबाईंचे लग्न स्वत: शाहूंनी नानासाहेब पेशव्यांशी जमविले. तसेच या लग्नास हजर राहून ते थाटाने पारही पडले. हे लग्न ११ जानेवारी इ. स. १७३० मध्ये पार पडले. त्यावेळी गोपिकाबाईं ६ वर्षांच्या होत्या. गोपिकाबाई आणि नानासाहेब हा जोडा मोठा रूपवान होता. साऱ्या मराठा मंडळावर उभयतांची लगेच छाप बसत असे. त्यांना विश्वासराव, माधवराव, नारायणराव अशी तीन अपत्ये झाली.

आपल्या मुत्सद्देगिरीने व मधुरवाणीने नानासाहेब दौलतीचे काम पार पाडीत असत. गोपिकाबाईंचा स्वभाव मात्र करारी, हट्टी आणि काहीसा अहंकारी होता.

पेशवाईतील आपले मुलांचे व पतीचे महत्त्व दौलतीत एकमेव कसे राहील, यासाठी ती कटाक्षाने दक्ष राहत असे.

राघोबा पेशवा नानासाहेबांचा धाकटा भाऊ. पेशव्यांचे हुकूमाने तो दोन वेळा उत्तर हिन्दुस्थानच्या मोहिमेवर जाऊन आला. पेशव्यांनी दिलेली कामगिरी त्याला पार पाडता आली नाही. दौलतीवर कर्ज करून दोन्ही वेळा तो परत आला. त्यामुळे अहमदशहा अब्दालीचा उत्तरेकडे नीट बंदोबस्त होऊ शकला नाही. त्याचे बळ वाढतच गेले. दिल्लीच्या सत्तेवर त्याचा शह बसला. सिंध, पंजाब, मुलतान ही मोक्याची व सुभ्याची ठिकाणे तो बळकावून बसला. थेट दिल्लीवर त्याने शह बसवून दिल्लीच्या तक्ताची उलथापालथ केली. त्यांचे बंदोबस्तात कामगिरीवर गेलेल्या दत्ताजी शिंद्यांना दिल्लीजवळ 'बरारी घाटा'वर गाठून त्याने ठार मारले. या बातम्या दक्षिणेत आल्या. त्यामुळे मराठी मुलखात मोठी खळबळ माजली. पेशव्यांचे सत्तेस मोठे आव्हान निर्माण झाले. नजिबखान रोहिल्याने सारा उत्तर हिंदुस्थान भारून टाकला होता.

यावेळी निजामावर विजय मिळाल्याने सारेजण आनंदात होते. नानासाहेब पेशवा नगर येथे होता. भाऊसाहेब उदगीर येथे होता. 'सांगोला करारा'ने सर्वसत्ताधीश झालेल्या पेशव्यांचा हा वैभवाचा काळ होता. यशाची कमान चढती होती. उत्तरेकडे मोगलांची बादशाही दुर्बल झाली होती. पठाणी सत्तेच्या आक्रमणाला आळा बसावा म्हणून बादशहाने मराठ्यांशी करार करून त्यांना दिल्लीच्या राजकारणात गुंतवून टाकले. हा करार २३ एप्रिल इ. स. १७५२ ला 'कनोज' येथे झाला होता. दिल्लीच्या बादशहाचे पठाणांच्या आक्रमणापासून बचाव करण्याचे मराठ्यांनी कबूल केले. हा 'अहमदिया करार' म्हणून ओळखला जातो.

दत्ताजी शिंद्यांच्या वधामुळे उत्तरेकडे खासा पेशव्याने मोहीम हाती घ्यावी किंवा त्याच तोडीचा खंबीर व लष्करी कामाची नेटाने तड लावणारा, सदाशिवराव

भाऊंसारखा खंबीर पुरुष तरी पाठवावा. त्याशिवाय उत्तरेकडील राजकारण सुधारणार नाही, असा विचार मराठी धुरीणांत जोर धरू लागला. पेशव्यांनाही ही निकड पटली. नुकताच निजामावर विजय मिळविला असल्याने सारी कर्ती माणसे, सरदारधुरीण यांचा 'पटदूर' येथे खल चालू होता. मागील दहा वर्षांच्या कामगिरीचा आढावा घेतला जात होता. रघुनाथराव पेशव्यांचे कर्तृत्वावर सारे खापर फुटत होते. त्यांतूनच आताची मोहीम खासा भाऊसाहेबांनीच शिरावर घ्यावी, असे ठरले. तशी तयारी चालू झाली.

उत्तरेकडील या मोहिमेत भाऊसाहेबांना यश प्राप्त झाले, तर ते तिकडेच सत्ताधीश होण्याचा धोका होता. बरोबर पार्वतीबाई जाणार होती. त्यामुळे पुन: दक्षिणेकडे भाऊसाहेब येण्याचे कारणच राहणार नाही, हे पेशव्यांची पत्नी गोपिकाबाई ओळखून होती. त्यामुळे उत्तरेकडील मोहिमेची सूत्रे एकटे सदाशिवराव भाऊ यांना देण्यास गोपिकाबाईंचा विरोध होता. या भीतीपोटी स्वत:चा मुलगा विश्वासराव यासही या मोहिमेत त्याचेबरोबर पाठविण्याचा तिने आग्रह धरला. या कामी पेशव्यांची तिने संमती मिळविली. विश्वासराव या मोहिमेत सामील झाला.

विश्वासराव पेशव्याला उत्तरेत पाठविण्याचा आग्रह गोपिकाबाईंनी धरला. त्याप्रमाणे त्याची रवानगी उत्तरेत झाली. मराठी दौलतीच्या इतिहासात या निर्णयाने मोठीच कलाटणी मिळाली. पानिपतवर १४ जानेवारी इ. स. १७६१ रोजी विश्वासराव रणांगणावरच ऐन लढाईचा भर चालू असता आणि मराठ्यांचा विजय होण्याचा मोका जवळ आला असता, शत्रूच्या गोळीने ठार झाला. त्याचवेळी लढाईचे भवितव्य निश्चित झाले. काही तासांचे आतच मराठी फौजेचे नंतर प्रचंड पराभवात रूपांतर झाले. मराठी सत्तेला हादरा बसून, या सत्तेची उतरती कळा सुरू होण्यास या घटनेने मोठा हातभार लावला. त्यामुळे पानिपत मोहिमेत आपले पुत्रास पाठविण्याचा गोपिकाबाईंनी जो निर्णय घेतला, तो मोठा दूरगामी परिणाम करणारा निर्णय ठरला, यात शंकाच नाही.

विश्वासराव आणि भाऊसाहेब पेशवा यांचा पानिपतावर वध झालेला ऐकून नानासाहेब पेशव्यांनी हाय खाल्ली. तो 'भाऊ भाऊ' असा शोक करीत जून १७६१ मध्ये पर्वतीवर मरण पावला. नंतर माधवराव हा गोपिकाबाईंचा दुसरा मुलगा पेशवा झाला.

माधवरावाचे यावेळी वय सोळा वर्षांचे होते. त्याचा चुलता रघुनाथराव याला आपण पेशवेपदावर बसावे, असे वाटत असे. त्यास पेशवेपदावर बसून दौलतीचा कारभार करण्याची संधी अजून मिळाली नव्हती. नानासाहेबांच्या मृत्यूने ती पोकळी आता निर्माण झाली. त्याचा फायदा घेण्यासाठी राघोबा पुढे सरसावला; पण त्याला उघड काही करता येईना. बाह्यात्कारी लहान माधवरावाला सल्ला देणे, मार्गदर्शन करणे यानिमित्ताने त्याने काही बाबतींत अधिकारवाणीने निर्णय घेण्यास सुरुवात केली.

गोपिकाबाई ही अनुभवी व चौफेर लक्ष देणारी पेशवा पत्नी होती. माधवरावांकडून दौलतीचा कारभार पार पाडण्यासाठी ती यथाशक्ती सहाय्य करून सल्ला देत होती.

राघोबांचे कारभारी मात्र सारा कारभार फक्त राघोबांनीच करावा, यासाठी आग्रह धरीत होते. 'शनिवार वाड्यात' त्यामुळे उघड संघर्ष होणार, अशी चिन्हे दिसू लागली.

दक्षिणेकडील हैदर अली तसेच निजामाने या स्थितीचा फायदा घेऊन आपले डोके वर काढले. त्यांनी पेशव्यांचे मुलखावर ताव मारण्यास सुरुवात केली. पेशव्यांचे घरातील संशयाचे वातावरण दोघांना फायदेशीर ठरले. पेशव्यांचे नामांकित मुत्सद्दी व सरदार दिक् होऊन गेले.

गोपिकाबाई लहान पेशव्यांचा जम स्वत: बसवून देण्याची कोशिस करीत होती. दादासाहेब आणि सखारामबापू कारभारी यांच्या चित्तात सर्व कारभार आपले मर्जीप्रमाणे माधवरावाने करावा, आपण सल्ला देऊ तो त्याने मुकाटपणाने मानून त्याप्रमाणे वागावे, असे होते. ही गोष्ट स्वतंत्रवृत्तीच्या व तडफदार माधवरावांना मान्य होणे शक्य नव्हती. माधवराव प्रथम काही दिवस आईच्याच पूर्ण सल्ल्याने वागत असत. तसेच पेशवा 'शनिवार वाड्या'बाहेर असला तर साऱ्या गोष्टी पत्राने लिहून तिचा सल्ला घेत असे. या गोष्टी दादासाहेब यांस आवडत नसत.

काही वेळा लटक्या संन्यासाच्या गोष्टी तो बोले, देवधर्म करीत आपण राहू, असे तो गोपिकाबाईंना भासवीत असे. मात्र त्याची राहणी मोठी बडेजावाची आणि थाटामाटाची होती. त्याचा वर्षाचा खर्च साठ-सत्तर लाखांचे पुढे होता. नाटकशाळा, शागिर्दपेशा, अशा हलक्या लोकांचा गराडा त्याचेभोवती असे. कारभाराची सूत्रे आपले हाती ठेवून माधवराव आपणाला अटक करणार, अशी खबर दादासाहेब यांस लागली. तो नगरमार्गे नाशिककडे देवदर्शन यात्रेसाठी म्हणून गेला; पण नागपूरकर, भोसले आणि मोठेमोठे सरदार एकत्र करून तो पुण्यावर चालून येण्याची तयारी करू लागला. रामचंद्र गणेश कानडे, विसाजी कृष्ण बिनीवाले अशी धुरंधर मंडळी दादासाहेबांच्या बाजूला आली. चिंतो विठ्ठल, महिपतराव, सखाराम बापू, विठ्ठल शिवदेव यांची त्यात भर पडली.

माधवरावाचे बाजूला त्रिंबकराव मामा, गोपाळराव पटवर्धन, बाबूजी नाईक, घोरपडे, धायगुडे, प्रतिनिधी असा जमाव एकत्र झाला. पुण्याजवळ घोडनदीच्या काठी आळेगाव येथे ७ नोव्हेंबर इ.स.१७६२ला मोठी लढाई झाली. त्यात माधवराव पेशव्यांची बाजू पूर्ण पराभूत झाली. दादांचा विजय झाला. मग स्वत: माधवराव एकटा दादांच्या गोटात जाऊन त्यांचे स्वाधीन झाला. पानिपतच्या पराभवामुळे खचलेली गोपिकाबाई, अधिकच चिंतातूर झाली. स्वत: माधवराव मात्र घडलेल्या साऱ्या घटना पत्राने गोपिकाबाईंना कळवित होता.

दादासाहेबांच्या या असल्या घातकी व कारस्थानी स्वभावामुळे गोपाळराव पटवर्धन व जानोजी भोसले हे प्रमुख सरदार निजामास सामील झाले. निजामानेही या सरदारांच्या मदतीने पुन: मराठी मुलखावर चाल केली. दादाला पेशवा करण्याचेही

घाटू लागले. माधवराव आळेगावच्या लढाईपासून दादांचा कैदी झाला होता. त्याच्याभोवती दोन हजार गारद्यांचा सक्त पहारा चालू झाला. गोपिकाबाई 'शनिवारवाड्यात' होती. तिच्यावरही गारद्यांचा सक्त पहारा चालू झाला.

दादांच्या बाजूला असणाऱ्या साऱ्यांना चांगली पदे, किल्ले, जहागिऱ्या मिळाल्या.

माधवरावाचे बाजूला असणारे सर्व जण सत्ताभ्रष्ट झाले. पटवर्धन कंगाल झाले. निजाम अलीने मराठा मंडळातील ही दुही पाहून आपला लाग साधून घेण्याचा घाट घातला. दादा मिरजेकडे आहे, तोवर थेट पुण्यावरच तो चालून गेला. वाटेत टोक्याची देवालये लागली. ती जमीनदोस्त केली. पुण्याची अवस्था तीच झाली. हा प्रकार पाहून मात्र तमाम मराठी सरदारांचे डोळे उघडले. माधवराव आणि दादासाहेब यांनी परिस्थितीवर लक्ष ठेवीत ठेवीत निजामाचा मुलुखही लुटून जाळून फस्त करण्यास सुरुवात केली. गोदातिरी ऐन पावसाळ्यात दोघांची गाठ पडली. निजाम आणि त्याचा दिवाण विठ्ठल सुंदर हे चिमटीत सापडले. गोदावरी दुथडी भरून वाहत होती. त्यांच्यावर माधवराव व दादासाहेब चालून गेले. जानोजी भोसले आणि गोपाळराव पटवर्धन निजामाच्या फौजेपासून पंधरा-वीस कोसांवर पूर्वेस दूर छावणी करून राहिले होते.

अशा वेळी एकटा निजाम माधवराव व दादासाहेब यांच्या तडाख्यात सापडला. इ.स. १७६३ मध्ये ही लढाई झाली.

या लढाईपूर्वीच गोपाळराव पटवर्धन व जानोजी भोसले यांना निजामापासून अलग करण्याची गोपिकाबाईंची सुचना होती. गोपाळराव पटवर्धन यांची तडफ आणि लढाऊ बाणा गोपिकाबाईंना ठाऊक होता; शिवाय गोपिकाबाईंची मर्जीही या पराक्रमी पटवर्धन घराण्यावर होती.

त्यामुळे एकटा निजाम 'राक्षस भुवन' येथे तावडीत सापडला. याठिकाणी स्वत: माधवराव पेशव्याने डावपेचाचे निर्णय घेतले. स्वत: त्याचेवर चालून घेतले. निजामाचा दिवाण विठ्ठल सुंदर या लढाईत ठार झाला. निजामाची सारी फौज गारद झाली. उरलेली गोदावरीला आलेल्या पुरात बुडून मरण पावली. निजामाच्या हत्तीवरच्या अंबाऱ्या आणि तळावरची मालमत्ता पेशव्यांना मिळाली. माधवरावाने लढाई थांबल्यानंतर लगेचच सारी विषयवार्ता गोपिकाबाईंना पत्राने लिहून कळविली. यानंतर एक दीड महिन्यात निजामाने पेशव्यांशी तह केला. औरंगाबाद व नगरचा भाग पेशव्यांना मिळाला. सलग नागपूरपर्यंत पेशव्यांचा भाग एक झाला. या लढाईनंतर पुन: पुढील तीस वर्षे निजाम पेशव्यांच्या वाटेस गेला नाही. तसेच या लढाईने माधवरावांची छाप सर्वत्र बसली. तो दादांचे बंधनातून मुक्त झाला. यात माधवरावाची तडफ दिसून आली. तशीच गोपिकाबाईने या लढाईपूर्वी माधवरावांना पटवर्धन, भोसले यांना निजामापासून दूर ठेवण्याची केलेली सूचना लढाईच्या निर्णायक विजयासाठी फारच मोलाची ठरली, यात शंका नाही. यावरून लष्करी डावपेच आखून यश पदरात पाडण्याच्या या

मोहिमेत गोपिकाबाईंच्या भूमिकेचे कौतुक करावे तेवढे थोडेच, असे म्हणावे लागते.

भाऊसाहेब पेशव्यांची उत्तरेकडे पानिपतकडे रवानगी झाली. त्यावेळी कारभार रघुनाथरावदादा यांचेकडे पेशव्यांनी दिला होता. या कारभारीपणाचे कामी गोपिकाबाईचे थोडेसे जरी सहाय्य, देखरेख, पेशव्यांनी घेतली असती, तर पानिपतचा निर्णय वेगळाच लागला असता, असे यावरून म्हणावेसे वाटते.

'राक्षस भुवन'च्या संग्रामाने माधवराव पेशव्यांची कारभाराची छाप सर्वत्र उमटली. सर्व सरदार या पेशव्याला वचकून राहू लागले. स्वारीत असताना स्वत: पेशवा सैन्याची गणती त्या त्या सरदाराचे समक्ष घेऊ लागला. लबाडी करून सरंजाम उपटणारे उघडे पडू लागले. त्यामुळे सर्वत्र दरारा वाढला. गोपिकाबाईंस अपेक्षा होती त्याप्रमाणे माधवराव पेशवा तयार होत होता. त्याचा कारभार मराठी दौलतीस हितकारक होऊन पानिपतचा कलंक तो दूर करील, याचा तिला भरवसा वाटू लागला. 'राक्षस भुवन'च्या संग्रामानंतर हैदरवर मोहीम हाती घेतली. त्यासाठी स्वत: पेशव्याने इ. स. १७६४ ला कृष्णानदी ओलांडली. वाटेत कोल्हापूरकर जिजाबाईंची भेट घेतली. दक्षिणेकडे मुरारराव घोरपडे यांना सेनापतिपद दिले. त्यांचा सरंजाम ठरवून दिला. रास्तेसरदार त्यामुळे नाराज झाले. त्यांचे महाल यावेळी काढून घेण्यात आले होते. रास्ते हे गोपिकाबाईंचे माहेर; पण माधवरावांच्या करड्या स्वभावापुढे कुणाचे काही चालले नाही व निर्णय अंमलात आले.

गेली तीन-चार वर्षे गोपिकाबाईंच्या मनात वैराग्याचे विचार येत असत. माधवराव पेशवा दौलत चांगली सांभाळण्याइतका तयार झालेला पाहून, या थोपवून धरलेल्या तिच्या मनातील काहुराने पुन: उचल खाल्ली. मराठी दौलतीने अटकेपार व दिमाखदार विजय मिळविले. दिल्ली ताब्यात घेतली. सारे हिंदुस्थानचे राजकीय वैभव 'शनिवार वाड्या'चे दिल्ली दरवाजापुढे फिके झाले. त्या साऱ्या वैभवाला पानिपतचे युद्धाने कायमचा डाग लागला. गोपिकाबाईंचा पती नानासाहेब पेशवा, पराभवाच्या नुसत्या बातम्या आणि करुण कहाण्या ऐकून खचून गेला. त्याने 'भाऊभाऊ' चा घोष मरेपर्यंत सोडला नाही. या गोष्टीचा ताण गोपिकाबाईंच्या मनावर सारखा पडत होता. विश्वासरावसारखा देखणा, रूपवान मुलगा पानिपतच्या लढाईत गारद झाला. जनकोजी शिंदे, दत्ताजी शिंदे, जयाप्पा शिंदे यांचेसारखी प्राणपणाने लढणारी कर्ती माणसे काळाच्या पडद्याआड गेली. अशा कितीतरी कुटुंबांची वाताहात या विनाशकारी मोहिमेत झाली; त्याचे चित्र गोपिकाबाईंच्या नजरेपुढे उभे राहत असे. 'शनिवार वाडा' आता तिला ओका ओका वाटे. पतीवियोग आणि पुत्रशोक याने तिचे मन भटकत असे.

त्यांतून मनाला शांती लाभावी, म्हणून तिने 'शनिवार वाड्या'चा, साऱ्या वैभवाचा त्याग केला. नाशिकला 'पंचवटीत' ती राहू लागली. स्वत:ला लागणारा शिधा ती चार घरे मागून मिळवीत असे. नाशिक 'पंचवटी'च्या भागात पानिपतावर

विध्वंस पावलेली, तसेच गायब झालेल्या पुरुषांच्या घरांची बिकट परिस्थिती डोळ्यांनी पाहण्याचा तिला योग येत असे.

गोपिकाबाईंनी नाशिकची 'पंचवटी' जवळ केली तसे राघोबा पेशव्याला रान मोकळे झाले. माधवराव पेशव्यांच्या हयातीत त्याने सारी फितुरीचीच कृत्ये करून माधवराव पेशव्यांना सुखाचे मरण आणि मरणाचे सुख मिळू दिले नाही. ज्या नारायणराव पेशव्याचा हात 'थेऊरच्या गजानना'समक्ष राघोबाच्या हातात माधवरावाने दिला, त्याचाच वध त्याने घडवून आणला. त्याची गरोदर पत्नी गंगाबाईला ठार मारण्याचा व पुढील धोका दूर करण्याचा निंदनीय प्रकारही त्याने करून पाहिला. गोपिकाबाईंना नाशिकला या साऱ्या गोष्टी समजत होत्या. तरी पुन: 'शनिवार वाड्यात' तिने पाय टाकला नाही. राघोबाने नारायणरावाला ठार मारले, तरी त्याचे कोणत्याही कार्याला तिने हजेरी लावली नाही. कडक अनुष्ठान, व्रत-वैकल्ये, देवधर्म, यांपलीकडे तिने बाकी साऱ्या गोष्टींसाठी मनाचे दरवाजे बंद करून टाकले.

गोपिकाबाईंच्या सन्यस्तवृत्तीने व 'शनिवार वाड्या'तील कारभारात मुळीच लक्ष न देण्याने, 'मराठी दौलती'चे मात्र अतोनात नुकसान झाले. पुण्याच्या 'शनिवार वाड्यात' ती राहीली असती, तर नारायणराव पेशव्यांचा वध आणि पुढील साऱ्याच अप्रिय घटना टळून 'मराठी दौलती'ला वेगळे वळण मिळाले असते; पण हे होणार नव्हते.

गोपिकाबाईंचा थोरला मुलगा विश्वासराव, सदाशिवराव भाऊबरोबर पानिपत मोहिमेवर गेला. दिल्ली शहर भाऊसाहेबांनी ताब्यात घेतले. त्यावेळी दिल्लीचे बादशाही तक्त रिकामे होते. यावेळी दिल्लीच्या तक्तावर विश्वासराव यांस बसविण्याचा घाट घातला होता; पण भाऊसाहेब यांनी तो बदलला. तरीही दिल्ली ताब्यात आल्यानंतर दिल्लीतल्या 'लाल किल्ल्या'त विश्वासरावांना साऱ्या सरदारांनी नजराणे दिले होते. यावरून त्यांचे अनन्यसाधारण महत्त्व लक्षात येते. दिल्लीच्या 'लाल किल्ल्यात' पुन: पेशव्याचा प्रवेश झाला नाही. 'मराठी दौलती'च्या इतिहासात दिल्लीच्या 'लाल किल्ल्यात' विश्वासरावांना मराठी सरदारांनी नजराणे देण्याचा झालेला समारंभ हा पहिलाच प्रकार होय. नंतर विश्वासराव रणांगणावर ठार झाला. तो अतिरूपवान असा 'पेशवापुत्र' होता. त्याचे रूप पाहण्यास स्वत: अहमदशहा अब्दाली आणि त्याचे सारे सरदार दुसरे दिवशी त्याचे प्रेताजवळ आले. त्यावेळी खुदाने त्याला दिलेल्या लावण्याची तारीफ साऱ्या शत्रुपक्षाने मुक्तकंठाने केली.

दुसरा कर्तबगार मुलगा माधवराव पेशवा. हा पानिपतचा कलंक धुऊन काढणारा. साऱ्या हिंदुस्थानात कर्तृत्वाची छाप उठविणारा. त्याचे पश्चात नारायणराव पेशवा झाला. हा तिसरा पुत्र; पण त्याचा वध झाला. पश्चात त्याचा लहान मुलगा 'सवाई माधवराव' यास वयाचे चाळीसाव्या दिवशी 'पेशवेपदा'ची वस्त्रे मिळाली. हा गोपिकाबाईंचा नातू. याला गोपिकाबाई नाशिकहून राज्यकारभाराचे सल्ले व धडे पत्राने

कळवित असत. हा लहान पेशवा चार भिंतीत न राहता पराक्रमी व रणांगण गाजविणारा, तसेच दौलतीचे शत्रूंना काबूत ठेवणारा व्हावा, यासाठी नाशिकात राहून गोपिकाबाई दक्षता घेत होती. सवाई माधवराव स्वत: नाशिकला जाऊन तिचेजवळ काही काळ राहिला.

गोपिकाबाई 'शनिवार वाड्यात' वयाचे सहाव्या वर्षी आली. त्यावेळी थोरले बाजीराव पेशवे कारभारावर होते. 'शनिवार वाड्या'चे सहा मजली काम पूर्ण होत आले होते. 'हजारी कारंजे' व 'गणेश महाला'तील हंड्या-झुंबरे वाड्याची शोभा वाढवित होते. या वैभवाचा व दिमाखाचा तिच्या मनावर मोठा ठसा उमटला होता.

'शनिवार वाड्या'च्या या वैभवाच्या काळात तिने तीस वर्षांचा काळ काढला. या काळातील 'मराठी दौलती'च्या सर्व प्रगतीच्या टप्प्यांतील ती महत्त्वाची साक्षीदार होती. तरीही आयुष्याची शेवटची पंचवीस एक वर्षे तिने या वैभवापासून दूर राहणेच पसंत केले. स्वत:ची दोन मुले व नातू यांनी 'पेशवाईपद' भोगले. दौलतीचा बचाव करण्यातच त्यांनी आयुष्य घालविले. नंतर तिचा नातू 'पेशवेपदा'वर आला, तोपर्यंत तरी 'मराठी दौलती' चा बोज सर्वत्र चांगला टिकून होता.

सवाई माधवरावांच्या अकाली मृत्यूने दौलतीची घसरण चालू झाली. इंग्रजांनी हळूहळू दौलतीत चंचुप्रवेश करून शेवटी सर्व 'मराठी दौलत'च घशात घातली. त्यापूर्वीच नाशिक येथे या चतुर, धोरणी तसेच हट्टी व अहंकारी पेशवे पत्नीचा, गोपिकाबाईंचा मृत्यू नाशिक येथे ३ ऑगस्ट इ. स. १७८८ ला झाला.

'शनिवार वाडा'

पौष शुद्ध ८, म्हणजे १४ जानेवारी इ. स. १७६१ रोजी बुधवार हा दिवस मराठी माणूस कधीच विसरू शकत नाही. दक्षिणेकडील मराठे आणि काबूल कंदाहारचा अहमदशहा अब्दाली यांचा यमुनेला साक्ष ठेवून पानिपतावर घोर संग्राम झाला. उत्तरेकडील कडाक्याच्या ऐन मोसमात मराठे उपाशीपोटी युद्ध लढले. त्यांत त्यांचा प्रचंड पराभव झाला. भाऊसाहेब आणि विश्वासराव पेशवे ऐन लढाईत ठार झाले. तो हा दिवस असल्याने मराठ्यांना त्याचा कधीच विसर पडणार नाही.

ज्या दिवशी हा घोर रणसंग्राम झाला त्या दिवशी सदाशिवराव भाऊंची पत्नी पार्वतीबाई हत्तीवर अंबारीत बसून थेट रणांगणावर सकाळपासूनच हजर होती. यात नाना फडणीसांच्या मातोश्री, मेहेंदळे, पुरंदरे यांचा काफिला तसेच इतरही सरदारांच्या स्त्रिया हजर होत्या. मकरसंक्रांतीचे वाण एकमेकींना देऊन मराठी फौजांचे आघाडीचे मध्यभागी ती हजर होती. हत्तीवरील हौद्यात दासी व नोकर चवरीने वारा घालीत होते. सकाळीच भाऊसाहेब पेशव्यांना तिने औक्षण केले होते. कपाळी मंगल तिलक लावून पंचारतीने ओवाळणी केली होती. आता अंबारीत बसून दोन्ही बाजूला पसरलेला 'सेनासागर' ती पाहत होती. समोर दृष्टी टाकावी, त्या बाजूला मराठी सरदारांची निशाणे, चमकणारी हत्यारे यांशिवाय तिला काही दिसत नव्हते. दूर थेट पुढे घोळक्यात मराठ्यांचे 'जरीपटका' निशाण नजरेत भरत होते. सजवलेल्या हत्तीवर ते ऐटीत डोलत होते.

पार्वतीबाई

खासा स्वारी भाऊसाहेब आणि विश्वासराव यांचे हत्ती व त्यांवरील अंबाऱ्या डोळ्यांत भरत होत्या. गनिमांकडील सारा फौजफाटा व आघाडी नजरेत येत नव्हती, ती बरीच दूर होती. ठरलेल्या योजनेबर हुकूम गनिमांची फळी तोडून सारा फौजफाटा दिल्लीच्या रस्त्याला लागणार होता. त्यासाठी सारी फौज आतूर झाली होती.

मराठी सैन्याचे उजवे बाजूला शिंदे-होळकरांची पथके हुकुमाची वाट पाहत उभी होती. डावे बाजूला इब्राहीम खान गारदी तोफखाना साखळदंडाने बांधून शिस्तीत खडा होता. हत्तीवर ठेवलेले तासाचे टोले वाजत होते. सकाळी नऊचा सुमार झाला. त्याबरोबर पाच तोफा गिलच्याकडील गोटात खुणेसाठी म्हणून जाऊन आदळल्या. रोखून धरलेला श्वास साऱ्यांनी मोकळा केला. प्रत्यक्ष लढाईला सुरुवात झाली. विश्वासराव, भाऊसाहेब सैन्याला उत्तेजन देत देत डावी-उजवी बाजू यांवर लक्ष ठेवून आघाडी चालवीत होते. पेशव्यांची हुजरात बेजरब शत्रूवर तुटून पडली होती. पहिल्या धडाक्यात गिलच्याकडील आताईखान त्याचे तीन हजार सैन्यासह गारद झाला. अब्दालीचा वजीर तोंडात माती घालून शोक करू लागला.

आघाडीवर चाललेल्या धामधुमीची बातमी पार्वतीबाईला वरचेवर मिळत होती. गनिमाने हाय खाल्ली होती. प्रहर दोन प्रहर मोठीच निकराची लढाई होत होती. माथ्यावर आलेला दिवस थोडासा पश्चिमेकडे झुकला होता. सोळा-सतरा वर्षांचा विश्वासराव हुजूरातीला प्रोत्साहन देत होता. तो घोड्यावर बसून हुजूरातीत घुसला; पण अचानक एका जंबुरकाच्या गोळीने घात केला. जंबुरकाची गोळी छातीतून पार निघून गेली. जागेवरच विश्वासराव ठार झाला. विजयाचे पारडे मराठ्यांच्या बाजूने झुकत होते... ते या विश्वासरावच्या मृत्यूने हातून निसटले. विश्वासरावाचा मुरदा हत्तीवरच्या अंबारीत झाकून ठेवला गेला. भाऊसाहेबांचे कानी ही खबर आली. त्यांनी विश्वासरावाचे अंगावर झाकलेले वस्त्र बाजूला करून पाहिले, तर सारा खेळ खत्म झालेला. लढाईतील हा क्षण अती निर्णायक ठरला. मराठ्यांचा विजय होईल, अशा आशा यावेळेपर्यंत साऱ्यांना वाटत होत्या. पण या क्षणाने मात्र गनिमाला सहाय्य केले. भाऊसाहेब यांनी घोड्यावरून गर्दीत शिरून मारामारी चालू केली. विश्वासराव पडल्याचे वर्तमान ऐकून आघाडीच्या पथकाचा धीर खचू लागला. होळकर, विठ्ठल शिवदेव, दमाजी बाबा, यांनी बगल देऊन आपली पथके बाजूला काढली. आदले रात्री ठरलेला सारा मनसुबा पार विस्कटून गेला.

आघाडीची पथके पार्वतीबाईंच्या हत्तीजवळूनच सरकत सरकत माघार घेत होती. विश्वासरावांचा मुरदा असलेला हत्ती त्यातच होता. त्याला साखळदंड नव्हता. माहूत होता. पार्वतीबाईने खोदून खोदून विचारणा केल्यावर खिजमदगाराने विश्वासराव ठार झाल्याचे सांगितले. पार्वतीबाईने स्वत: मुरदा पाहिला व खात्री करून घेतली.

मराठ्यांचे बाजूची धावपळ पाहून अब्दालीचा राखीव असलेला रिसाला मराठ्यांवर

तुटून पडला. त्याचा सारा मारा भाऊसाहेबांवर आला. यावेळी उजवे बाजूचे रणांगण मोकळे झालेले होते. डाव्या बाजूचा तोफखाना भारी नुकसान सोसून जागेवरच उभा होता. जखमांनी घायाळ झालेला इब्राहीमखान शत्रूच्या हाती पडला. त्याला धरून नेले. त्याचा पुत्र ठार झाला होता. तोफखाना बंद पडला होता. जनकोजीबाबा जखमी झाले. त्यांनाही गनिमांनी धरून नेले. डाव्या आणि उजव्या बाजूची वाताहात काही वेळात लागली.

त्यामुळेच अब्दालीच्या रिसाल्याचा सारा जोर हुजरातीवर पडला. भाऊसाहेब स्वत: हत्तीवरून उतरून घोडीवर स्वार झाले. समोर दिसेल त्याला 'हाणा मारा' असा संकेत देऊ लागले. एवढ्यात लोकांनी परत फिरावे, म्हणून शहाजणे वाजू लागले. पण सुरू झालेली पळापळ वाढतच गेली. हत्तीवरील निशाण घोड्यावर घेतले गेले. भाऊसाहेब तोंडाला खरस आली तरी मानेनेच खुणवून प्रोत्साहन देत होते. त्यांनी स्वत:चा घोडा शत्रूच्या गर्दीत घातला. घटकाभर फारच मारामार त्या ठिकाणी झाली. हा नरसंहार पाहताना यमुनामाई थरारून गेली. भाऊसाहेब गर्दीत घुसले ते गैबच झाले. पुन: कुणाच्या दृष्टीस पडले नाहीत.

विश्वासरावांचा मुरदा पाहून शोक करणाऱ्या स्त्रिया आता एकदम स्तब्ध झाल्या. सारा परिसर मोकळा झालेला. मागे खंदकाच्या बाजूने पळ सुटलेला, पण त्या बाजूला तरी काय होते? प्रेतांच्या राशी. त्यातच या पळणाऱ्यांची भर पडत होती. सारा प्रकार पाहून पार्वतीबाई भांबावून गेली. तिला स्वत:चे संरक्षण आता स्वत:च करावयाचे होते. दिल्ली शहर मराठ्यांचे ताब्यात होते. ते साठ-सत्तर मैल दूर राहिले. मराठी मुलूख तर त्यापेक्षा कितीतरी योजने दूर राहिलेला. ग्वाल्हेरीस जाण्याचे म्हटले तरी शेकडो मैलांचा टापू निभावून जाणेचे होते.

सदाशिवराव भाऊंनी विसाजी कृष्ण यांची नेमणूक बाईंच्या संरक्षणासाठी केली होती; पण त्यांचा ठावठिकाणा नव्हता. तो समयासी पावला नाही. जानू भिंताड्या हा खिजमतगार जवळ होता. त्याने बाईंना अंगावरील वस्त्रे व अलंकार यामुळे ओळखले. स्वत:चे घोडीवर त्याने पार्वतीबाईंना मागे बसविले. अंगावरील शेल्याने तिला घट्ट बांधून, अडथळे चुकवीत सूर्यास्ताच्या वेळेपर्यंत घोडा बाहेर काढला. अंधार वेगाने रणांगण आपले ताब्यात घेत होता. त्यापेक्षा अधिक वेगाने या स्मशान भूमितून बाहेर पडणे आता गरजेचे होते. शुद्ध अष्टमीच्या अंधूक चांदण्याला सोबतीला घेऊन जानू भिंताड्याने घोड्याला टाच दिली. सैनिकांचे विखुरलेले, छिन्नभिन्न झालेले मुडदे, जागेवरच विव्हळत असणारे सैनिक, तर काही ठिकाणी 'पाणी पाणी' असा आक्रोश करणारी, मनाचा ठाव घेणारी हाक, सगळीकडे ऐकू येत होती. घोडे, उंट, खेचरे जागोजागी मरून पडले होते. शत्रूकडून पाठलाग चालू होता. अशा संकटांतून वाट काढीत बाहेर पडावयाचे होते. पार्वतीबाईचा प्रवास यांतून

चालू झाला. ग्लानी आलेने तिचे डोळे निपचित झाले होते. सारी रात्र दौड चालू होती. गुरूवारी उजाडता उजाडता दिल्ली दिसू लागली. पहाटेच्या गार वाऱ्याने पार्वतीबाई सावध झाली. दिल्ली अजून मराठ्यांचे ताब्यातच होती. नारो शंकर लाल किल्याचा व शहराचा बंदोबस्त करीत होता. भाऊसाहेब पानिपतावरून गर्दीतून वाट काढून दिल्लीला पोहोच झाले असतील, या आशेने आलेली पार्वतीबाई आणि जानू भिंताड्या हिरमुसले होऊन वाट बदलून परत ग्वाल्हेरीच्या रोखे निघाले. अन्नपाण्याविना तीन दिवसांच्या अती कठीण, खडतर व क्षणाक्षणाला जीव धोक्यात घालणारे प्रसंगांतून पार्वतीबाई तिसऱ्या दिवशीच्या मजलीवर आली. मल्हारराव होळकर आणि भग्न होऊन आलेले फौजेत ती सामील झाली. जीवात जीव आला.

पण भाऊसाहेब यांची भेट नाही. त्यांची कच्ची, पक्की कसलीच खबर नाही. ठावठिकाणा नाही. पार्वतीबाईंना अन्नपाणी नकोसे झाले. अकराव्या दिवशी सारेजण भिंडेस पोहोच झाले. तेथे सारी कच्ची, पक्की हकिकत तिच्या ध्यान्यात आली. पण स्वारी पुन: कुठून तरी हजर होईल, याच एका वेड्या आशेवर तिने पुढील वाटचाल चालू केली.

पानिपतसारखा प्रचंड संहारक लढा या अर्वाचीन हिंदुस्थानात पूर्वी झाला नव्हता. या संग्रामात मराठ्यांचा प्रचंड पराभव झाला. सदाशिवरावभाऊ पेशवा हा या मोहिमेचा मुख्य सूत्रधार. सारी मोहीम त्यांचे शिरावर सोपविली गेली होती. छत्रपतींच्या राज्यस्थापनेपासून मराठी सरदार कुटुंबकबिला स्वारीबरोबर नेत नसत.

पानिपतच्या या मोहिमेत प्रमुख सरदारांचा व पेशवा भाऊसाहेब यांचा कुटुंबकबिला बरोबर होता. हा कुटुंबकबिला थेट युद्धभूमिवरच हजर होता. त्यात नाना फडणीसाची आई होती. पार्वतीबाई होती. त्या दृष्टीने युद्धात समरभूमिवर हजर राहून पतीपराक्रम पाहण्याचे भाग्य पार्वतीबाईंच्या नशिबी होते. अशा प्रकारचे हे पहिलेच उदाहरण म्हणावे लागेल. पानिपतच्या प्रचंड रणसंग्रामात अगदी दुपारपर्यंत मराठी फौजा सरशी करून होत्या. अंतिम विजय खेचून आणण्याचे ऐनवेळी दुर्दैवाने विश्वासराव गोळी लागून मरण पावला. विजयाचा निर्णायक क्षण मराठ्यांच्या हातून निसटला. पानिपतावर मराठी फौजांचा अंतिम विजय होता, तर सदाशिवराव भाऊंनी दिल्लीच्या रिकाम्या तक्तावर बसण्याचा, त्यांनी मनात आणते तर योग होता. त्याचबरोबर पार्वतीबाई मराठी दौलतीची 'मलिका ए जमानी' झाली असती. पण दैवाला हे मंजूर नव्हते. 'सदाशिव-पार्वती'चा हा जोडा पानिपतावर अलग झाला. पुढील सारा जन्म तिला खरोखरच 'पार्वती' म्हणूनच काढावा लागला.

पानिपतानंतर काही महिन्यांचा अवधी गेला. पार्वतीबाई शनिवार वाड्यात आली. नानासाहेब पेशवे 'भाऊ भाऊ' असा शोक करीत निधन पावले. शनिवार वाड्यातील 'प्रत्येक महाल', 'हजारी कारंजे', 'गणेश महाल', 'खजिना विहार' हा सारा परिसर

आता ओका ओका झाला होता. पुण्याच्या वैभवाला कायमची दृष्ट लागली.

माधवराव पेशव्याला लहानपणीच कारभाराची जबाबदारी घ्यावी लागली. दादांच्या मतलबी धोरणाने लहान माधवराव, गोपिकाबाई यांची दमछाक होऊ लागली. त्यातच उत्तरेकडील कनोजी ब्राह्मणाला 'सदाशिवरावभाऊ' म्हणून घोषित करण्यात आले. त्याचे भोवती फौजा, नोकरचाकर, शागीर्द सारे जमा झाले. इ.स.१७६१च्या डिसेंबरात हा प्रकार उघड झाला. दक्षिणेकडे बातम्या येऊन थडकल्या. माधवराव यावेळी कर्नाटक मोहिमेचे वाटेवर प्रवास करीत होता. ही हैदरवरची मोहीम होती. मल्हारराव होळकरांनी या तोतयाचा पूर्ण तपास केला. तो भाऊसाहेब पेशवा नाही, हे दिसून आले. पण काही मतलबी मंडळींनी त्यास दक्षिणेत आणले. पुण्यास येईपर्यंत या तोतयाची धिटाई वाढली. नाना फडणीसांनी त्याची चौकशी केली. चौकशीत तो खोटा भाऊसाहेब आहे, हे पुनः दिसून आले. शनिवार वाड्यातील पार्वतीबाईंची अवस्था मोठी विचित्र झाली. कारभाराच्या शिस्तीमुळे तिला उघड होऊन त्यास स्वतः पाहता येईना. कारभाऱ्यांनी त्याला तोतया ठरवून त्याचा छळ चालविला. त्यास अटकेत अहमदनगरच्या किल्ल्यात टाकले. नंतर मिरजेच्या किल्ल्यात पाठविले. नंतर खाली कोकणात त्याची रवानगी झाली. या साऱ्या गोष्टी ऐकून पार्वतीबाईंच्या मनाची अवस्था मोठी हळुवार आणि नाजूक झाली. स्वारीला अटकेत घातले, याबद्दल तिला खूप वाईट वाटले. स्वारी कुठेही असो, ती सुखी-समाधानी असावी, एवढीच तिची अपेक्षा होती. या स्वारीला मिरजेला पांडुरंगराव पटवर्धन यांचेकडे राहू द्यावे, म्हणून पार्वतीबाईला पुष्कळ खटपट पत्रद्वारे करावी लागली. माधवरावांच्या पश्चात तीन चार-वर्षांनी तोतयास कोकणात हलविण्यात आले. यात दहा-बारा वर्षांचा काळ गेला. आता या तोतयाला देहान्ताची शिक्षा झाली. तो भाऊसाहेब नसून, कनोजी ब्राह्मण सुखनिधान या नावाचा आहे, हे उघड झाले. पार्वतीबाईंचा या तोतयेपणावर विश्वास बसत नसे. तिला एक दिवस स्वारी अजूनही येऊन हजर होईल, असे राहून राहून वाटत असे. या दहा-बारा वर्षांचे काळात ती झुरणीला लागली. दुखणाईत माणसासारखी तिची प्रकृती झाली.

माधवराव पेशवे पानिपतचे युद्धानंतर पेशवेपदावर आले. त्यांनी दिल्लीचा बंदोबस्त केला. परागंदा बादशहा परत तक्तावर बसविला. दिल्ली मराठ्यांकडे आली. उत्तरेकडील गेलेला मुलूख परत आला. पानिपतचा कलंक धुऊन निघाला.

पण या पेशव्याला गृहकलह भोवला, लहान वयात पितृसमान चुलत्याच्या कृष्णकृत्याला तोंड देता देता त्याला राजयक्ष्मा झाला. थेऊरच्या गजानन मंदिरात तो मृत्यूला सामोरा गेला. रमाबाई सती गेली. नारायणराव पेशवेपदावर आला. त्याच्या मागे त्याचे जीवावर हा चुलता उठला. शनिवार वाड्यात ३० ऑगस्ट इ. स. १७७३ ला दादासाहेबाने मारेकरी घालून त्याला ठार केले.

नारायणराव या दिवशी दुपारची विश्रांती घेत असता शनिवार वाड्यात जबरदस्तीने घुसलेले गारदी सैन्य, त्यांचे म्होरके, यांच्या भीतीने नारायणराव प्रथम पार्वतीबाईंच्या कोठीत जीवाच्या आकांताने पळत गेला. पार्वतीबाईंच्या हातात यावेळी कसलीच सत्ता नव्हती. एक अडगळीची वस्तू असावी, तशी तिची गत झाली होती. घाबरलेल्या नारायणरावाला तिने चुलत्याकडे पाठविले... 'साऱ्या गोष्टी त्यानेच केल्या आहेत. तेव्हा तू त्याचेकडेच जा,' असे तिने सांगितले. त्याच भेदरलेल्या अवस्थेत जिन्यामागून जिने, कोठ्यामागून कोठ्या, पार करीत तो चुलत्यापुढे जीव वाचविण्यासाठी गयावया करू लागला. तोपर्यंत मारेकरी गारदी येऊन भिडले. त्यांनी नारायणरावाचे पाय ओढून त्याला खाली पाडले व पेशव्याचे तुकडे तुकडे केले.

पार्वतीबाईंच्या डोळ्यापुढे नारायणरावाची आक्रोश करणारी, जीव वाचवण्यासाठी दीनवाणी चेहऱ्याने केलेली विनवणी, त्याचा उघडा बोडका देह सारे काही पुन:पुन: नजरेसमोर येत राही. मन सुन्न होऊन जाई. घडेल ते बघणे व येईल ते सोसणे, हे तिच्या नशिबात होते. वयाने, मानाने व अनुभवाने ती शनिवार वाड्यात सर्वांत वडिलधारी व आदरास पात्र असणारी व्यक्ती होती. ती सत्तापदावर नव्हती. त्यामुळे तिचे आस्तित्व नाममात्र झाले होते.

नारायणरावाचा वध पुण्याच्या शनिवारवाड्यात ३० ऑगस्ट इ. स. १७७३ ला झाला. दुसरे दिवशी अनंतचतुर्दशी होती. नारायणरावांचे शव झोळीत घालून रात्री त्यास अग्नी दिला.

दादांना पेशवाई मिळाली. नारायणरावाची पत्नी गंगाबाई व पार्वतीबाई यांच्या जीवाला धोका निर्माण झाला. या दोघींचा वध करण्याची खलबते चालू होती. त्याचा सुगावा नाना फडणीस, सखाराम बापू, शिंदे, होळकर, पटवर्धन, त्रिंबकराव मामा यांना लागला. दादासाहेब कर्नाटकात हैदरावर चालून गेले. मागे पुण्यात सारे कारभारी एकत्र आले. त्यांनी दादांना पेशवाईपदावरून पदच्युत केले. गंगाबाई व पार्वतीबाईंना रातोरात पुरंदरावर हलविले. तेथे बंदोबस्त केला. (३० जाने. १७७४ रविवार)

गंगाबाई प्रसूत झाली. मुलगा झाला. त्याचे नावे पेशवाईची वस्त्रे आणली. यावेळी बालपेशव्याचे संगोपन करण्यासाठी पार्वती गडावरच राहिली. या बालपेशव्याचे नावे गोपिकाबाई नाशकात राहून सूचना करी. पार्वतीबाई व गंगाबाई बालपेशव्याला डोळ्यांत तेल घालून जपत असत. कसलाही अपाय त्यास होऊ नये, यासाठी दोघी जागरूक राहत असत. तेवढ्याच जिद्दीने दादासाहेब, त्यांची पत्नी आनंदीबाई बालपेशव्याच्या जीवाला अपाय करण्याच्या खटपटी करू लागले. परंतु नाना, बापू, त्रिंबकराव मामा, पटवर्धन यांनी दादांचे सारे बेत हाणून पाडले. त्यांचा पाठलाग करून त्यास नागपूर माळव्याकडे हाकून दिले.

राघोबाने कासेगाव, ता. पंढरपुर येथे त्रिंबकराव पेठे यांचेशी लढाई केली. त्यात त्रिंबकराव पेठे मारला गेला. त्रिंबकराव मामा हे सदाशिराव भाऊंचे सख्खे मामा. येथून राघोबा थेट पुरंदरावरच चालून जाण्याचा विचार करीत होता; पण त्याने बेत बदलला. त्याने पुरंदरावर चढाई करण्याचा बेत बोलून दाखविला; मात्र पुरंदरावर मोठीच धावपळ उडाली. बालपेशवा बाल बाल वाचला.

पार्वतीबाई या खबरा ऐकून मोठी चिंतेत पडली. त्रिंबकराव पेठे पडल्याने बालपेशव्याची बाजू लंगडी झाली होती. पण हरीपंत फडक्याने नेट धरून दादाचे संकट दूर केले. गडावर पुरुषोत्तम दाजी पटवर्धन बालपेशव्यांचे तैनातीला रात्रंदिवस मौजूद होता. मोठाच आधार होता त्याचा.

बालपेशव्याच्या आईला गंगाबाईला किल्ल्याची सर्द हवा मानवत नसे. तीन सव्वातीन वर्षांच्या बालपेशव्यास मागे ठेवून गंगाबाई नवज्वराने मरण पावली. सारी जबाबदारी मग पार्वतीबाईवर आली.

बालपेशव्याच्या जन्म कहाणीने इंग्रज, निजाम, हैदर, फ्रेंच, अशा साऱ्यांच्या नजरा पुरंदराकडे लागल्या होत्या. दौलतीचा कारभार पुरंदरावरून चालू झाला होता. नाना फडणीस व सखाराम बापू सारा मामला जातीने निपटारा करून कारभार करीत होते. त्यातच मोरोबादादाचे बंड उद्‌भवले. त्यामुळे परत एकदा बालपेशव्याचा जीव धोक्यात आला. त्याचा सांभाळ करणारी पार्वतीबाई धास्तावून गेली. मोरोबा फडणीस माधवराव पेशव्यांचे वेळी दौलतीचे कारभारी होते. नंतरच्या कारभारात त्यांना काही स्थान उरले नव्हते. इ. स. १७७८ चे माघ मासी नाना फडणीस, मेणवलीला शिवरात्र उत्सवासाठी गेले होते. हरीपंत फडके आणि पटवर्धन कर्नाटकात मोहिमेत गुंतलेले होते, तर महादजी शिंद्यांच्या फौजा करवीरास वेढा घालून बसलेल्या, अशा वेळी मोका साधून मोरोबांनी गहजब उडवून दिला. त्यांनी तुकोजी होळकरास सामील करून घेतले. दादांचे पक्षातील पुरंदरे, चिंतोविठ्ठल, बारामतीचे नाईक, अशांचा मेळ झाला. पंधरा-वीस हजारांची फौज घेऊन ते पुण्यावर चालून आले. शहर ताब्यात घेतले व शनिवार वाडाही ताब्यात घेतला. नंतरचा मोहरा थेट सासवड-पुरंदर घेण्याचा होता. पुण्याचे मुक्कामी त्यांनी पार्वतीबाईकडून कारभाऱ्याचे मुतालकीची वस्त्रे, शिक्के कट्यार व जरीपटका नौबत, स्वीकारली.

सारी कारभारी मंडळी आता मोठ्या चिंतेत पडली. बऱ्याच खलबतानंतर बापूंनी सुचविलेला समेट नाना, बापू यांनी कबूल केला. याप्रसंगी महादजी शिंदे यांनी नाना फडणवीसाला खंबीर साथ दिली. मोरोबाने उचलेगिरीने नेलेला जरीपटका व शिक्के कट्यार परत केली. पुढे तो नगरचे किल्ल्यात आजन्म अडकून पडला.

पार्वतीबाईकडून यावेळी जरीपटका, शिक्के कट्यार मोरोबांनी घेतला. पार्वतीबाईंच्या आयुष्यातील हा शेवटचा राजकीय प्रसंग. पेठे घराण्यातून लहान वयात शनिवार

वाड्यात पाऊल टाकलेली पार्वतीबाई अनेक प्रसंगांतून तावून सुलाखून बाहेर पडली होती. सदाशिव भाऊसारखा उमदा, कर्तृत्ववान आणि धडाडीचा पती तिला मिळाला. पतीचा सहवास मात्र तिला तरुण वयातच दुरावला. पानिपत युद्ध झाले त्यावेळी भाऊसाहेब तीस-एकतीस वर्षांचे होते आणि पार्वतीबाई त्यापेक्षा पाच-सहा वर्षांनी लहानच होती. या जोडीला मूलबाळ झाले नाही. पानिपत युद्धाचे रणांगणावरून जीवावर उदार होऊन तिला पळ काढावा लागला. त्यावेळी तिचे वय पंचवीस वर्षांचे जवळपास असावे. जीवावरचे प्रसंगातून ती निभावून आली. नारायणराव पेशव्यांच्या वधानंतर दादासाहेबांकडून तिला व गंगाबाईच्या जीवाला धोका होता. त्यांतूनही ती बचावली. दुसरे वेळेस ती जीवावरचे संकटातून बाहेर आली. पानिपतावरून ती सुखरूप आली, हा तिचा पुनर्जन्मच होय. असे संकट पेशवाईत कुणीच सोसलेले नाही.

पार्वतीबाई पतीनिष्ठ व पतीच्या कर्तृत्वावर पूर्ण भरोसा ठेवणारी महिला होती. आपले पती सदाशिवरावभाऊ हे पानिपतावर ठार झाले, यावर तिने विश्वास ठेवला नाही. ते जिवंत असून कधीतरी परत येतील, ही श्रद्धा तिने जन्मभर जोपासली. त्यासाठी तिने सौभाग्य अलंकारांचा त्याग केला नाही. गळ्यात मंगळसूत्र, कपाळी कुंकू अशी सौभाग्यलेणी लेऊन ती जन्मभर वावरली. पण तिचा सौभाग्याचा धनी मात्र परत आला नाही. तो परत येण्याचे पलीकडे गेला होता.

अशाच एका सायंकाळी पार्वतीबाई आपले सौभाग्य अलंकारांसह मृत्यूला सामोरी गेली. (ऑगस्ट १६, इ.स.१७८३) त्याची खंत व खेद मराठी मनाने फारशी घेतली नाही. एक धर्मपरायण, पतीनिष्ठ, स्त्रीशिल्प काळाचे पडद्याआड कायमचे निघून गेले.

अठरावे शतकाचे उत्तरार्धात ज्या महिला आपले आचरण, वर्तन आणि पतीनिष्ठा यामुळे लोकादरास पात्र झाल्या, त्यात माधवराव पेशव्यांची पत्नी रमाबाई हिचा हमखास समावेश करावा लागतो. रमाबाई माधवराव पेशव्यांची पत्नी. शिवाजी बल्लाळ यांची कन्या. माधवराव आणि रमा यांचा विवाह ९ डिसेंबर इ.स. १७५३ रोजी झाला. त्यावेळी ती चार-पाच वर्षांची असावी. तिचा पती माधवराव पेशवा इ.स. १७७२ ला थेऊर येथे निधन पावला. त्यावेळी रमाबाई सती गेली. सती जातेवेळी तिचे वय पंचवीस पेक्षा एक-दोन वर्षांनी जास्त होते.

शनिवार वाड्यात पेशवे घराण्यात राधाबाईंपासून ते दुसऱ्या बाजीरावांच्या काळापावेतो असलेल्या सर्वच पेशव्यांच्या पत्नीमध्ये रमाबाई सती गेल्याचे हे एकमेव उदाहरण आहे. त्यामुळे तमाम मराठी जनांत तिच्याबाबत आदराची भावना अद्यापही कायम घर करून राहिली आहे.

पानिपतचे युद्धात मराठ्यांचा प्रचंड पराभव झाला. त्यामुळेच धक्का बसून नानासाहेब पेशवे मृत्युमुखी पडले. लहान वयातच मग माधवराव पेशवा झाला. यावेळी 'शनिवार वाड्यात' माधवराव, दादासाहेब, गोपिकाबाई, पार्वतीबाई अशी कर्ती माणसे होती. वयाने लहान असलेली रमाबाई 'शनिवार वाड्यात' पेशवा पत्नी म्हणून वावरत होती. राघोबा आणि आनंदीबाई हेही वाड्यात होते. सखाराम बापू, चिंतोविठ्ठल, आनंदीबाई हे दादांचे खास सल्लागार म्हणून वावरत. ही मंडळी

रमाबाई

दौलतीचा कारभार स्वत: दादासाहेब यांनी वडिलकीच्या नात्याने करावा, असा सल्ला त्यांना देत. त्यामुळे 'शनिवार वाड्या'तील शांतता भंग पावणार की काय, याची काळजी सर्व जण करीत होती. रमाबाई यावेळी दहा-अकरा वर्षांची होती. साऱ्या गोष्टींचा आवाका तिला समजत नसे; पण दादासाहेब आणि त्यांचे सल्लागार यांना माधवरावांची पेशवाई मान्य नव्हती... हा त्यांच्या वागण्याचा मतलब आहे, याची जाणीव तिला होती. त्यामुळे वाड्यात वरचेवर मोकळेपणा कमी होत होता. पानिपत प्रसंगातून अजून सारेजण सावरले नव्हते; तोच आणखी काही किटाळ येणार, याची चाहूल दादासाहेब यांचे वागण्या-बोलण्यांतून दिसत होती. थोड्याच काळात काही विशेष महत्त्वाचे कारण न घडताच दादासाहेब निजामास सामील करून घेण्यासाठी 'शनिवार वाड्या'चे बाहेर पडले. माधवरावांना ही खबर लागली. गोपिकाबाई व रमाबाई चिंतातूर झाल्या. वरचेवर दादांचा हंगामा वाढतच चालला. त्यांना भेटण्यासाठी माधवराव गोपिकाबाईंसह बाहेर पडले. दादांची भेट झाली; पण त्यांचे मनाचा थांग पत्ता त्याने लागू दिला नाही. संग्राम झाला. त्यात माधवराव पेशव्यांचे बाजूचा पुरा मोड झाला. आळेगावचे तळावर माधवराव चुलत्याचे ताबेदार झाले. त्यांचेभोवती पहारे बसले. प्रकरण एवढ्यावरच थांबले नाही तर 'शनिवार वाड्या'त रमाबाई व गोपिकाबाई यांचे निवासाभोवती पाचशे गारदी हत्यारे घेऊन पहारा करू लागले. सारेच कैदी बनले. दादासाहेबांकडे सर्व सत्तासूत्रे आली.

पेशव्यांकडील या घडामोडी पाहून पटवर्धन, नागपूरकर, भोसले, रामचंद्र जाधव यांनी निजामाकडे जाणेच पसंत केले. उदगीरच्या संग्रामानंतर निजामाने जो मुलूख मराठ्यांना दिला होता, तो मुलूख व सारे किल्ले त्याने दादासाहेबांकडून परत मिळविले. तो पुन: चार-सहा महिन्यांत नागपूरकर-भोसल्यांकडे 'साठ-चाळीस'चा करार करून थेट पुण्यावरच भोसल्यांचे फौजा घेऊन तुटून पडला. देवळांची व मंदिरांची मोठी नासधूस झाली. सावकार आणि रयत यांचीही लुटालूट झाली. रमाबाई व गोपिकाबाई सिंहगडचा आश्रय घेऊन तेथे थांबल्या. रमाबाई, माधवराव पेशवे झालेपासून संकटांमागून संकटांना सामोरी जात होती. उपवास, व्रतवैकल्ये, अनुष्ठाने याने तिच्या प्रकृतीवर परिणाम होत होता. या गोष्टी बाजूला ठेवून माधवराव पेशव्यांची सेवा करण्यात ती किंचितही कसूर करीत नव्हती.

निजाम पुण्याला आला त्यावेळी माधवराव, राघोबा मिरजेवर होते. त्यांनी निजामाचे मुलूखावर धाड घालून त्याचे डोळे उघडतील, असा हंगामा त्याचे मुलूखात चालू केला.

गनिमी काव्याने त्याचेवर पाळत ठेवत ठेवत 'राक्षस भुवन'वर त्याला गाठले. त्याचा पूर्ण मोड केला. त्याचा दिवाण विठ्ठलसुंदर मारला गेला. निजामावर जय मिळवून माधवराव 'शनिवार वाड्यात' परतले. तेव्हा पुण्याची झालेली हानी त्यांनी

पाहिली. भेदरलेल्या रयतेला थोडा धीर आला. मिरजेचे पटवर्धन निजामाला सामिल झाले होते. स्वराज्यात ते परत आले होते. दीड-दोन वर्षांनी माधवराव पेशव्याने 'शनिवार वाड्यात' पाऊल टाकले. यापूर्वीच 'राक्षस भुवन'च्या संग्रामामुळे पंच्याऐंशी लाखाचा मुलूख निजामाच्या घशातून परत काढला होता. रमाबाईला मोठा आनंद झाला. स्वारीचे पाय घराला लागले. उपासतापास फळाला आले. आता त्यांचेवर बसविलेले गारद्यांचे पहारे काढून घेतले गेले. माधवरावांची कैद संपली होती. आख्खा 'शनिवार वाडा' आनंदात होता. रमाबाई आनंदाने चिंब झाली होती.

रमाबाईंचा आनंद मात्र फार काळ टिकला नाही. निजामाने पुणे जाळले. त्यावेळी माधवराव रास्ते या पेशव्याचे सख्खे मामाने काही आगळीक केली. माधवराव पेशव्यांचे कानी ही गोष्ट गेली. पेशव्यांनी त्याची चौकशी केली. शहानिशा केली. माधवराव रास्त्यांची आगळीक त्यावर लागू झाली. पेशव्यांनी त्याला पाच हजाराचा दंड ठोठावला. 'शनिवार वाडा' भूकंपासारखा हादरला. गोपिकाबाईंना तीव्र दुःख झाले. तिने भावाला झालेल्या दंडाच्या शिक्षेबाबत मध्यस्ती करण्याचा प्रयत्न करून पाहिला; पण पेशव्यांची आज्ञा ठाम होती. आज्ञेचा अंमल झाला. रमाबाईंचा जीव उडून गेला. आता काय होणार? गोपिकाबाईंचा स्वभाव त्यांना माहीत होता. पतीच्या पुढे उभे राहण्याची हिम्मत रमाबाईंना होत नव्हती. जे घडेल ते पाहण्याशिवाय तिच्या हातात काही नव्हते. गोपिकाबाईंनी पुणे सोडले. नाशिकचा रस्ता तिने धरला. साऱ्या 'शनिवार वाड्या'ची जबाबदारी रमाबाईंवर येऊन पडली. तिला अधिकच अवघडल्यासारखं झालं.

दिवस मागे पडत होते. पेशव्यांची स्वारी दक्षिणेकडे हैदरचे बंदोबस्तास गेली होती. नारायणरावही त्यांचे सोबत गेला होता. गोपिकाबाई व राघोबा नाशिककडे होती. स्वारीतील दगदगीने माधवरावांना ज्वराची बाधा होत राही. खोकला वाढत होता. रमाबाई म्लान चेहरा करून पेशव्यांचे प्रकृतीसाठी तगमग करीत असत.

पेशवा हैदरवरील स्वारी यशस्वी करून पुण्याला आला. दरबारी कामकाज चालूच होते. प्रकृतीकडे पेशवे फार लक्ष देत नसत. त्यामुळे अंगावर शाल लपेटूनच ते दरबारी कामाला जात. वैद्याचे उपचार चालू होतेच; पण फारसा फरक पडत नसे. रामशास्त्री, त्रिंबकराव मामा, पार्वतीबाई यांचा आधार रमाबाईंना वाटत असे.

यावेळी नाशिककडून येणाऱ्या बातम्या मनाचे स्वास्थ्य घालविणाऱ्या ठरल्या. राघोबादादा परत खलबते करून दौलतीचे नुकसान करण्यास टपून बसला होता. त्याची खलबते आणि बेत माधवरावाला कळत होते; पण चुलत्याला शक्यतो न दुखविण्याचा त्याचा हेतू होता.

हैदरवरील दुसऱ्या स्वारीचे प्रस्थान झाले होते. पेशवा दक्षिणेकडे चालू लागला. 'शनिवार वाड्यात' खळबळ माजविणारी बातमी आली. भाऊंचा तोतया पुण्यावर

चालून येत होता. पेशवे यावेळी धारवाडजवळ होते. त्यांनी हुकूम सोडले. तोतयाची चौकशी करण्यास महादजी शिंद्यांना सांगितले. त्यांनी चौकशी केली. तो तोतया कनोजी ब्राह्मण होता. त्याला नगरच्या किल्ल्यात कैदेत रवाना केले. रमाबाई पेशव्यांचे स्वारीत बरोबर होती. 'शनिवार वाड्यात' पार्वतीबाईंची काय अवस्था झाली असेल, या विचाराने घालमेल उडाली. पार्वतीबाईंचा स्वभाव हळुवार झालेला होता. सारी वर्तमाने ऐकून तिला जीव नकोसा झाला.

माधवराव पेशवा हैदरच्या स्वारीतून परत आला. या साऱ्या सुन्न वातावरणात पार्वतीबाईंच्या जवळ रमाबाई, गंगाबाई याच काय त्या सतत असत. पार्वतीबाईंना यांतून मनाला अधिक वेदना झाल्या. मागील साऱ्या आठवणी पुन: भळाळून वाहू लागल्या. सहन करण्यापलीकडे या साऱ्या गोष्टी होत्या.

स्वत: माधवराव पेशव्यांचे मनालाही या घटना क्लेशदायक ठरल्या; पण इलाज नव्हता. त्यांना मनाची व्यथा कुणाला उघड करून सांगता येत नव्हती. आतल्या आतच सारे सहन करावे लागत होते. रमाबाई पतीच्या प्रकृतीमुळे अधिकच चिंतातूर बनल्या होत्या. तोतयाची कैद चालू झाली होती.

राघोबा आणि त्याचे सल्लागार यांनी एकापुढे एक पेच निर्माण करण्याचा सपाटा लावला होता. राघोबाला नाशिकला ठेवला. खर्चाची व्यवस्था केली. त्याने केलेले कर्ज फेडले, मागितलेले किल्लेही दिले, पण त्याचे कुटिलखेळ चालूच होते. हैदरच्या स्वारीत दुसऱ्या खेपेस त्याला नाशिकहून बोलावून घेतले. गोपाळराव पटवर्धन, मुरारराव घोरपडे यांनी हैदरचा पुरा बीमोड करण्याची वेळ आणली. दादाने मात्र हट्टाने मोहिमेची सूत्रे स्वत:कडे घेतली. माधवराव पेशव्याला आवडत नसताना हैदरशी सलूख केला.

(३० मार्च १७६४). त्यास तीस लाख रुपये रोख, तुंगभद्रेच्या उत्तर बाजूचा प्रदेश दिला. बंकापूर दिले. घोरपडे आणि सावनुरकरांचे महाल दिले. या गोष्टींना नाइलाजानेच पेशव्यांनी संमती दिली.

माधवराव पेशव्यांनी तिसऱ्या खेपेस, केलेले हैदरच्या मोहिमेत या साऱ्या गोष्टींचा वचपा काढला. नानासाहेब पेशव्यांचे वेळचा सारा मुलूख हैदरकडून घेतला. तसेच तेहतीस लाख रुपये रोख घेतले. (७ मे इ. स १७६५)

अशातच पुन: दादासाहेब घोडपजवळ चालून आले. त्यावेळी पेशव्यांनी अती कठोरपणा दाखवून त्यांचा पराभव केला (१० जून इ. स. १७६८) कैदी म्हणून त्याला वाड्यात बंदोबस्तात ठेवले. त्याचे सारे सल्लागार कैदेत पडले. कैदेतही राघोबाने अंगारे, धुपारे, चंडीदेवीची उपासना, दिवस दिवस सूर्याकडे बघत राहणे, अशा अघोरी उपायांची अनुष्ठाने चालू केली. त्याचा परिणाम पेशव्यांचे प्रकृतीवर व्हावा, असा त्याचा होरा होता आणि झालेही त्याप्रमाणे. माधवराव पेशवा प्रकृतीने

खंगू लागला. त्याचे शरीर पिवळे पडू लागले. खाल्लेले अन्न पचनी पडेना. वाड्यातील हवा मानवेना.

चौथ्या खेपेस तो पुन: हैदरवर चालून गेला. यावेळी पत्नी रमाबाई व बंधू नारायणराव यांस बरोबर घेतले. हैदरचा एक कोटी उत्पन्नाचा मुलूख उजाड केला. पण प्रकृती साथ देईना. म्हणून त्रिंबकराव पेठ्यांचेवर राहिलेली कामगिरी सोडून पेशवा पुण्यास परत आला. (१३ जून इ.स. १७७०)

दक्षिणेकडील घडामोडीत व हैदरवरील मोहिमेत स्वत: पेशव्यांनी चार वेळा भाग घेतला, पण उत्तरेकडील राजकारणावरही पेशव्यांचे बारीक लक्ष होते. रामचंद्र गणेश, विसाजी कृष्ण असे खंदे सरदार उत्तरेकडे रवाना झाले. शिंदे, होळकर यांना हुकूम गेले. दिल्लीच्या बादशहाला परत दिल्लीच्या तक्तावर बसविण्याचे मनसुबे श्रीमंतांनी लिहून कळविले. पानिपतच्या युद्धापूर्वीच दिल्लीचे तक्त बादशहाविना रिकामे पडून राहिले होते. ज्या क्षणाची माधवराव पेशवे वाट पहात होते, तो क्षण विसाजी कृष्ण आणि महादजी शिंदे यांनी बरोबर टिपला. बारा वर्षे वनवासात असलेला बादशहा मराठ्यांचे मदतीने दिल्लीच्या तक्तावर पुन: आरूढ झाला. (६ जाने. इ. स. १७७२)

पानिपत संग्रामाचे वेळी दिल्ली मराठ्यांचे ताब्यात होती. नारो शंकर पाच हजार फौजेनिशी शहराची गिर्दनबाजी करीत होता. पंडितराव कदम साथीला होता. पण पानिपतचे वृत्त ऐकून दुसऱ्याच दिवशी नारो शंकर दिल्लीची जनता व शहर वाऱ्यावर सोडून दक्षिणेकडे पळून आला. त्यानंतर गेली बारा वर्षे दिल्ली शहराचा पार चोळमोळा नजिबखान रोहिल्याने केला होता. ते शहर आता पुन: मराठ्यांचे हाती आले. याचा आनंद समस्त मराठी दौलतीला झाला. माधवराव पेशव्यांना या वार्ता ऐकून खूप खूप आनंद झाला. पेशव्यांच्या चेहऱ्यावरील समाधान पाहून रमाबाईला खूप हायसे वाटले. पतीच्या चेहऱ्याकडे ती कितीतरी वेळ समाधानाने पाहत राहिली.

पण हा समाधानाचा काळ फार दिवस टिकला नाही. पेशवा प्रकृतीने ठीक होईना. नगर, नाशिक, कटोरे येथे हवापालट करावी, म्हणून पेशव्यांनी मुक्काम केले. कामाचा भार हलका करण्यासाठी नारायणरावाला दिवाणगिरीची कामे सांगितली. वस्त्रे दिली. 'शनिवार वाड्यात' ब्राह्मण अनुष्ठानास बसविले. पण पेशव्यांची प्रकृती पूर्णपणे बरी अशी झालीच नाही. रमाबाई हरिहरेश्वरला जाऊन कुलदैवताचे दर्शन घेऊन आली. अंगारा, प्रसाद आणला. चार दिवस प्रकृतीला उतार पडे व पुन: प्रकृती मूळ पदावर येई. रमाबाईला या चिवट दुखण्याची लक्षणे हळूहळू लक्षात आली. पेशव्यांना हा आजार दीर्घायुष्य मिळून देणार नाही, ही तिची पक्की समजूत झाली. माधवराव पेशव्यांना खोकल्याची उबळ वरचेवर येई. धाप लागे. जीव कासावीस होऊन जाई. खोकल्याची उबळ थांबेपर्यंत पेशव्यांच्या डोळ्यांत पाणी उभे राही.

रमाबाईला या केविलवाण्या अवस्थेत पतीच्या चेहऱ्याकडे पाहवत नसे. याही अवस्थेत पेशवा त्याला दौलतीचे कामी झालेल्या कर्जाची चिंता करीत राही. दक्षिणेकडील त्रिंबकराव पेठेवर सोपविलेली कामगिरी तो नेटाने पार पाडीत होता. पैशाच्या अनंत अडचणी होत्या.

इ.स. १७७० डिसेंबर महिन्यात स्वारीला दक्षिणेकडे निघालेला पेशवा मिरजेपर्यंतच कसाबसा पोहोचला होता. पुढे प्रवास करण्यास प्रकृती साथ मुळीच देईनाशी झाली होती. म्हणून मोहिमेचा बेत अर्ध्यावरच सोडून त्याला परत फिरावे लागले होते. तेव्हापासून दुखणे कमी न होता विकोपालाच गेले होते. गंगा वैद्याचे उपचार चालू होते. तसेच इंग्रज डॉक्टरनेही उपचार सुचविले. तेही करून पाहिले होते. ज्यांनी जे वैद्यकीय उपचार सुचविले ते सारे करून पाहिले. पेशव्यांना दुखण्याचा परिणाम ठाऊक झाला होता. रमाबाईंच्या समाधानासाठी ते सांगतील ते उपचार करून पाहत होते. स्थिती मात्र 'जैसे थे' च होती.

त्यामुळे माधवरावांना व रमाबाईंना 'शनिवार वाड्या'तील रहिवास नको वाटू लागला. प्रकृतीला आराम वाटावा म्हणून पेशव्यांनी अचानक पुणे सोडले. रातोरात प्रवास करून थेऊर जवळ केले. गजाननाचे सान्निध्यात ते येऊन राहिले. थेऊरच्या वाड्यात माधवरावांचा मुक्काम पडला. दररोज देवदर्शन होऊ लागले. रमाबाई सांगाती होतीच. ब्राह्मणांना दक्षिणा, भोजने, गोदान नित्य तिच्याकडून घडू लागले. थेऊरची वर्दळ वाढली.

थेऊरास हवापालट करण्यासाठी आलेल्या पेशव्याला आता दोन महिन्यांचा काळ उलटला तरी काही फरक पडला नव्हता. रामशास्त्री, मोरोबा, सखाराम बापू, दादासाहेब अशी कर्ती माणसे पुण्याहून भेटण्यास आली. नागपूरकर, भोसले श्रीमंतांना भेटून गेले. प्रकृतिची विचारपूस झाली.

रमाबाई जातीने दररोजची पेशव्यांची काळजी घेत होती. वाड्यात श्रीमंतांनी रमाबाईंना बोलावून घेतले. खूप दिवसांनी त्यांनी रमाबाईला प्रकृतीचे गाऱ्हाणे बाजूला ठेवून, मनातले विचार बोलून दाखविले. आपला शेवट या आजारातच झाला, तर तू मागे राहू नको म्हणून सांगितले. रमाबाईंच्या अंत:करणात खोलवर ते शब्द घुमत गेले. त्यांनी डोळ्यांत साचलेले अश्रूंना मोकळे केले. एका निर्धाराने व निश्चयाने तिने ईश्वरसाक्ष ठेवून त्यांना शब्द दिला.

आता रमाबाईंची व्रतवैकल्ये अधिकच उग्र झाली. त्या फक्त दूध व गोमूत्र यावरच दिवस काढू लागल्या. श्रीमंत माधवराव पेशव्यांना थेऊरच्या वाड्यातून गजाननाच्या आवारात हलविण्यात आले. अंगाची सूज आता वाढतच होती.

श्रीमंतांच्या आजारपणाची खबर ऐकून त्रिंबकराव पेठ्यांनी दक्षिणेकडे चालविलेली मोहीम आटोपती घेतली. हैदरशी तह करून ते थेऊरला आले. थेऊरला आलेनंतर

रुपये तीस लाखांचा रोख भरणा सरकारी खजिन्यात केला. पेशव्यांना मोठा आनंद झाला. कर्ज मागे ठेवून मृत्यूला सामोरे जाण्याची पाळी आली होती. ती चिंता आता नाहीशी झाली. अशा स्थितीतही त्यांचे चेहऱ्यावर समाधान दिसून आले. चेहरा आनंदीत दिसू लागला. रमाबाईंनाही हायसे वाटू लागले.

दिवस-रात्री मागे पडत होत्या. पेशव्याची स्थिती पुन: पूर्वपदावर आलेली होती. थेऊरच्या गजाननाला दहा हजाराचा मोत्याचा हार अर्पण करण्यात आला. इतर देवदेवतांसाठी असेच संकल्प सुटले. 'कांची कामकोठी'च्या गोपुरासाठी संकल्प झाला.

इ. स. १७७२ चा दसरा गेला. नवरात्र मागे पडले. दिवाळसण, लक्ष्मीपूजन, भाऊबीज असे सारे दिवस आले. ते कोरड्यापावली निघून गेले. कार्तिक शुद्ध एकादशी आली. पंढरीच्या पांडुरंगाचे दर्शन करून सारे वारकरी आळंदीच्या वाटेला लागले होते. माऊलीच्या दर्शनाची ओढ वारकऱ्यांना लागली होती.

पेशव्यांनी आता सारी निरवानिरव चालू केली. लहान नारायणरावाचा हात सखाराम बापूंदेखत दादासाहेबांचे हाती सुपूर्त केला. 'यांचे चालविणे' यासाठी उभयतांकडून शब्द घेतला.

रमाबाईने पुढील प्रसंगाची तयारी केली. पुण्याच्या बुधवारातून टाकोटाक घोडेस्वार पाठवून त्यांनी सतीचे वाण आणून ठेवले. सारे उपाय संपेलेले होते. कार्तिक वद्य ३ म्हणजे १८ नोव्हेंबर, इ. स. १७७२ ला तोंडाने 'गजानन गजानन' असा उच्चार करीत नेत्रांद्वारे पेशव्यांनी प्राण सोडला.

पेशव्यांचे महाप्रस्थानाची तयारी चालू झाली. मुळा मुठेचा नदीकाठ गजबजून गेला. प्रस्थानयात्रा गजाननच्या मंदिरातून निघाली. मागे अनवाणी पायाने रमाबाई मंद मंद पावले टाकीत पेशव्यांना वारा घालीत निघाली.

सारा आक्रोश व कल्लोळ हळूहळू शांत होत गेला. मुळा मुठेच्या तिरी साऱ्या समुदायांतून रमाबाईंच्या दर्शनाला स्त्री-पुरुषांची रीघ लागली. मोठमोठे सरदार, दरकदार व अंमलदार तसेच अबालवृद्ध सारे रमाबाईंच्या दर्शनाने कृतकृत्य होत होते. रमाबाईंच्या हातात मोहरांच्या दोन पिशव्या होत्या. त्या येईल त्याला वाटून रिकाम्या झाल्या. अंगावरील दागिने एकेक काढून ते आता दर्शनार्थींना देत राहिली. रमाबाई निर्विकार मन:स्थितीत हे सारे करीत होती.

ज्यांनी गेली बारा वर्षे पेशव्यांच्या राज्यकारभारात मोलाची साथ दिली; ते रामशास्त्री आले. वंदन करून बाजूला झाले. रामशास्त्रींची पत्नी आली, रमाबाईला तिनेही वंदन केले. आता रमाबाईजवळ हातांतील सोन्याचे चुडेच तेवढे राहिले होते. त्याला दोनशे मोती मढविले गेलेले असे ते चुडे होते. रमाबाईने त्या गर्दीतही हातांतील सोन्याचे चुडे शास्त्र्यांचे पत्नीचे हाती दिले व सावकाश पावलांनी,

धीरगंभीर चेहऱ्याने ती पतीसाठी तयार केलेल्या चितेवर चढून बसली.

चारी बाजूंच्या ज्वाळांनी रमाबाईला लपेटून आता झाकून टाकले. तिच्या कपाळावर भरलेला मळवट मात्र संध्याकाळच्या सूर्यप्रकाशात अस्पष्ट, दिसत होता. मुळामुठेचे पाणी व त्याचा प्रवाहसुद्धा काही क्षण स्तब्ध होऊन याकडे बघत होता. रमाबाईंच्या धूसर व पुसट दिसणाऱ्या आकृतीला वंदन करून तो परत वाहू लागला.

रमाबाईंच्या सती जाण्याने सारा मराठी मुलूख हळहळला. त्याला आता अडीच शतकांचा काळ उलटत आला; पण 'रमा-माधव' या जोडप्याबाबतचे जनमानसातील प्रेम व जिव्हाळा आहे तसाच अजूनही कायम आहे.

'रमा-माधव'समाधी

गंगाबाई

गंगाबाई ही नारायणराव पेशव्यांची पत्नी होय. हिच्या नशिबी जेवढे चांगले भाग्याचे दिवस आले तेवढेच दु:खाचे डोंगरही तिने सहन केले. पेशव्यांचे घराण्यात पेशव्यांचे कारभारात तिला भोगण्यास मिळालेला कालावधी अल्प असाच आहे. राघोबादादाने नारायणराव पेशव्यांचा वध 'शनिवार वाड्यात'च करविला. गारदी लोकांना मारेकरी म्हणून पुढे केले. ऐन दुपारचे वेळी, पेशव्यांचे कुलदैवत गणेश याला साक्ष ठेवून राघोबाने भाद्रपद महिन्यात नारायणरावांच्या देहाचे तुकडे तुकडे केले. थेऊरच्या गजाननाला साक्ष ठेवून 'गजानन गजानन' असा उच्चार करीत माधवराव पेशव्याने प्राण सोडला होता. त्याच गजाननाला साक्ष ठेवून राघोबाने हे कार्य केले होते. नारायणराव पेशव्याला वाचविण्याचा प्रयत्न करणारे, इच्छारामपंत ढेरे, चापाजी टिळेकर हा हुजऱ्या, दरवाज्यावरील रखवालदार-आबाजीपंत ब्राह्मण, धेनुचा आसरा घेणारे यांना धेनुसह, सुमेरसिंग, खरकसिंग गारदी यांनी ठार मारले. पेशवेपदाचे मसनदीवर विराजमान होणेसाठी दादासाहेब-आनंदीबाई यांनी हे कृत्य केले. सारी मराठी दौलत हादरून गेली. इ.स.१७३० साली पहिल्या बाजीरावाने 'शनिवार वाडा' बांधला. त्याच बाजीराव पेशव्यांच्या नातवाचा 'शनिवार वाड्यात' वध करण्यात आला. वध करण्यात पुढाकार घेणारा हा बाजीराव पेशव्यांचा धाकटा चिरंजीव व सुनबाई म्हणजे 'राघोबा' आणि 'आनंदीबाई' हेच होत. नारायणरावांचे वधानंतर गंगाबाई सती जाण्यासाठी सिद्ध झाली होती; पण त्याचवेळी ती गरोदर असल्याचे लक्षात आलेने तिला वाड्यातील एका खोलीत कोंडून ठेवण्यात आले होते.

यानंतर दोन-तीन महिन्यांचे काळातच पेशव्यांचे कारभारी नाना फडणीस, सखाराम बापू, इ. प्रमुख धुरीणांनी राघोबाला पदच्युत करण्याचे कारस्थान रचले. गंगाबाई नारायणरावाचा वध झाला त्या दिवशी अस्पर्श होऊन एकदीड महिना झाला

होता. ही गोष्ट आनंदीबाईला माहीत होती. त्यामुळे रघुनाथराव व आनंदीबाई तिच्या जीवाला अपाय करून आपला मार्ग निष्कंटक करण्याच्या विचारात होते. ही गोष्ट नाना फडणीस, सखाराम बापू यांचे लक्षात आलेनंतर साऱ्या धुरीण कारभाऱ्यांचा विश्वास संपादन करून त्यांना हळूहळू दादापासून दूर केले. बारभाईंचे कारस्थान उभे केले. त्रिंबकराव पेठे यांनी सातारकर छत्रपतींकडून राघोबाला पदच्युत करून नारायणरावाची विधवा पत्नी गंगाबाईचे नावाने द्वाही फिरविली. (जानेवारी इ.स. १७७४)

इ.स. १७१३ साली बाळाजी विश्वनाथ यांचेकडे पेशवाई आली. तेव्हापासून पहिला बाजीराव, नानासाहेब, माधवराव व नारायणराव यांनी पेशवाई वस्त्रे सातारकर छत्रपतींकडून स्वीकारली होती. मात्र यावेळी बारभाईंच्या ठरलेल्या कारस्थानाप्रमाणे पेशवाईची वस्त्रे गंगाबाईंच्या नावाने आणली होती. तमाम मराठी मुलखात तिच्या नावाची द्वाही फिरविली गेली होती. अशा प्रकारचा बहुमान मिळविणारी मराठी दौलतीची ही पहिलीच महिला होय. यापूर्वी किंवा यानंतरही असा बहुमान कोणाही महिलेला मिळाला नाही. गंगाबाईंच्या पोटी वाढत असलेल्या गर्भाकडे लक्ष देऊन बारभाईंच्या कर्त्या धुरीणांनी हा धाडसी व जोखमीचा निर्णय घेतला होता. राघोबा यावेळी हैदरच्या मोहिमेवर दक्षिणेकडे चालून गेला होता. त्यामुळे या गोष्टी घडवून आणण्यास कारभारी मंडळींना चांगलीच फुरसत व मोका मिळाला.

गंगाबाईंचे नावे पेशवाईची द्वाही फिरली. यावेळी बादशाही तक्ताची जागा 'दिल्ली' हे शहर मराठ्यांचे ताब्यात होते. माधवराव पेशवा कारभार करीत असतानाच परागंदा बादशहा दिल्लीला आणून त्याला 'लाल किल्ल्या'त मराठ्यांनी तक्तावर बसविले होते. यामुळे इतक्या दूरपर्यंत पसरलेल्या 'मराठी दौलती'चा कारभार प्रथमच एका मराठी महिलेचे नावे चालू झाला होता. आजपर्यंत न घडून आलेली ही गोष्ट साऱ्या मराठी मुलखात नवलाईची तशीच अपूर्वाईची होती.

पेशवाईचा कारभार गंगाबाईंचे नावे चालू झाला. त्यामुळे तिच्या संरक्षणाची मोठी काळजी बारभाईंच्या कारभाऱ्यांना लागून राहिली. 'शनिवार वाड्या'त तिच्या जीवाला, तसेच तिचे संरक्षण करणारे कारभारी यांचेही जीवाला मोठाच धोका समोर दिसत होता. हैदरचे मोहिमेवर जाताना राघोबाने आपल्या खास मर्जीतला इसम केशवराव केतकर यास 'शहर कोतवाली'वर नेमले होते. त्या अगोदरचा 'शहर कोतवाल' नारो अप्पाजी यास त्याने दूर केले होते. केशवराव केतकर 'शनिवारवाडा' आणि 'पुणे शहर' यावर सक्त बंदोबस्त ठेवून होता. अशा या अवघड जोखमीतून गंगाबाईला वाड्याचे बाहेर काढावयाचे होते. मिरज किंवा नगर येथील किल्ल्यांत बंदोबस्त होणार नाही, म्हणून विचार करून 'पुरंदर गडा'ची निवड कारभाऱ्यांनी केली होती. नाना बापूंनी गंगाबाईंचे माहेरकडील साठेंच्या घरातील इसम आजारी असून, त्याला भेटण्यासाठी गंगाबाई व सोबत पार्वतीबाई यांचेसाठी कोतवालाची परवानगी

घेतली होती. साठेवाड्यात गंगाबाई पोहोच होताच, शहर कोतवालास पकडून नारो आप्पाने शहराचा ताबा घेतला. केशवराव केतकर कैदेत पडला. शहरातील दादांचे बाजूचे लोक जेवढे होते, त्यांचे घरापुढे चौक्या बसल्या. दोन-तीन हजार स्वारांचे पथक बरोबर देऊन गंगाबाईंना पुरंदर गडावर व्यवस्थित पोहोच केले. (१७ जानेवारी इ. स. १७७४)

नंतर तिच्या नावाची उघड द्वाही फिरवून कारभार चालू झाला. सातारकर महाराजांकडून राघोबाला पदच्युत करण्यात आले. हरीपंत फडके व त्रिंबकराव पेठे यांनी वेगाने हालचाली करून सारा बंदोबस्त आटोक्यात आणला.

पुरंदरावरून गंगाबाईंचे नावे पेशवाईचा कारभार चालू झाला. राघोबा या साऱ्या बनावाने भांबावून गेला. तो थेट साताऱ्यावर जाऊन स्वत: छत्रपतींनाच ताब्यात घेण्याचे खटपटीत होता. त्या रोखाने तो मिरजेकडे येऊ लागला; परंतु पटवर्धन, रास्ते, पेठे, मुधोळकर, घोरपडे यांनी त्यास आडविण्यासाठी थेट सातारपर्यंत साखळी तयार केली. राघोबांना हे सारे समजले व नंतर बेत बदलून विजारपूरमार्गे सांगोल्यावरून पंढरपूर येथे ते आले. गोपाळपूर येथे त्यांचा मुक्काम पडला. एवढ्यात त्रिंबकरावमामा त्यांचा पाठलाग करीत येत आहे, या बातम्या त्यांना लागल्या. परांडा रोखाने निघालेला राघोबा मग पुन: वेणुगोपाळ, पंढरपूर येथे थांबला. तो त्रिंबकराव पेठेंवर चालून गेला. त्रिंबकराव पेठे काही जाबसाल लिहिण्यात गुंतले होते. तोच घाला आला. कासेगावच्या मैदानात उभय पक्षांची लढाई झाली. सातारचे छत्रपतींकडून राघोबाला पदच्युत करण्याची कामगिरी त्रिंबकरावमामाने पार पाडली होती. त्यामुळे राघोबा दातओठ खाऊनच चालून आला. या लढाईत काहीसे बेसावध असताना त्रिंबकरावमामांना राघोबाने गाठले. कासेगांवचे लढाईत तो जखमी झाला व दादाचे हाती सापडला. जबर झालेल्या जखमांनी तो लवकरच मृत्यू पावला. (२६ मार्च इ. स. १७७४) बारभाईंच्या कारभाऱ्यांना गडावर मोठा धक्का बसला.

पुरंदरावर गंगाबाई होती. तिचे बाळंतपण समीप आले होते. सारेजण तिच्या जीवाची काळजी घेत होते. याच पुरंदर किल्ल्यावर थेट हल्ला करून बारभाईंचा पुरा बीमोड करण्याचा बेत राघोबा आखू लागला. त्याला सहाय्यभूत अशाच काही अनुकूल घटना या ठिकाणी घडून आल्या.

नारायणगाव पेशव्यांचे वेळी दिल्लीकडील मराठी सैन्य, पथके परत घेऊन येण्याचे त्याने, विसाजी कृष्ण या सरदाराला हुकूम दिले होते. विसाजी कृष्ण हा माधवराव पेशव्यांचे हुकूमाने उत्तरेत गेला होता. पेशव्यांचे हुकूम झाले त्यामुळे उत्तरेतून विसाजी कृष्ण परत फिरला. पण इकडे आला त्यावेळी नारायणराव पेशव्याचा वध झाला होता. त्यामुळे विसाजी कृष्ण पंढरपूर मुक्कमावर राघोबा असताना त्याला येऊन मिळाला. येताना त्याने भरपूर जडजवाहीर आणि धन आणले

होते. तो सारा खजिना दादांचे हातात आयताच पडला. आलेले जडजवाहीर पंढरपुरात त्याने सावकाराकडे गहाण टाकले. त्यांतून रक्कम उभी केली. तसेच स्वारीच्या खर्चासाठी पंढरपूरचे रयतेवर त्याने कर्जपट्टी बसविली. त्यामुळे थेट पुरंदरावरच चालून जाण्याचा त्याचा बेत घाटत होता. पुरंदरचे कारभाऱ्यांना मोठीच चिंता त्यामुळे लागून राहिली होती.

बिचारा विसाजी कृष्ण, दादाने त्याचे मुलाला कैदेत टाकले होते. त्याचेकडून दीड लाखाचा दंड घेतला होता. तरीही तो दादाकडे आला होता. विसाजी कृष्ण याने माधवराव पेशव्यांचे काळात इ. स. १७७२ साली दिल्लीच्या परागंदा बादशहाला दिल्लीच्या तक्तावर पुनः बसविण्याची मोठी कामगिरी करून माधवरावांची वाहवा मिळविली होती. तो ज्यावेळी दक्षिणेत येईल, तेव्हा 'शनिवार वाड्यात' प्रवेश होतेवेळी त्याचेवर सुवर्णपुष्पे उधळून त्याचे स्वागत करावे, असे माधवरावाने हुकूम देऊन ठेवले होते. इकडे मात्र त्याच्या मुलास कैदेत टाकून राघोबादादाने दीड लाखाचा दंड त्याचेकडून वसूल केला होता.

पंढरपूरच्या पेठेतून पैसा गोळा करून पुरंदरावर चालून जाण्याचा राघोबाचा बेत मात्र तडीस गेला नाही. त्यामुळे गंगाबाईच्या जीवाला निर्माण झालेला धोका टळला. राघोबा पुरंदरचा रोख बदलून नगरच्या रोखाने पळू लागला. येथून पुढे वर्षामागून वर्षे पळण्याशिवाय त्याचेजवळ काही राहिले नाही. एवढेच नव्हे तर या पेशवेपदाची हाव धरून त्याने नारायणराव पेशव्याचा वध करविला तो 'शनिवार वाडा' व पेशव्याची मसनद पुनः मरेपर्यंत त्याच्या दृष्टीसही पडली नाही.

इकडे पुरंदरावर १८ एप्रिल इ. स. १७७४ ला गंगाबाई प्रसूत झाली. पुत्ररत्न झाले. हाच तो सवाईमाधवराव पेशवा. या बालकाचे जन्माने मराठी दौलतीत तमाम रयतेला आनंद झाला. थेट दिल्ली-पंजाब पर्यंतचा मुलूक आनंदात न्हाऊन निघाला. नौबत, शिंगे, कर्णे, यांचा नाद साऱ्या गडागडावरून, दऱ्या-खोऱ्यातून घुमत राहिला. साऱ्या मुलखात नाचगाणी, दारूकाम, समारंभ यांना बहर आला.

या बालकाच्या जन्माने सारे सरदार, कारभारी, सैन्य, सेनापती यांना अपार आनंद झाला. एखाद्या बालकाच्या जन्माने साऱ्या दौलतीत आनंदाचा वसंत ऋतू बहरून यावा, असे हे दुर्मिळ उदाहरण म्हणावे लागेल. तसेच या बाळाचे जन्माचे कोडकौतुक एवढ्या मोठ्या प्रमाणावर होण्याचा मराठी इतिहासातील हा आगळावेगळा प्रसंग. गंगाबाईने गेले आठ-नऊ महिने जे दुःखाचे डोंगर पाहिले, सोसले त्या साऱ्या गोष्टींचे चीज झाले. बाळाची माता म्हणून गंगाबाई धन्य धन्य झाली.

माधवराव पेशव्यांचा अकाली मृत्यू मराठी मुलखाला चटका लावून गेला होता. पाठोपाठ नारायणरावाचा वध चुलत्याने 'शनिवार वाड्यात' केला होता. या गोष्टीने तमाम मराठी मुलखाच्या भावना गारठून तो निपचित झाला होता. बालपेशवा

पुरंदरावर जन्मास आला, त्याचा साऱ्यांना आनंद होण्यापाठीमागे या थिजलेल्या भावनांना मोकळी वाटच जणू करून दिली होती. म्हणूनच या बालकाचे नाव 'सवाई माधवराव' असे ठेवण्यात आले. या बाळाचे जन्माचे चाळीसावे दिवशीच साताऱ्याहून पेशवाईची वस्त्रे त्याचे नावे आणण्यात आली. वयाचे चाळीसावे दिवशी दिल्लीपर्यंत पसरलेल्या मराठी मुलखाचा धनी होण्याचा मान या 'गंगापुत्रास' मिळाला. मराठी इतिहासातील असा हा पहिलाच प्रसंग.

चाळीसावे दिवशी आलेली शिक्के-कट्यार व ढाल-तरवार, पेशवाईची वस्त्रे, बालपेशवा गंगाबाईचे कुशीत असता चौरंगावर ठेवण्यात आली. गडावर बाहेर आनंदोत्सव साजरा केला. या दृष्टीने गंगाबाई व बालपेशवा हे खरोखरच भाग्याची मायलेकरे म्हणावी लागतील.

मार्च इ. स. १७७४ मध्ये पंढरपुराजवळ बारभाईंचा सेनापती त्रिंबकरावमामा पाडाव होऊन मृत्यू पावला. त्यामुळे बारभाईंच्या मसलतीला मोठा धक्का बसला होता. तशातच पंढरपुरावरून पुरंदर गडावर हल्ला करण्याचा राघोबाचा विचार होता. त्यामुळे बारभाईंचे कारभारी धास्तावून गेले होते. सुदैवाने राघोबाने बेत बदलला. नंतर तीन आठवड्यांतच अधिक वैशाख महिन्यात गंगाबाई प्रसूत होऊन बाल पेशव्याचा जन्म झाला होता. सारे सुखरूप व व्यवस्थित पार पडले होते, त्यामुळेच सारा मुलूख आनंदात डुबून गेला होता.

बालपेशव्याचे जन्माअगोदर गंगाबाईंचे नावे द्वाही फिरली होती. नंतर त्याचे जन्माचे चाळीसावे दिवशी त्याला 'पेशवाई वस्त्रं' मिळाली होती. तरी दैनंदिन सारा कारभार नाना, बापू दोघेजणच पाहत हाते. सैनिकदृष्ट्या मातब्बर असलेले सरदार शिंदे, होळकर, फडके साथीला होतेच.

आता कारभाऱ्यांनी नारायणरावांचे खुन्याला पकडून शिक्षा देण्यास सुरुवात केली. 'महंमद इसफ' हा दादांच्या गळ्यातला ताईत. कमरेची तरवार, कटाचा तो सूत्रधार. त्याला ३१ ऑक्टोबर इ. स. १७७५ ला पकडण्यात येऊन देहांत शिक्षा देण्यात आली. त्याचा निर्वंश करण्यात आला. त्याला ताजखानाने पकडून दिले होते. त्याला जमिनी इनाम देण्यात आल्या. सुमेरसिंग जुलै इ. स. १७७४ ला इंदूर येथे मरण पावला. तुळ्या पवार व खरगसिंग यांना इ. स. १७८० ला देहांत शासन झाले. बाकीच्यांना आजन्म निरनिराळ्या किल्ल्यांवर कैदेत पडावे लागले. या शिक्षा ऐकून गंगाबाईंना तेवढेच समाधान वाटले.

बालपेशव्याला पाहण्यासाठी मुंबईचा इंग्रज वकील आला. बालपेशव्याला मोठ्या बंदोबस्तात किल्ल्याखाली आणण्यात आले. इंग्रज वकीलाची भेट होताच साऱ्यांना निरोपाचे विडे देऊन लगेच त्याला किल्ल्यावर नेण्यात आले. बालपेशवा दोन वर्षांचा असता शिंदे-होळकर, पटवर्धन, रास्ते असे मातब्बर सरदार

बालपेशव्याला पाहण्याला आले होते. त्यावेळी पुन: त्याला गडाखाली आणण्यात आले होते. अशा वेळी नाना फडणीसाला फारच दक्षता बाळगावी लागे.

गडावरसुद्धा बाळंतिणीच्या खोलीवर समोर दारातच पुरुषोत्तम दाजी पटवर्धन या विश्वासू व अती दक्ष असणारे इसमाची नेमणूक करण्यात आली होती. एके दिवशी एका कुळंबिणीला बालपेशव्याच्या खोलीत जाताना पडकले. तिची झडती घेतली, पण काही मिळाले नाही. नंतर तिची वेणी सोडून पाहीली तेव्हा त्यात धारदार हत्यार मिळाले. ती पेशव्याच्या जीवाला अपाय करण्यासाठीच आली होती. दुसऱ्या कुळंबिणीकडून पुरुषोत्तम दाजींनी तिची झडती घेतली तेव्हा तिला वेणीत लपविलेल्या हत्यारासह रंगेहात पकडले. बालपेशव्याचे जीवावरचे निभावले. पुरुषोत्तमदाजीची सर्वांनी वाहवा केली. या कामगिरीबद्दल त्याला पंढरपूरजवळ 'आंबे' हे गाव पेशव्यांकडून इनाम मिळाले.

पावसाळ्याच्या दिवसांत गडावर धुवाधार पाऊस पडे. सारी हवा सर्द होऊन जाई. गंगाबाईंच्या प्रकृतीला ही हवा मानवत नसे. परिणाम बाळाला आईचे दूध पोटभर मिळेनासे झाले. या गडावर नाना बापूंनी बालपेशव्याचे संरक्षणाची चांगली काळजी घेतली होती. चारी बाजूंनी बंदोबस्त ठेवला होता. असा बंदोबस्त आणि बाळाचे संरक्षण इतरत्र होणे मोठे कठीण काम होते. त्यामुळे गडावरील हवा वाईट असली तरी गंगाबाईला ती सोसल्याशिवाय पर्याय नव्हता. एक-दोन वर्षे तिने या हवेला टक्कर दिली. नाना प्रकारचे उपचारही झाले; पण तिची प्रकृती सुधारली नाही. बालपेशव्याला तीन वर्षे पूर्ण होऊन चौथे साल लागले. गंगाबाईला ज्वर येऊ लागला. पावसाने धार धरली होती. वैद्यांची औषधे, उपचार लागू होईनात. त्यामुळे बाळालाही तिच्यापासून दूर ठेवण्याचा प्रसंग कारभाऱ्यांवर आला. याच अवस्थेत १२ जुलै इ. स. १७७७ रोजी तिचा मृत्यू गडावर झाला. गंगाबाईला आपला मृत्यू समोर दिसत असतानाही पोटच्या मुलाचे सुरक्षिततेसाठी न मानवणारी रोगट हवा तिने सोसली. आलेल्या आजाराला सोबत घेऊन ती मृत्यूला सामोरी गेली. एका अडचणीच्या व बिकट स्थितीत स्वत:चे आयुष्य तिने 'मराठी दौलती'ला अर्पण केले. स्वत:च्या बाळासाठी आयुष्याचा त्याग करणारी पेशवे घराण्याची ती एकमेव महिला आहे. मृत्युसमयी गंगाबाई ही बावीस वर्षांचीच होती. एवढ्या लहान वयात तिला मृत्यू आला. बालपेशव्याला त्याच्या लहान वयात आईचा वियोग सोसावा लागला. सारी 'मराठी दौलत' हळहळून राहिली.

पुरंदर किल्ल्याची पावसाळी हवा गंगाबाईच्या प्रकृतीला न मानवल्याने तिला मृत्युला सामोरे जावे लागले. बालपेशव्याला लहापणीच आईचे दूध पुरेसे मिळत नव्हते. नाना फडणीसाने दुधाचे सोयीसाठी सरदारांचे मार्फत उत्तरेकडील खास शेळी मागविली. लाल रंगाची शेळी मागविल्याची नोंद इतिहासात नमूद झाली आहे.

यावरून बालपेशव्याचे जीवाला अपाय होऊ नये याची दक्षता किती घ्यावी लागत असे, हे दिसून येते. याच पुरंदर किल्ल्यावर इ. स. १६५७ साली छत्रपती संभाजीराजांचा जन्म झाला होता. संभाजीराजाचे जन्माचे वेळी सईबाई अशाच आजारी होत्या. बाळसंभाजीला त्यामुळे पोटभर दूध मिळत नसे. जिजाबाईने गडाखाली असलेले कापूरवहाळच्या 'धाराऊ गाडे' या महिलेस गडावर बोलावून घेतले होते. बालसंभाजीची दुधाची गरज त्यामुळे भागली होती. हे दोन्ही प्रसंग पुरंदर किल्ल्याचे इतिहासाशी मोठे जिव्हाळ्याचे व मनाला चटका लावणारे आहेत. सईबाईंना आजारपणातून बरे होता आले नाही. नंतर संभाजी राजाचे वय सव्वादोन वर्षांचे होते त्या समयी त्याही लहान बाळाला मागे ठेवून देवाघरी गेल्या होत्या.

नाना फडणीसाला बालपेशव्याच्या जीवाची काळजी डोळ्यांत तेल घालून घ्यावी लागे. फंदफितुरीमुळे त्याच्या जीवाला अपाय होऊ नये, यासाठी दक्ष रहावे लागे. रघुनाथराव आणि त्याला मानणारी इतर उपद्व्यापी माणसे सर्वच विखुरली होती. त्यामुळे संभाजीराजेंच्या दुधासाठी जशी जिजाऊसाहेबांनी गडावर 'धाराऊ गाडे' या महिलेस आणले, तशी व्यवस्था नाना फडणीसास करणे शक्य असता त्याने धोका पत्करला नाही. त्याने उत्तरेकडून शेळी आणून पेशव्यांचे दुधाची सोय लावून दिली.

नानांनी गंगाबाई मृत्यू पावली हे बालपेशव्याला समजू दिले नाही. तीन वर्षे वयाचे बालपेशव्यांची ती पोरकेपणाची सुरुवात होती. ते लहान बालक 'आई कोठे आहे,' अशी चौकशी सारखी करीत असे. तेव्हा, 'आई देवास गेली आहे,' असे लटके उत्तर त्या बालकास ऐकावे लागे. 'आईला आणा' असे पुनः तो पेशवा सांगे त्यावेळी ऐकणारे कारभाऱ्याजवळ उत्तर नसे. साऱ्यांची मने गलबलून जात. एवढ्या मोठ्या पेशवाईचा धनी, पण तो आईचे मायेला वंचित झालेला. आईविना भिकारी झालेला होता. वयाचे पाच वर्षांचा होईपर्यंत हा बालपेशवा पुरंदर गडावर होता. त्या ठिकाणी त्याची माता गंगाबाई मृत्यू पावली होती. पुढील पंधरा-सोळा वर्षांचे त्याचे आयुष्य पुण्याचे 'शनिवार वाड्यात' गेले. त्यांचा बाप नारायणराव पेशवा याचा वध याच वाड्यात झालेला होता. हे सारे सहन करीत करीत याच वाड्यात तो वयाचे एकवीसावे वर्षी वरील गच्चीवरून खाली चौकातील कारंजावर पडून मृत्यू पावला.

'शनिवार वाड्याची' डौलदार व दिमाखदार वास्तू बाजीराव पेशव्याने इ.स.१७३१ साली बांधून पूर्ण केली. तो राहण्यास वाड्यात आला. पेशवाईच्या अखेरपर्यंत म्हणजे इ.स. १८१८ पर्यंत पेशव्यांचा या वाड्यात रहिवास होता. या वाड्यात पेशवापत्नी म्हणून काशीबाई, गोपिकाबाई, रमाबाई, गंगाबाई तसेच पार्वतीबाई यांचा रहिवास होता. परंतु 'पेशवापत्नी' म्हणून या वाड्याने प्रापंचिक सुख व समाधान त्यांना मिळू दिले नाही. बाजीराव पत्नी वगळता साऱ्यांच्या नशिबी अनेक

प्रकारचे भोग आले. नानासाहेब पेशव्यांची पत्नी गोपिकाबाई ही मराठी दौलतीच्या भरभराटीच्या काळात 'शनिवार वाड्यात' वावरत होती. नानासाहेब पेशव्यांच्या पश्चात माधवराव पेशवा आला. माधवरावाचे कारभारात तिने सांगितलेल्या काही गोष्टी त्याने ऐकल्या नाहीत, यावरून तिने 'शनिवार वाड्या'चा त्याग केला. ती नाशिक क्षेत्रात जाऊन 'पंचवटीत' भिक्षा मागून राहिली. पार्वतीबाईला पानिपत युद्धानंतर 'शनिवार वाड्या'चा रहिवास दीर्घकाळ मिळाला; मात्र सदाशिवराव भाऊ हयात आहेत, ही तिची भूमिका तिने हयातभर सोडली नाही. मरेपर्यंत ती सारी सौभाग्यलेणी वापरत राहिली. त्याने अनेक प्रश्न निर्माण झाले. माधवराव पेशव्यांची पत्नी रमाबाई थेऊर येथे माधवरावांबरोबरच सती गेली. नारायणराव पेशव्यांची पत्नी गंगाबाई 'शनिवार वाड्या'तून जीवाला धोका असलेने बाहेर गेली. ती पुरंदरावरच मृत्यू पावली. राघोबापत्नी आनंदीबाई ही पतीबरोबर सतत भटकत राहिली. नारायणरावाचे वधानंतर तिचे पाय 'शनिवार वाड्या'ला लागले नाहीत. ती गोदावरी काठी गंगापूर येथे मरण पावली. दुसऱ्या बाजीराव पेशव्याची पत्नी नवऱ्याबरोबर 'ब्रह्मावर्त' येथे जाऊन राहिली. तिने पुनः 'शनिवार वाडा' व 'पुणे' पाहिलेच नाही. सवाई माधवराव पेशव्यांची पत्नी रायगडावर कैदेत पडली. जिला पुनः 'शनिवार वाडा' पाहता आला नाही. यावरून बहुतेक महिलावर्गाला 'पेशवे घराण्यात' या वाड्याने सुखाचे ऐवजी दुःखाचे व विपन्नतेचेच दिवस अधिक दाखविले, हे स्पष्ट दिसून येते.

पुरंदरचा बालेकिल्ला

शाहू छत्रपती मोगलांचे कैदेतून इ.स.१७०७ साली परत आले. ताराबाईंच्या ताब्यात असलेली 'सातारा' राजधानी त्यांनी घेतली. तेथे अष्टप्रधानांच्या नेमणुका केल्या. दौलतीचा कारभार साताऱ्याहून चालू झाला.

छत्रपती शाहू कैदेत असताना ताराबाईने औरंगजेबाशी प्रखर लढा दिला. राज्याचे रक्षण केले. आता ही राजधानी शाहूचे ताब्यात गेली. ताराबाईने 'पन्हाळा', 'विशाळगड', 'खेळणा' अशा किल्ल्यांचा आश्रय घेतला. स्वराज्याचा दक्षिणेकडील मुलूख ताब्यात ठेवला. अशा प्राप्त परिस्थितीत त्यांनी इ.स. १७१० साली 'मराठी दौलती'ची दुसरी स्वतंत्र गादी स्थापन केली. ताराबाईंचा मुलगा 'शिवाजी'चे नावे 'पन्हाळा' किल्ल्यावरून स्वतंत्र राज्याचा कारभार चालू केला. इ. स. १७१४ पर्यंत अनंत अडचणी, संकटे, यांना तोंड देत या मायलेकरांनी कारभार सांभाळला. नंतर मात्र इ. स. १७१४ सालांत उभयता मायलेकरांना कैदेत पडावे लागले. कोल्हापुरला क्रांती झाली. शिवाजी पदच्युत झाला. राजाराम महाराजांचा राजसबाईंचा पुत्र 'संभाजी' याने सत्ता ग्रहण केली. राजसबाई ही छत्रपती राजाराम महाराजांची दुसरी राणी. तिने सर्व सत्ता मुलाचे नावे ताब्यात घेऊन 'पन्हाळ्या'वरून कारभार चालू केला. 'पन्हाळ्या'वर कैदेतच पुढे ताराबाईपुत्र 'शिवाजी'हा देवीच्या रोगाने इ. स. १७२६ मध्ये मृत्यू पावला.

राजसबाईंचा पुत्र 'संभाजी' इ. स. १७१४ साली 'पन्हाळा' येथे गादीवर आलेपासून सलग सेहेचाळीस वर्षे राज्यकारभार करून इ. स. १७६० साली मृत्यू पावला.

राजसबाईंचे सल्ल्याने आणि काही काळ रामचंद्रपंत अमात्य यांचे सल्ल्याने छत्रपती संभाजी यांनी कारभाराची चांगली घडी बसविली. बाळाजी विश्वनाथ पेशवा, बाजीराव पेशवा, नानासाहेब पेशवा यांच्या पूर्ण कारकिर्दी या छत्रपती संभाजीराजांनी पाहिल्या. मातोश्री राजसबाईंचेनंतर संभाजी छत्रपतींची चौथी राणी 'जिजाबाई'

जिजाबाई

राज्यकारभारात चांगले लक्ष घालीत. महाराणी जिजाबाई या तोरगलकर शिंदे घराण्यातील होत्या. छत्रपती संभाजी महाराजांशी इ. स. १७२६ मध्ये त्यांचे लग्न झाले. छत्रपती संभाजी राजे इ. स. १७६० चे डिसेंबर महिन्यात आजारी असताना टोपचे माळावर निधन पावले. त्यांना एकूण सहा राण्या होत्या. पण त्यांचे पश्चात कोल्हापूर गादीला वारस नव्हता. यावेळी पुण्याचे पेशव्यांचा झगडा अहमदशहा अब्दालीशी ऐन रंगात आला होता. सदाशिवराव भाऊ व पेशव्यांचा पुत्र विश्वासराव लाखावर सैन्यासह पानिपतावर यावेळी अहमदशहा अब्दालीच्या कोंडीत सापडले होते. अब्दालीने त्यांची रसद-दाणागोटा बंद पाडून उपासमार चालविली होती. नानासाहेब पेशवा, गोपिकाबाई यावेळी नगर किल्ल्याचे आसपास छावणी टाकून होते. नानासाहेब पेशव्यांचे याच डिसेंबर १७६०च्या महिन्यात नऊ वर्षांचे एका मुलीशी लग्न करून लग्नाचा मोठा बार उडवून दिला होता. अशा वेळी संभाजीराजे गादीला वारस न देता कोल्हापूर येथे निधन पावले. यावेळी राजांची कुसाबाईराणी गरोदर होती.

थोड्याच काळात पानिपतावर मराठी सैन्याचा दारुण पराभव झाला. नाना साहेबांचा मृत्यू झाला. माधवराव पेशवा 'पेशवेपदावर' आरूढ झाला. (२३ जून इ.स.१७६१)

छत्रपती संभाजी महाराज व नानासाहेब पेशवा यांच्यात इ. स. १७४० मध्ये सातारा येथे सातारा व कोल्हापूर या दोन्ही गाद्या एकत्र करून 'मराठी दौलती'स बळकटी आणावी, असा करार झाला होता. पहिले बाजीराव पेशव्यांचे निधनानंतर नानासाहेब पेशवाईची वस्त्रे घेण्यासाठी सातारा येथे इ. स. १७४० मध्ये हजर होते. कोल्हापूरचे छत्रपती संभाजी महाराज याच सुमारास सातारा येथे शाहू छत्रपतींना भेटणेसाठी आले होते. त्या दरम्यान नानासाहेब पेशवे व कोल्हापूरकर छत्रपती यांच्यात झालेला हा करार गुप्त स्वरूपाचा होता. शाहू छत्रपतींना न कळता त्यांचे अपरोक्ष तो करण्यात आला होता. पेशवा आणि कोल्हापूरकर छत्रपती या उभयतांशिवाय इतरांना त्याची कलमे, अटी, उद्देश माहीत नव्हते. इ. स. १७४० नंतर इ. स. १७४९ साली शाहू छत्रपतींचे निधन झाले. पेशव्याला यावेळी या कराराची अंमलबजावणी करता आली नाही. नानासाहेब पेशव्याला बंधुप्रमाणे मान देऊन जिजाबाईंनी पत्रव्यवहार पुणे दरबारी केला. पेशव्यांनी त्याची दखल घेतली नाही. नंतर साताराचे गादीवर ताराबाईंचे विचारे 'रामराजा' दत्तक म्हणून आला व तो गादीचा मालक झाला.

आता इ. स. १७६० साली तर या इ. स. १७४० चे कराराची काहीच गरज उरली नव्हती. कारण छत्रपती संभाजी महाराज व नानासाहेब पेशवे हे या कराराचे जनक आता हयात नव्हते. त्यामुळे संभाजीराजाचे पश्चात राणी जिजाबाईंनी सर्व मानकरी, दरबाराचे जुने व जाणते अधिकारी व मनसबदार यांचेशी चर्चा करून

त्यांचा सल्ला घेतला. गादीस दत्तक वारस घेऊन कोल्हापूर गादीचा कारभार चालू ठेवावा, असे सर्वांचे मत त्यात दिसून आले. दत्तक मुलगा घेण्याचे असेल तर त्या दत्तक मुलास 'पेशवे दरबारा'ने संमती दिली, म्हणजे पुढील कटकटी होणार नाहीत, यासाठी पेशव्यांची संमती घेण्याची गरज भासू लागली. 'पेशवे दरबारा'त तड लावणेसाठी स्वत: राणीसाहेब यांनीच गेले शिवाय गुंता नीट मार्गी लागणार नाही, असे सर्वांचे मत दिसून आले.

छत्रपतींचे निधन झालेमुळे पेशव्यांनी स्वत: कोल्हापुरास येऊन सर्वांचे सांत्वन करण्याचे त्यांचे कर्तव्य होते; पण पेशवेच पानिपतच्या संकटात अडकले. जिजाबाई राणीच्या सांत्वनासाठी पेशव्यांचे कोणीच येऊ शकले नाही. उलट 'पेशवे दरबारा'त कोल्हापूर गादीचा वारस पूर्णपणे आपले तंत्राने वागणारा असावा, असा विचार बळकट झाला. त्यासाठी 'दत्तकपुत्र' म्हणून त्यांनी 'मुंगीपैठण'चे भोसले घराण्यातील मुलगा निवडला. महादजी भोसले यांचा भाऊ उमाजी भोसले यांस कोल्हापुरचे गादीवर बसवून जिजाबाईंना वार्षिक खर्चाचा बंदोबस्त करून द्यावा, अशा विचाराने नानासाहेब पेशव्यांनी, छत्रपती संभाजी महाराजांचे निधनानंतर एकदमच राज्यावर घाला घालणेसाठी, प्रसंगी राज्याची जप्ती करून, ती ताब्यात घेण्याची तयारी केली. त्यासाठी इचलकरंजीचे घोरपडे हे पेशव्यांचे आप्त, त्यांचे दोन सरदारांबरोबर पाच-सहा हजारांचे सैन्य व दारूगोळा देऊन रवाना केले. आपले बंधुत्वाची चुणूक त्यांनी अशा प्रकारे दाखविली. या साऱ्या प्रकाराने पेशव्यांचे अंतरंगाची ओळख जिजाबाईंना झाली. त्यांनी प्रथम काहीसे नरमाईचे धोरण स्वीकारलेचे दाखविले. काही किल्ले व मुलूख देण्याची गोष्ट काढली व योग्य वेळ येताच पेशव्यांचे फौजेवर प्रखर हल्ला करून त्यांचा पूर्ण पराभव केला.

छत्रपतींची राणी कुसाबाई गरोदर असता राज्य बेवारस ठरवून त्यासाठी जप्तीपर्यंत पेशव्यांनी केलेले कृत्य पाहून सर्व जनता संतप्त झाली होती. त्याचाच परिणाम म्हणजे पेशव्यांचे सैन्याचा पूर्ण पराभव होय.

याशिवाय जिजाबाईराणीला पेशव्यांनी दोन अडचणी निर्माण करून ठेवल्या होत्या. त्याचे निवारण करून त्यातही जिजाबाईराणीने उत्तम राजकारण पटुत्वाचे दर्शन घडविले. कोल्हापूरचे राज्य जप्त करण्यासाठी आलेल्या पेशव्यांच्या सैन्याचा प्रथम दारुण पराभव केला. तसेच 'मुंगीपैठण'चे भोसले घराण्यातील पेशव्यांना अनुकूल असणारा गादीचा वारस त्यांनी अमान्य करून त्यांचा हा दुसरा डावही उधळून दिला.

स्वत: जिजाबाई एप्रिल १७६२ मध्ये फौजफाटा बरोबर घेऊन जेजुरीस गेल्या. माधवराव पेशवा आणि रघुनाथराव यांनी दोन्ही राज्ये एकच आहेत त्यात 'द्वैतभाव' नसावा, असे विचार जिजाबाईंपुढे मांडताच त्यांना जिजाबाईंच्या उग्र संतापाचे दर्शन

झाले. दोन्ही राज्ये एक करण्याचा तुमचा संकल्प असेल तर आमचे महायात्रेची तयारी करा. कोल्हापूर राज्य तुमचे हवाली केले आहे, ते ताब्यात घ्या असे ठणकावून तोंडावर सांगितले. त्यामुळे पेशवेसुद्धा त्यांचे गंभीर परिणाम दिसू लागताच ताळ्यावर आले. त्यांनी आपला विचार बदलला. राणी जिजाबाईंची मर्जी प्रसन्न करून घेण्यासाठी त्यांनी परत जेजुरी तळावर त्यांची भेट घेतली. खानवटचे घराण्यातील मुलगा दत्तक घेण्याचा आपला मनोदय जिजाबाईंनी यावेळी पेशव्यांना सांगितला. त्यास पेशव्यांनी संमती द्यावी, असे सांगितले.

माधवराव पेशवे यावेळी सर्व बाजूंनी अडचणीत होते. पानिपत पराभवाचे संकटातून अजून ते पूर्णपणे बाहेर पडले नव्हते. निजाम व हैदर यांच्या कटकटी अधिक वाढल्या होत्या. खुद्द 'शनिवार वाड्यात' 'भाऊबंदकी' वेगळे वळण घेऊ पहात होती. त्यामुळे माधवरावांना आणखी नवीन जादा संकटे वाढविण्याची इच्छा नव्हती. त्यांनी मग सन्मानाने जिजाबाईराणींना पुण्यास नेले. तेथे खानवटकर- भोसले घराण्याचे शहाजी भोसलेंचे मुलास दत्तक घेणेबाबतची कागदपत्रे व रितसर संमति पूर्ण करून दिली. नंतर त्यांची सन्मानाने परत कोल्हापुरास रवानगी करून दिली. कोल्हापुरास आलेनंतर २२ ऑक्टोबर, इ. स. १७६२ ला 'दत्तक विधान' पूर्ण केले. नंतर पाच दिवसांनी विजयादशमीला 'राज्यारोहण समारंभ' पार पाडला. अशा रितीने जिजाबाईराणीने 'रणनीती' आणि 'राजनीती' या दोन्ही आघाड्यांवर मात करून कोल्हापूर गादीवर आलेले संकट दूर केले. पेशव्यांना अशा प्रकारे माघार घेण्यास लावणारी ही कोल्हापूर राज्याची राणी म्हणूनच लोकादरास अधिकच पात्र झाली.

कुसाबाई राणी गरोदर होती. तिला मुलगी झाली. (२५ मे इ. स. १७६१) पण जिजाबाई राणीने कुसाबाईला मुलगा झाला, असे प्रथम सगळीकडे जाहीर केले. त्यामुळे 'पेशवे दरबारा'ला आपले मनातील बेत काही काळ बासनात गुंडाळावे लागले. हाही जिजाबाईंच्या धोरणीपणाचा एक भाग होता. जिजाबाईने कुसाबाई राणीला मुलगा झाला नसून, मुलगी झाली आहे, असे मागाहून जाहीर केले. पण मिळालेल्या अवधीत राज्याचा बंदोबस्त करून सैन्य, दारूगोळा, गड-किल्ल्यांची मजबुती केली. त्यायोगे पेशव्यांच्या सैन्याचा सहज धुव्वा तिला उडविता आला. तसेच पेशव्यांचा डाव कोल्हापूरची गादी बळकावून सर्व सत्ताधारी होण्याचा आहे, हे सुद्धा तमाम जनतेला तिने निदर्शनास आणून दिले. त्यामुळे जिजाबाईराणीचे अंगचे धोरणीपणा व मुत्सद्दीपणाचे गुणांची चांगली ओळख पटते.

खानवटकर शहाजी भोसले यांचे घराणे शरीफजींच्या वंशातील घराणे होय. या घराण्यातील पाच वर्षांचा मुलगा दत्तक घेण्याचे जिजाबाईराणीने ठरविले होते. सुरुवातीस मुलाचे वडील पेशव्यांच्या भीतीने मुलगा दत्तक देण्यास तयार नव्हते. तेव्हा याही बाबतीत जिजाबाईने मोठ्या युक्तीने मार्ग काढून मनातील संकल्प तडीस

नेला. मरण्यापूर्वी छत्रपती संभाजीराजांचा खानवटकर घराण्यातील मुलगा दत्तक घेण्याचा आदेश होता.

या मुलाचे मामा तारळ्याचे महाडीक होते. त्यांना सारी परिस्थिती राणी जिजाबाईंनी समजावून दिली. तेव्हा मुलाचे मामांनी पुढाकार घेऊन कोल्हापूरच्या काही कुळंबिणी व वाड्यातील महिला मुद्दाम खानवट येथे आगावू काही दिवस ठेवून मुलाचे घराशेजारी पाहुणे आहेत, म्हणून मुक्कामास ठेवल्या. मुलाचे संपर्कात त्या महिला दररोज येतील, अशी व्यवस्था केली. त्यामुळे मुलाची ओळख होऊन त्यास यांचा लळा लागला. मुलास कडेवर घेणे, खाऊ देणे, अशा प्रकारे त्यास माया लावली. नंतर काही दिवसांनी खानवट ते कोल्हापूरपर्यंत मार्गाचा बंदोबस्त करून मुलास कोल्हापुरास आणले. पुण्याचे पेशव्यांची संमती मिळताच हा 'दुसरा शिवाजी' म्हणून कोल्हापूरचे गादीचा धनी झाला. याप्रमाणे दोलायमान झालेले परिस्थितीवर मात करून जिजाबाईराणीने कोल्हापूरच्या गादीला स्थिरता आणली. याकामी त्यांनी दाखविलेले शौर्य, बुद्धितेज, डावपेच, धाडस व पेशव्यांना तोंडावर जाब विचारण्याचे धैर्य दाखवून दत्तकास मान्यता घेणे, अशा नानाविध गुणांमुळे त्या एक असामान्य राजकारणी होत्या, हे स्पष्ट दिसून येते.

जिजाबाईंच्या करारी स्वभावामुळे माधवराव पेशवा दक्षिणेकडे मोहिमेवर जाताना आणि परत येताना राणी जिजाबाईंची गाठ घेत असे. कोल्हापूर राज्याचे हुक्केरी, रायबाग, कागल, मनोळी हे त्यांचे परगणे ताब्यात असूनही त्यात ठाणी बसत नव्हती. कोल्हापूरकरांची ठाणी बसवून देण्यासाठी जिजाबाईंनी पेशव्यांची मदत घेतली. त्यासाठी सात लाखांचे खर्चाचे ओझे कबूल केले. या कर्जाचे परत फेडीसाठी चिकोडी, मनोळी ही ठाणी पेशव्यांकडे दिली. त्यांनी कामाचा इजारा पटवर्धनांकडे लावून दिला. त्यामुळे पुढील काही वर्षे कोल्हापूर रियासतीला सतत कटकटींना तोंड द्यावे लागले.

कोल्हापूर, सातारा ही राज्ये एकच आहेत त्यात द्वैतभाव नाही, असे नानासाहेब पेशवे मानीत होते. शाहू महाराजांचे निधनानंतर दोन्ही राज्यांचे एकत्रीकरण करण्यासाठी त्यांनी छत्रपती संभाजीराजाशी गुप्त करारही केला होता. माधवराव पेशवेसुद्धा जेजुरी येथे जिजाबाईराणींचे भेटीचे वेळी दोन्ही राज्यांत 'द्वैतभाव' नसावा, असे समजून राज्याचे विभाजन रद्द व्हावे या मताचे होते; पण जिजाबाईराणीने धोरणीपणा दाखविला. कोल्हापूर गादीला छत्रपती संभाजीराजाचे इच्छेप्रमाणे खानवट घराण्यातून दत्तक मुलगा आणून त्यास गादीवर बसविले. नाइलाजाने ही गोष्ट पेशव्यांना मान्य करावी लागली.

याच सुमारास पटवर्धन घराण्यास कोल्हापूरचे शेजारी पंचवीस लाखांचा सरंजाम करून दिला. माधवराव पेशव्यांनी याबाबतचे करार, कागदपत्रे गोविंद हरी, परशुराम

रामचंद्र आणि निळकंठ रामचंद्र पटवर्धन यांना इ. स. १७६४ साली करून दिले. या सरंजामी जहागिरीमुळे पुढील पन्नास वर्षे पटवर्धन यांचा शेजार कोल्हापूर छत्रपती यांना अतिशय त्रासदायक झाला. कोल्हापूर गादीला इचलकरंजी, सांगली व मिरज येथील या सरंजामदारांनी सतत कटकटी करून त्रास दिला. मोहिमा, लढाया, घातपात यांशिवाय दुसरे स्वास्थ्य लाभू दिले नाही. 'पुणे दरबारा'ने या गोष्टीला एक प्रकारे सततचे प्रोत्साहनच दिले. त्यामुळे सातारा-कोल्हापूर ही राज्ये एक करण्याचा पेशव्यांचा हेतू कशा प्रकारचा होता, हे लक्षात येते.

कोल्हापूरच्या राज्यात 'सिंधुदुर्ग' हा 'जलदुर्ग' होता. अरबी समुद्राच्या पश्चिम किनाऱ्यावर इंग्रजीसत्तेचे बळ सतत वाढत होते. एक 'सिंधुदुर्ग' काय तो त्याला अपवाद होता. हा 'जलदुर्ग' इंग्रजांनी काही कारण नसताना इ. स. १७६५ साली हल्ला करून ताब्यात घेतला. कोल्हापूरचे आरमाराने केलेला प्रतिकार इंग्रजी आरमारापुढे कमकुवत ठरला. त्याला अपयश पदरी घ्यावे लागले. जिजाबाईराणींनी कोल्हापूर येथून रसद, दारूगोळा, सैन्य पाठवूनही इंग्रज भारी ठरले. जिजाबाईंनी पेशव्यांकडेसुद्धा मदतीची मागणी केली; पण वेळेवर पेशव्यांची मदत येऊ शकली नाही. त्यामुळे जिजाबाईंना इंग्रजांशी करार करून त्यांना व्यापारी सवलती द्याव्या लागल्या. इंग्रजांचा चंचुप्रवेश त्यामुळे कोल्हापूर राज्यात झाला.

आरमारी सत्ता टिकवून धरणारे हे 'मराठी दौलती'चे एकमेव राज्य होते. 'मराठी दौलती'चे सर्व प्रमुख धुरीणांनी जर त्यावेळी नेट धरून व एकोपा दाखवून प्रतिकार केला असता, तर नक्कीच इंग्रजांना यश न मिळता अपयशाचे धनी व्हावे लागले असते. जिजाबाईंनी केलेल्या करारानंतर इंग्रजांनी हा प्रदेश पुन: कोल्हापुरकरांना परत दिला. या कराराने कोल्हापूर राज्याचे आर्थिक नुकसान झाले.

'सिंधुदुर्ग' किल्ल्याची ही उस्तवारी मार्गी लागते न लागते तोच सावंतवाडीकर भोसल्यांनी 'रांगणा' हा किल्ला फितुरी करून घेतला. 'रांगणा' हा मोठा मानाचा किल्ला होता. हा किल्ला परत ताब्यात घेण्यासाठी येसबा शिंदे यांचेबरोबर मोठे सैन्य देऊन 'रांगण्या'वर रवाना केले. त्यांनी 'रांगण्या'ला वेढा देऊन किल्ला जेर करून ताब्यात घेतला. सावंतवाडीकरांचे बरेच सैनिक ठार झाले. फितुरी करणाऱ्यांना ताब्यात घेऊन त्यांचा शिरच्छेद करण्यात आला. इ. स. १६६७ चे मार्च महिन्यात या घालमेली चालू होत्या. त्याचवेळी चिकोडी, मनोळी हे तालुके परत घेण्याची खटपट जिजाबाईंनी चालविली होती. त्यासाठी पेशवे दरबारात त्यांनी खास वकील रवाना केले होते. माधवराव पेशवे या गोष्टीला अनुकूल होते; पण त्यांची प्रकृती ठीक नसल्याने निर्णय मिळाला नाही. पेशव्यांची प्रकृति वरचेवर पुन: खालावत गेली. चिकोडी मनोलीचा ताबा जिजाबाईराणींना माधवराव पेशव्यांच्या हयातीत मिळाला नाही. माधवराव पेशवे आजारपणातच थेऊर येथे १८ नोव्हेंबर इ.स.१७७२ ला

निधन पावले. त्यांचे पश्चात गादीवर आलेल्या नारायणराव पेशव्याने ही मागणी अंतिमत: मान्य करून चिकोडी, मनोळी हे दोन्ही परगणे १९ जानेवारी इ. स. १७७३ ला परत दिले. अशा रितीने गेली सात-आठ वर्षे पेशव्यांकडे असलेला वार्षिक तीन लाखांचा महसुली उत्पन्नाचा मुलूख ज़िजाबाईराणीने परत आणला.

गेली तीस-चाळीस वर्षे सतत राज्यकारभाराचे ओढाताणीमुळे प्रकृतीकडे जिजाबाईराणींना पुरेसे लक्ष देता आले नाही. त्या आजारी पडू लागल्या. त्यावर सतत उपचारही चालू होते. औषधपाण्याची कमतरता नव्हती. या साऱ्या गोष्टींचा सतत पाठपुरावा होऊनही प्रकृती योग्य साथ देत नव्हती.

दुसरे शिवाजीराजे आता पंधरा-सोळा वर्षांचे झाले होते. दौलतीच्या कारभाराचा अनुभवही हळूहळू त्यांना येत होता. जीव गुंतून पडावा, असे कोणतेही काळजीचे कारण राहिले नव्हते. जिजाबाईराणी 'पन्हाळगडा'वर प्रसन्न मनाने मृत्युला सामोऱ्या गेल्या. त्यांचा मृत्यू १७ फेब्रुवारी इ. स. १७७३ ला झाला.

संभाजी महाराजांचे निधनानंतर मोठ्या शर्तीने जिजाबाईंनी कोल्हापूरचे राज्य पेशव्यांचे जप्तीचे तडाख्यातून वाचविले. पेशव्यांची लष्करी ताकद मोठी असूनही त्यांचेशी लष्करी टक्कर वेळप्रसंगी दिली. राजनीतिचा वापर करून दत्तक मंजुरी आणि त्याचा राज्याभिषेक या गोष्टी स्वत:चे मर्जीप्रमाणे घडवून आणल्या. इंग्रजांशी टक्कर देऊन आरमारी सत्ता कायम ठेवली. परक्या इंग्रजी सत्तेला आरमारी लढाई देणारी ती पहिलीच मराठी राणी ठरली. चिकोडी, मनोळीसारखे परगणे पेशव्यांकडून परत मिळविले. म्हैसूरचा वाघ हैदरअली व गोव्याचे पोर्तुगीज यांचेशी चांगले संबंध ठेवले. हे सारे या राणीच्या करारी, धाडसी स्वभावामुळेच शक्य झाले. जर त्यांनी पेशव्यांनी सुचविलेला मुंगीकर भोसले घराण्यातील मुलगा दत्तक म्हणून मान्य केला असता तर तो पूर्णपणे पेशव्यांचाच अंकीत होऊन राहिला असता. सारे कोल्हापूरराज्य पेशव्यांनी आपले घशात घातले असते. 'राजा' आणि 'राजमाता' यांना फक्त नजरकैदेची हवा खाण्याचीच काय ती सोय त्यांनी करून ठेवली असती, हे सारे जिजाबाईने धाडसाने होऊ दिले नाही. म्हणून त्यांचे कर्तृत्वाची नोंद स्पष्टपणे इतिहासाला घेणे भाग आहे.

याच कोल्हापूर घराण्यास एकोणीसावे शतकाचे अखेरीस शाहू महाराजांसारखा छत्रपती लाभला. साऱ्या भारताला अभिमान वाटावा, असे कार्य या 'नररत्न छत्रपती'ने करून दाखविले. त्यांनी 'जनतेचा राजा' म्हणून दीन-दलितांच्या सुख-दुःखात भाग घेऊन राज्यकारभार केला. शाहू छत्रपतींच्या या कर्तबगारीने सारा भारत विस्मयचकित होऊन गेला. साऱ्या समाजातून आजही त्यांच्या कार्याचे पोवाडे गाईले जात आहेत. या त्यांच्या अजोड सामाजिक कार्यामुळे 'करवीर रियासती'ने साऱ्या भारतावर मोठे उपकार करून ठेवले आहेत. एक मोठे योगदान या देशाला दिले आहे.

हे राज्य छत्रपती संभाजीराजेंच्या निधनानंतर, इ. स. १७६१ साली पेशव्यांचे इच्छेप्रमाणे सातारा, कोल्हापूर एक राज्य म्हणून गणले गेले असते, तर शाहू महाराजांसारखे 'नररत्न' या मराठी मुलखाला मुळीच मिळाले नसते. इ.स.१८४८ साली सातारागादी इंग्रजांनी 'वारस नाही', म्हणून खालसा केली. त्याचवेळी या कोल्हापूर गादीचाही कदाचित शेवट झाला असता.

म्हणूनच कोल्हापूरची गादी स्वतंत्र ठेवून राणी जिजाबाईने पुढील अनेक शतकांचे उपकार साऱ्या मराठी मुलखावर तसेच भारत देशावरही करून ठेवले आहेत, असे म्हटले तर वावगे ठरू नये.

'सिंधुदुर्ग महाद्वार'

राणोजी शिद्यांचे सुपुत्र दत्ताजी शिंदे. राणोजी शिंदे 'मराठी दौलती'चे मातब्बर सरदार होते. ते स्वपराक्रमाने या पदावर पोचलेले आणि बाजीराव पेशव्यांच्या हुकमतीत वाढलेले होते. बाजीराव पेशव्यांच्या हुकमतीत वागून शिंदे आणि होळकर यांनी नर्मदा नदीपलीकडे मराठी सत्तेचा विस्तार करण्यात मोठी कामगिरी बजावली आहे. शिंदे घराण्यातील सर्व पुरुषांनी पराक्रमाचा स्वतंत्र मानदंड निर्माण केला आहे. राणोजी शिंदे यांची मुले जयप्पा, ज्योत्याजी, दत्ताजी, महादजी यांनी 'मराठी दौलती'चे विस्तारासाठी प्राणांची बाजी लावून दौलतीचे काम केलेले आहे.

जयप्पा शिंदे यांचे पुत्र जनकोजी शिंदे पानिपतच्या युद्धात हजर होते. अगदी लढाईचा मोड होऊन मराठी सैन्य पळू लागले, रणांगणात सगळी घबराट उडाली; तरीही जनकोजीबाबा तरवारीचा खणखणाट करीत अब्दालीशी लढत होते. नाइलाज झाला तेव्हा ते जखमी अवस्थेत शत्रूच्या हाती पडले. दुसरे दिवशी शत्रुच्या छावणीत त्यांचा वध झाला. त्यांचे वडील जयप्पा शिंदे, नागोरला मराठी फौजांचा वेढा पडला असता रांगड्यांनी त्यांना भाडोत्री मारेकरी घालून दग्याने मारले. ज्योत्याजी शिंदे झाशीच्या परिसरात ओर्छाचे राजावर मोहीम काढून खंडणी वसुलीसाठी गेले असता रात्रीच्या वेळी त्यांचे डोचके शत्रू पक्षाने घात करून कापून नेले होते. ही घटना इ. स.१७४२ ची आहे.

याप्रमाणे एकापेक्षा एक शूर असलेले हे सर्व भाऊ कठीण प्रसंगांस सामोरे जाऊन सरकारची चाकरी बनविण्यात अग्रेसर राहिले.

इ. स. १७५८ मध्ये अहमदशहा अब्दाली दिल्लीवर चालून आला.त्याचा बंदोबस्त करण्यासाठी गेलेले राघोबा पेशवे हात हालवीत माघारे आले. अब्दाली व त्यास सहाय्यभूत झालेला नजिबखान रोहिला यांनी दिल्ली ताब्यात घेऊन लुटालूट

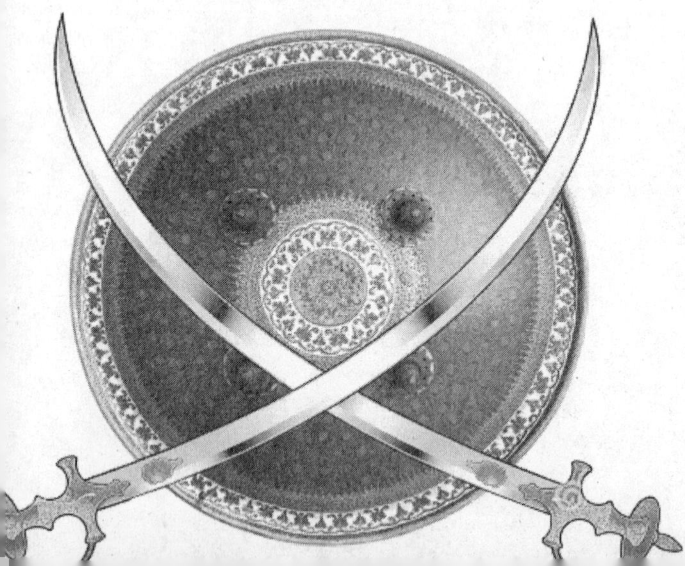

केली. दिल्लीचा पालापाचोळा केला. त्याचा खंबीर प्रतिकार करण्यासाठी दक्षिणेतून नानासाहेब पेशव्यांनी दत्ताजी शिंद्यांस हुकूम सोडले. अब्दालीचा मोड करून त्यास जरब बसविण्याची कामगिरी पेशव्यांनी दिली. मल्हारराव होळकरांस दत्ताजी शिंद्यांची कुमक करावी म्हणून हुकूम रवाना केले.

दत्ताजी शिंदे यावेळी श्रीगोंदा येथे स्वत:चे लग्नासाठी आलेले होते.लग्न समारंभ पार पडताच त्यांनी दिल्लीच्या रोखाने प्रस्थान ठेवले. दत्ताजीचे अगोदर जनकोजी शिंदे फेब्रुवारी इ.स. १७५९ मध्ये उत्तरेकडे रवाना झाले होते. धन्याची चाकरी करण्यासाठी ते काकाचे लग्नालाही थांबले नाहीत. लग्न समारंभ आटोपून मागाऊन तीन महिन्यांनी दत्ताजी शिंदे उत्तरेकडे रवाना झाले. सोबत पत्नी भागिरथीबाई व जनकोजीची पत्नी कासीबाई होत्या.

आदल्या वर्षी रघुनाथ पेशवा आणि मल्हारराव होळकर उत्तरेत अब्दालीच्या बंदोबस्तासाठी गेले होते. त्यांनी लाहोरपर्यंत मजल मारून पुढे अटकेपर्यंतच्या प्रदेश ताब्यात आणला. पण थेट अब्दालीशी सामना करून त्याचा नाश न करता हे दोघेजण लाहोरहून परत फिरले. या मोहिमेचे पुढील घोंगडे जनकोजी शिंदे व दत्ताजी शिंदे या चुलते-पुतण्यावर त्यांनी सोपविले व आपण मोकळे झाले.

दत्ताजी शिंदे उत्तरेत पूर्वी कधी न गेलेले. त्यांना अहमदशहा अब्दाली, नजीबखान रोहिला, दिल्लीचा पातशहा, वजीर गाजुद्दीनखान व गंगा-यमुना प्रदेश या बाबतची थेट माहिती नव्हती.

पेशव्यांनी त्यांना लाहोर ते बंगालपर्यंतचा मुलुख दाबून निदान दोन कोट रुपयांचा नगद भरणा करणेस सूचना दिल्या होत्या. राघोबांचे आदले वर्षीचे स्वारीने पेशवे कर्जात आले होते. दत्ताजी शिंदे हे अतिशय शूर व निधड्या छातीचे शिपाईगडी होते. शत्रुवर बेजरब चालून घेणारा व शत्रूला 'दे माय धरणी ठाय' करून सोडणारा हिंमतबाज वीरपुरुष होता.

अब्दालीशी झुंज देऊन त्याचा मोड करावयाचा तर मराठी फौजांकडे पुरेशी हत्यारे नव्हती. फक्त तरवारी-भाले यांसारखी हत्यारे होती. अब्दालीच्या बाजूला उंटावरील सुतरनाळे आणि छोट्या बंदुका यांचा भरपूर, रिसाला होता. राघोबांची परतीच्या वाटेवर भेट झाली, तेव्हा त्याने हे गळू धोकादायक आहे. त्याचा कायमचा बंदोबस्त करण्याचा सल्ला दत्ताजींना दिला होता. नजीबखान सांगेल त्याप्रमाणे वागून अब्दालीविरुद्ध मोहीम चालवावयाची किंवा स्वत: निर्णय घेऊन डावपेच आखावेत, असा दत्ताजींपुढे सवाल निर्माण झाला. त्यावेळी मल्हाररावबाबांनी केलेली सूचना दत्ताजीरावांना मान्य करावी लागली. त्याप्रमाणे नजीबखानाची मदत घेऊन 'भागिरथी'ला पूल बांधून पुढे मोहीम फत्ते करावयाची, असे ठरले; पण नजीबखान उलट्या काळजाचा! मात्रागमनी निघाला. त्याने दत्ताजीला झुलवत ठेवले. उत्तरेकडील

सारे रोहिले, पठाण, सरदार एकत्र करून मराठी फौजांची कोंडी केली. त्याचे कपट दत्ताजीला उमगले तेव्हा ते संतापाने लालीलाल झाले. दिल्ली काबीज करून पंजाबात गेलेले दत्ताजी माघारी फिरून दिल्लीजवळ 'बरारी घाटा'जवळ छावणी करून मल्हारराव होळकरांची वाट पहात थांबले. 'लुनी' येथे यमुनेच्या पैलतिरी अब्दालीची छावणी पडली होती. मल्हारराव यावेळी मारवाडात रजपुतांकडील खंडणी गोळा करण्याच्या मोहिमेत अडकले होते. शिंदे आणि होळकर यांच्या फौजा एकत्र होण्यापुर्वी शिंद्यांचे फौजेचा समाचार घ्यावा, या हेतूने अचानक अब्दालीची पथके नदीच्या अलीकडे येऊ लागली. यमुना नदीला फारसे पाणी नव्हते. चांगला उतार होता. या ठिकाणी पात्रात गवताची बेटे उगवली होती. त्याने यमुनेचे पात्र दुभंगले होते. दत्ताजीने कुटुंबकाबिला बरोबर न ठेवता आपण सडे राहून अब्दालीशी मुकाबला करण्याचा निर्णय घेतला होता. त्यावेळी भागिरथीबाई गरोदर होती. तिचे दिवस पूर्ण भरेलेले होते. दत्ताजीचा पुत्रमुख पाहण्याचा योग जवळ आला होता. तेव्हा नारोशंकर याने बुणगे व कबिला लष्करातून काढून चमेलीपार करून देण्याचा सल्ला दिला. हा सल्ला दत्ताजीने मोठ्या नाखुशीने स्वीकारून अंमलात आणला. बरोबर दहा हजाराचे सैन्य देऊन त्यांनी कुटुंबकबिला चमेलीपार करून दिला. बरोबर रूपराम कटारी दिला. यमुनेच्या पैलतिरी नजीबखान, अहमदखान लंगडा पठाण, दुंदेखान अशांचा मोठा मेळ झालेला. एक लाखाचे पुढे त्यांचे सैन्य जमलेले. मराठ्यांची फौज तीस-चाळीस हजारांपेक्षा जास्त नव्हती. लाहोरचे बंदोबस्तास ठेवलेले साबाजी शिंदे यांना अब्दालीने हुसकून लावल्याने ते जीवाचे भीतीने पळत सुटले. त्यांनी 'बरारी घाटा'वर शिंद्यांच्या फौजा पाहून त्यात आश्रय घेतला. अशा भग्न फौजेसह दत्ताजींच्या सैन्याची बेरीज चाळीस-पन्नास हजारांची झाली होती.

लाहुराहून साबाजी शिंद्यांची पथके परत आली होती. ती अब्दालीने त्यांचा सडकून पराभव केल्याने. ती उघडी बोडकीच होती. दत्ताजींच्या तळावर आलेनंतर त्यांच्या जीवात जीव आला. अंगावर वस्त्र आले.

अहमदशहा अब्दाली व दत्ताजी शिंदे यांचे फौजेची 'बरारी घाटा'वर १० जानेवारी इ.स. १७६० रोजी गाठ पडली. मोठे रणकंदन होऊन मराठी फौजांचा प्रचंड पराभव झाला. दत्ताजीने कबिला व बुणगे अगोदर तळावरून चमेलीपार करण्यासाठी पाठवून दिले होते. त्याचा मुक्काम दिल्लीपासून चोवीस कोसांवर पडला होता. दत्ताजींची पत्नी भागिरथीबाईंचे दिवस भरलेले होते. तिचे बरोबर जनकोजीची पत्नी कासीबाई होती. संरक्षणासाठी फौजफाटा दिलेला होताच. इकडे 'बरारी घाटा'वर दत्ताजींचा वध झाला होता. जनकोजींच्या दंडाला गोळी लागून हाताचे हाड बाहेर आलेले होते. दत्ताजींचे शिर शत्रूने कापून नेले. मराठी फौजांचा धीर सुटला. सैन्य पळू लागले. जनकोजीला जखमी अवस्थेतच तळावरून बरोबर

घेऊन सैन्य पळू लागले होते. जखमी जनकोजीला दत्ताजींच्या वधाची कल्पना दिली गेली नव्हती. दत्ताजीबाबा पुढे गेलेले आहेत, एवढीच त्रोटक माहिती त्यांना सांगितली गेली होती.

'बरारी घाटा'वरून पळास सुरुवात झाली तेव्हा सारी चीजवस्तू तळावरच राहिली. तंबू, राहुट्या, हत्ती, अंबारी, घोडे व खजिना असे सारे साहित्य शत्रूकडे गेले. शत्रू पुनः पाठलाग करील या भीतीने जखमी जनकोजीला एका बाजेच्या खाटल्यावर टाकून शिंद्यांचे सैन्य पळत होते. रात्रीचा अंधार पडेपर्यंत अब्दालीची फौज मराठ्यांचा पाठलाग करीत होती. शिंद्यांचा 'जव्हारगज' हा मोठा नामांकित हत्ती. त्यावर राजाराम चोपदार होता. या चोपदारासह हत्तीला शत्रूने पकडून नेले. जखमी अवस्थेत जनकोजीला अति वेदना होत होत्या. जखम बांधण्यासही शत्रूने फुरसत दिली नाही. जखमी अवस्थेतच जनकोजी 'पाणी पाणी' करत होता. सायंकाळी सूर्यास्तापर्यंत शत्रुचा पाठलाग चालू होता. नंतर दुराणीचा पाठलाग थांबला. पौष महिन्याचे कडाक्याचे थंडीची पर्वा न करता जनकोजीला घेऊन मराठी सैन्य पळत होते. ते पहाटेच्या सुमारास कबिले व बुणगे असलेल्या ठिकाणी पोच झाले. पळून आलेल्या सैन्याची तोंडे पार उतरलेली. या पळाची फौज पाहून तेथे आणखीनच गडबड उडाली. मराठी गोशा टाकून भागिरथीबाई बाहेर आली. पाच-सात मशाली तेथे जळत होत्या. तेव्हा बाजेच्या खाटल्यावरील जनकोजीने 'बाई काका कोठे आहेत?' अशी चौकशी केली. भागिरथीबाई पूर्णपणे उमगली. आलेला प्रसंग ओळखून तिने पोटातील उमाळा दाबून धरला. तेवढ्यात कासीबाई तेथे आली आणि जनकोजीच्या डोळ्यांतून अश्रूंची धार लागली. प्रसंग गंभीर आणि आणीबाणीचा होता.

भागिरथीबाई आणि कासीबाई, विलाप करणेस जर अशा वेळी सुरुवात करीत होत्या तर उरलेल्या साऱ्या सैन्याचा धीर अधिकच खचून गेला असता. मुलुख तर वैऱ्याचा! आपला मुलुख तर आणखी खूपच दूर राहिलेला. या परक्या मुलुखात पती निधनाचा शोक करावा का, जखमी जनकोजीबाबा यांना घेऊन, साऱ्या सैन्याला धीर देऊन, आपल्या मुलखाकडे सुरक्षितपणे कूच करावे, हा मोठा नाजूक प्रसंग भागिरथी बाईंचे पुढे होता. तिने रडणाऱ्या जनकोजींची मोठ्याने खरडपट्टी काढली. त्याची निर्भत्सना केली. जयाप्पाला चार मुली झाल्या. चार जावई आले. तेव्हा तूही मुलीच्या जन्माला आला असता तर आणखी एक जावई जयाप्पाला लाभला असता, तर अशावेळी बायकोसारखा शोक करणे तुला शोभून दिसले असते; असे परखडपणे चार शब्द सुनावले. नंतर जनकोजीबाबा उगा राहिले. तेव्हा पुनः भागिरथीबाईने धीर धरून रात्रीच पुनः पुढील कूच करण्यासाठी नगारे वाजवून, वाट चालू केली. एका दिवसात पुनः हे सारे गर्भगळीत सैन्य वीस-पंचवीस मैलाची चाल करून कोठपुतळीच्या

रोखाने आले. जनकोजीला पालखीत घातले. दोन्ही पालख्यांचे भोई बत्तीस होते. त्या सर्वांना एकत्र करून पालखी जलद प्रवास करील, अशी सोय केली. पाठीमागून दुराणीची फौज लगट करून आलीच तर प्रत्येकी भोयास एक शेर सोन्याचे कडे देण्याचे सांगून पालखीचे भोयांना निर्भय चाल करण्यास सांगितले.

स्वत: भागिरथीबाईला पूर्ण दिवस भरलेले असूनही एक अशक्त मरके घोडे तिच्या वाटणीला आले. त्यावरचा प्रवास तिला सोसवेना; पण इलाज तर काहीच नव्हता. भागिरथीबाईंचे अशक्त घोडे मागे राहू लागले. तशात हूल उठली जाई... 'दुराणी आला... दुराणी आला...' मग तर आणखीनच गोंधळ उडे. कुणाचा पायपोस कुणाला राहत नसे. नाइलाजाने मग भागिरथीबाईने घोडे थांबवले. आता सोसवत नाही. 'तुम्ही सर्व जण सुखरूप पुढे जाणे', मागाऊन जगलो वाचलो तर आम्ही तुमच्यात सामील होऊ, असे सांगून निदानीचे वेळी संरक्षण करण्यासाठी मालजी आरणराव यांस घोडीबरोबर ठेवले. शेवटचे क्षणापर्यंत संरक्षण करण्याच्या सक्त सुचना त्याला दिल्या. शिवाय अति कठीण प्रसंग आलाच तर बाईचे तलवारीने तुकडे तुकडे करावे आणि वाट दिसेल तिकडे निघून जावे, अशा सूचना त्याला दिल्या.

भागिरथीबाईने हा जो धीरोदात्तपणा कठीण समयी दाखविला त्यावरून त्या वेळच्या महिला वर्गाचे मनोधैर्य किती उच्च प्रतिचे होते, प्रसंगाला सामोरे जाण्याची त्यांची हिंमत, तयारी किती उत्कट होती, या गोष्टी अवलोकन केल्या तर मोठा अचंबा वाटल्याशिवाय राहत नाही.

कासीबाई तर केवळ अठरा वर्षांची पोर! बरोबर काही कापडाचीं ओझी उंटावर होती. छावणीचे तंबू, साहित्य होते ते सारे पेटवून देण्यास तिने फर्मावले. जलद पळण्यात त्याचा अडथळा होई. जरुरीपुरतेच साहित्य बरोबर घेण्यास सांगितले. अशा अवस्थेत जनकोजीची पालखी तिने सोडली नाही. दिवसाची रात्र व रात्रीचा दिवस करून ती जनकोजीच्या पालखीबरोबर धावतच होती.

मराठी सैन्याची ही अवस्था पाहून खेड्यातील गुंड-टगे व रिकामटेकडे ती घोडी ओढू लागले. सामानाची पळवापळव करू लागले. मोठमोठे सरदार हे सारे पहात होते. साऱ्यांनी खाली माना घातल्या होत्या. 'दुराणी आला...' या हुलीवर कुठवर पळायचं? याचा राग येऊन शेवटी तिने पालखी थांबविण्यास सांगितले. जनकोजी बाबांनी इशारा करताच भोयांनी पाच-सात रांगडे कापून काढले. तेव्हा थोडी शांतता झाली व प्रवास चालू झाला. रात्रीच्या वेळी घोड्यावरील जीन तसेच ठेवून दिवस उगवण्याचे वेळी पुढील प्रवास चालू करावा, याप्रमाणे चौथ्या दिवशी जनकोजीबाबा आणि कासीबाई लष्करासह दिल्लीपासून ऐंशी कोसांवर असलेल्या कोटपुतळी समीप आले. विखुरलेले, पांगापांग झालेले सारे सैन्य एकाच तळावर आणण्याची सोय करण्यात आली. मल्हारराव होळकर, शिंद्यांकडून तातडीच्या आलेल्या पत्राप्रमाणे

मदतीस निघाले होते. सोबत त्यांची पत्नी गौतमाबाई होती. कासीबाईकडून 'बरारी घाटा'वरील झालेली सारी हकिकत गौतमीबाईंना समजली. मागाऊन भागिरथीबाईही येऊन मिळाली. तंबूसाहित्य काही नसलेने एका झाडाच्या फांदीवर कापड सोडून आडोसा केला होता. तेथील सारे वातावरण काळजाला घरे पडतील, असे होते. जनकोजीबाबा घायाळ, दत्ताजी शिंदेचा शिरच्छेद झालेला, तीन दिवस अव्याहत पळून पळून सारी फौज थकलेली, अन्नपाणी न मिळालेली, भागिरथीबाईंचे बाळंतपणाचे दिवस भरलेले, घोडीचा प्रवास न सोसून तिची ससेहोलपट झालेली, जनकोजीबाबाची जखमही न बांधलेली, सारे मोठे मोठे सरदार धीर सोडलेले, दीनवाणे झालेले, अशा स्थितीत गौतमीबाई बाडात गेली, तेव्हा एवढे दिवस कोंडून धरलेला सारा हुंदका बाहेर उफाळून आला. गौतमीबाईलाही या दोघींचा शोक आवरणे अवघड झाले.

मल्हारराव होळकर हे सुद्धा जनकोजीबाबाजवळ शोकग्रस्त होऊन विलाप करीत होते. अशा वेळी पत्नी गौतमीबाईने त्यांची निर्भत्सना करून दत्ताजीने एवढ्या लहान वयात केलेला पराक्रम आणि जनकोजीबाबा सारखे मुलाने दाखविलेला पराक्रम पाहता तुम्ही वृद्धपणी शोक का करिता? तुम्हाला अजून किती पावसाळे पहायचे आहेत? असा खडा सवाल केला. त्यामुळे मल्हाररावांसारखा वृद्ध, अनुभवी सरदारही भानावर आला. विलाप करण्याचे थांबवून शिंद्यांचे फौजेला कापडचोपड, धन-धान्य वसारी व्यवस्था त्यांनी लावून दिली. त्यावेळी दोन्ही सैन्यांचा तळ एकच जाहला. शिंद्यांचे सैन्याला धीर आला.

पुढील प्रवास चमेलीच्या रोखे चालू झाला. मल्हारराव आणि जखमी जनकोजीराव यांनी सड्या फौजा एकत्र केल्या. कबिले व बुणगे पुढे लावून दिले. गौतमीबाई, भागिरथीबाई, कासीबाई या दत्ताजींच्या वधाचे दहावे दिवशी चमेलीस पोहचले, त्याठिकाणी दत्ताजींचा उत्तरक्रियाविधी पूर्ण करून पुनः पुढील प्रवास चालू झाला. दत्ताजींचा तेरावे दिवसाचा विधी करण्यासाठी सर्वांचा 'कुवारी नदी'च्या तिरी मुक्काम पडला. त्याच दिवशी भागिरथीबाई प्रसूत होऊन मुलगा झाला. साऱ्यांना खूपच आनंद झाला. झालेले दुःख विसरून साखरा वाटण्यात आल्या. तोफांचे बार काढण्यात आले. तसेच तेरावे दिवसाचे विधी करून भरपूर दानधर्मही करण्यात आला.

मराठ्यांनी स्वराज्य स्थापनेपासून त्याचे संरक्षणासाठी, मुलखाचा विस्तार करण्यासाठी, दिल्लीच्या पादशाहीचे पठाणापासून रक्षण करण्यासाठी अनेक लढाया व संग्राम केले. यापैकी 'बरारी बरादी घाटा'वर दत्ताजी शिंद्यांनी लढाई करताना पत्करलेले हौतात्म्य, मृत्युपूर्वीचे त्यांचे, "बचेंगे तो और भी लढेंगे..." हे काढलेले तेजस्वी उद्गार अजूनही मराठी मनाला चटका लावतात.

दत्ताजी शिंद्यांचा शिरच्छेद झाला, मोठा दारूण पराभव मराठ्यांच्या वाटणीला

आला. मराठी सैन्याला सतत पळण्याची पाळी आली. या गोष्टीने विचलित न होता, वेळ ओळखून भागिरथीबाई व कासीबाई यांनी प्रसंग निभावून नेण्यासाठी दाखविलेले धैर्य व साहस याला मराठ्यांच्या इतिहासात मोठे मानाचे स्थान मिळाले आहे.

श्रीगोंदे येथील लग्नानंतर अंगावरील हळद निघते न निघते तोच भागिरथीबाई दत्ताजीबाबांबरोबर उत्तरेकडील स्वारीत सामील झाली. गरोदरपणाचे नऊ महिने तिने दत्ताजींबरोबर स्वारीतच घालविले. दिवस पूर्ण भरलेनंतर झालेल्या लढाईतच 'बरारी घाटा'वर यमुनातिरी दत्ताजीचा वध झाला. तिच्या आयुष्यात सारा अंधार पसरला.

दिल्लीच्या पुढे जाटांच्या मुलखातून जाताना भागिरथीबाई व कासीबाई या दोघींची सुरक्षितता एखादे मजबूत किल्ल्यावर जाट राजाला सांगून करावी, असा विचार नारो शंकर आणि गंगाधरतात्या यांनी केला होता.

त्यास अठरा वर्षे वयाच्या कासीबाईने कडाडून विरोध केला. दक्षिणेतून आलेले सारे सैन्य हे आपले घर संसार मागे ठेवून, केवळ आमचे भरवशावर स्वारीत सामील झाले आहे. त्यांना मोकलून फक्त स्वत:चे संरक्षण करून जीव वाचविण्याचा विचारही त्यांनी त्याज्य ठरविला. साऱ्या सैन्याबरोबर जे घडेल ते सोसण्यास आपली तयारी आहे, असे सांगून हालअपेष्टांतही प्रवास करून या स्त्री जातीच्या अनोख्या दिलदारपणाचे दर्शन मराठी मुलखाला घडवून दिले. यात त्यांचे मोठेपण तसेच सैन्यावरची माया आणि आपुलकी यांचे रोमांचक दर्शन घडते.

गौतमीबाई ही मल्हारराव होळकरांची पत्नी, भागिरथीबाई ही दत्ताजी शिंद्यांची पत्नी, कासीबाई ही जनकोजी शिंद्यांची पत्नी, या राजकारभार करणाऱ्या महिला नव्हेत; पण प्रसंगी त्यांनी पुरुषांना सुद्धा न सुचेल, असे धैर्य दाखवून एका जीवघेण्या प्रसंगातून साऱ्या फौजेला सुरक्षित उज्जैन माळव्यापर्यंत आणले. स्वत:चे सुखाचे किंवा ऐषोआरामाचे नावही न काढता बरोबरच्या सैन्यात राहून त्यांनी सतत तेरा दिवस यशस्वी माघार घेतली.

माघार घेण्याचे बाबतीतही त्यांनी जो इतिहास घडविला, तो अद्वितीयच म्हणावा लागेल. महाराष्ट्र धर्माचे हे सर्वांसाठी घालून दिलेले उत्तम उदाहरण होय.

दत्ताजी शिंद्यांचे वधामुळेच नानासाहेब पेशव्याने भाऊसाहेब पेशव्याला दुराणीचा बंदोबस्त करण्यासाठी उत्तरेत तातडीने रवाना केले. दत्ताजींच्या वधानंतर बरोबर एक वर्षाने अहमदशहा अब्दालीशी पानिपतावर भाऊसाहेब पेशव्याने युद्ध केले. 'बरारी घाटा'वर झाला तसाच प्रचंड पराभव पानिपत युद्धात मराठ्यांच्या नशिबी आला. दुर्दैवाने मराठी सैन्याचा पळही मागील खेपेसारखा सुरू झाला. या पानिपतच्या युद्धातून एकटी पार्वतीबाई जीव वाचवून दक्षिणेत आली. भागिरथीबाई, कासीबाई यांनी भग्न फौजेला जसे खंबीर संरक्षण दिले व व्यवस्थित माघारे आणले, तसे यावेळी घडले नाही. म्हणूनच तर या पानिपतावर एक लाख बांगडी फुटली.

अहिल्याबाई होळकर

अठरावे शतकातील मराठ्यांचा उत्तरेकडील इतिहास म्हणजे शिंदे-होळकरांचा इतिहास होय. पेशव्यांचे हे दोन डोळे. यांतील मल्हारराव होळकर हे पुण्याजवळील 'वाफगाव'चे रहिवासी होते. तेथील मल्हाररावांचे घराणे निरा नदीच्या काठी 'होळ' येथे येऊन स्थाईक झाले. त्यामुळे मूळचे 'वीरकर' आडनाव असलेले मल्हारराव, 'होळकर' या आडनावाने प्रसिद्धी पावले. लहानपणी मल्हारराव मेंढ्या राखण्याचा धंदा करीत. या मल्हाररावांचा जन्म १६ मार्च इ.स. १६९३ ला झाला. खानदेशातील 'बारगळ घराणे' हे मल्हाररावांचे आजोळ होते. गावातील भाईबंदाच्या त्रासाला कंटाळून मल्हाररावांची आई लहान मल्हारीला घेऊन खानदेशात बारगळांचे घरी गेली. मल्हाररावांचे वडील लहानपणी मयत झाले होते. मल्हाररावाचे मामा बारगळ हे कदमबांडे सरदार यांचेकडे चाकरी करीत असत. त्याच कदमबांडे सरदारांनी मल्हाररावांनाही चाकरीत घेतले. तसेच त्यांना आपली मुलगी गौतमाबाई देऊन बारगळांनी जावई करून घेतले.

मल्हारराव जात्याच हुशार आणि चुणचुणीत होते. सर्वांचे नजरेस भरेल, असे त्यांचे व्यक्तिमत्त्व होते. कदमबांडे सरदार यांची चाकरी करीत असताना त्यांनी घोड्यावर बसणे, दांडपट्टा, ढाल-तलवार यांची माहिती घेऊन, त्यात ते तरबेज झाले. त्यांची हुशारी पुढे बाळाजी विश्वनाथ यांचेही नजरेस गेली. त्यांनी बारगळाकडून मल्हाररावांना आपणाकडे मागून घेतले व सैन्यातील पथकाचे प्रमुख केले.

यावेळी हैदराबादचा निजाम आणि छत्रपती शाहू महाराजांकडील पेशवे बाळाजी विश्वनाथ यांचे चौथाई, सरदेशमुखीच्या उत्पन्नावरून झगडे आणि लढाया होत. मल्हाररावांनी मराठ्यांच्या बाजूने बाळापूरच्या लढाईत उत्तम शौर्य दाखविले. मराठ्यांचे गनिमी काव्याचा उत्तम वापर करून शौर्य दाखविले. लवकरच मल्हाररावांना पाचशे स्वारांची मनसब पेशव्यांचेकडून मिळाली.

बाळाजी विश्वनाथ पेशव्यांचे नंतर बाजीराव पेशवेपदावर आला. त्यांना मल्हारराव होळकर, राणोजी शिंदे, पवार यांनी उत्तम साथ दिली. चिमाजी आप्पा व बाजीराव हे दोघे बंधू मराठ्यांची सत्ता चौफेर वाढविण्याची कामगिरी बजावीत होते. त्यात पेशव्यांनी प्रथम माळवा प्रांतावर लक्ष केंद्रीत केले. माळवा प्रांत हा यावेळी दिल्लीच्या बादशहाचा सुभा होता. गिरीधर बहाद्दूर हा त्यांचा सुभेदार होता.

माळवा प्रांतावर मराठ्यांनी स्वारी करून गिरीधर बहाद्दूर व त्याचे मदतनीस म्हणून आलेला दयाबहाद्दूर या दोघांचा पराभव करून 'आमझऱ्या'च्या लढाईत ठार केले.

मोगल सुभेदार गिरीधर बहाद्दूर यांचा वध झाला. त्यामुळे मराठी फौजांना दिल्लीचा 'लाल किल्ला' व यमुनेचे पाणी दिसू लागले. माळव्याच्या या लढाईत मल्हारराव यांनी शत्रूला गाफील ठेवून नर्मदा नदी पार केली. यासाठी 'भैरव घाटा'चा उपयोग नदी पार करण्यास करून नालछाला सैन्य भिडविले. जवळचा मोगली किल्ला धारचा. पण किल्लेदार सावध होण्यापूर्वीच होळकर, शिंदे, पवार हे पराक्रमी पुरुष शत्रुवर तुटून पडले. अमझेऱ्याच्या मैदानात त्यांनी मोगलांचा सुभेदार बुडविला.

याच लढाईत शिंदे, होळकरांचे शौर्य बाजीराव पेशव्यांचे नजरेत आले. त्यांनी मल्हारराव होळकरांची नावाजणी केली. इंदूरचे ठाणे पेशव्यांनी मल्हाररावांना दिले. होळकरशाहीच्या उदयाची ही सुरुवात होती. हा काळ होता इ.स.१७२३-२४ चा.

माळव्यात मराठी सत्तेचा पाया घालण्याचे प्रमुख काम शिंदे-होळकर-पवार या त्रिवर्गाने केले. या मजबूत पायाचे आधारावरच पुढे दिल्ली ते लाहोर अटकेपर्यंत मराठी सत्तेचा फैलाव झाला. मल्हारराव होळकर या विस्ताराचे प्रमुख भागीदार ठरले. राजस्थान, अंतर्वेद, चंबळ खोरे, जाटवाडा, बुंदेल खंड, झाशी, आलवार, माचेडी, आग्रा, मथुरा या विस्तीर्ण भूभागांवर मराठी सत्ता स्थापन झाली. एकामागून एक पराक्रम करीत इ. स. १७३४ मध्ये बुंदीचे मोक्याचे ठाणे शिंदे-होळकरांनी जिंकले. नंतर लगेच जयपूरचे उत्तरेकडील मोकळा विस्तीर्ण प्रदेश लुटून घेतला. थेट सांबरपर्यंत मजल गेली. सवाई जयसिंह व खानडौरान या बादशाही उमरावांकडून चौथाई हक्क लागू करून त्याचेपोटी बावीस लाख रुपये घेतले.

यानंतर मल्हारराव जेव्हा पुण्यास पेशव्यांचे भेटीस आले, त्यावेळी स्वतः पंतप्रधान संगमापर्यंत त्यांना स्वागतासाठी सामोरे गेले. अपूर्व सन्मान पेशव्यांनी

केला. शाहू महाराजांकडे पेशवे स्वत:, राणोजी शिंदे व मल्हारराव होळकरांना घेऊन गेले. त्यांचा आदर सत्कार केला. एक मेंढ्या राखणारा धनगर 'मराठी दौलती'चा मोठा सरदार झाला.

इ. स. १६२७ साली पेशव्यांनी छत्रपतींच्या मान्यतेने गुजरातमध्ये चार, माळव्यात सहा आणि खानदेशात एक, असे अकरा जिल्ह्यांचे उत्पन्न त्यांना लावून दिले.

मल्हारराव होळकरांना सर्वत्र 'सुभेदार' म्हणून संबोधू लागले. या मल्हाररावांना 'खंडेराव' नावाचा एकुलता एक पुत्र होता. खंडेरावाचे लग्न मल्हारराव सुभेदारांनी चोंडी गावचे शिंदे घराण्यात जन्मलेल्या अहिल्याबाईशी मोठ्या थाटाने लावले. हा लग्न समारंभ पुण्यात झाला. 'शनिवार वाड्या'चे काम पूर्ण करून पेशवे 'शनिवार वाड्या'त यावेळी राहू लागले होते. यामुळे मल्हाररावांनी एकुलत्या एक पुत्राचे लग्न बाजीराव पेशव्यांचे उपस्थितीत पुण्यास साजरे केले. हा विवाह सतरा मे इ.स. १७३३ रोजी पार पडला.

अहिल्याबाई हिचा जन्म माणकोजी शिंद्यांचे पोटी इ. स. १७२५ मध्ये झाला. 'चोंडी' हे गाव आता अहमदनगर जिल्ह्यात सामील आहे. अहिल्याबाईंचे जन्माचे वेळी ते बीड जिल्ह्यात सामील होते. मल्हारराव होळकरांचा पुत्र खंडेराव हा अहिल्याबाईं पेक्षा दोन वर्षांनी मोठा होता.

अहिल्याबाईंचे खंडोजी होळकरांशी लग्न झालेनंतर ती 'इंदूर' येथे सासरी गेली. सुभेदार मल्हारराव होळकरांचे तिला चांगले मार्गदर्शन लाभले. त्यामुळे मुळातच हुशार आणि तरतरीत असणारी अहिल्याबाई 'इंदूर'च्या राजघराण्यात समरस झाली. तिने राज्यकारभाराचे सारे धडे येथे समजावून घेतले, जमा-खर्च, वसूल, रयतेची गाऱ्हाणी, येणाऱ्या पाहुण्यांचे स्वागत, देवधर्म या साऱ्या गोष्टींचे तिचे उपजतच असलेले ज्ञान सुभेदार मल्हारराव होळकरांचे शिकवणुकीमुळे आणखीनच विस्तारीत झाले.

मल्हारराव होळकर सुभेदाराचा पुत्र खंडेराव याने मात्र वडिलांची मोठी निराशा केली. त्याचे कारभारात लक्ष नसे. खावे-प्यावे हुंदडत राहावे, नाना प्रकारच्या उचापत्या करीत दिवस-रात्र धिंगाणा करीत हिंडावे. स्वाऱ्या शिकाऱ्याचे नाव घेऊन सर्व उद्योग करत राहावे. सुभेदारांचे मन खंडेरावाचे हे वर्तन पाहून खट्टू होत असे. अहिल्याबाई मात्र आपले पतीला नाना प्रकारच्या उदाहरणांनी एखादे गैर गोष्टीपासून परावृत्त करण्याचा प्रयत्न करीत असे.

यांतही आनंदाची व समाधानाची गोष्ट म्हणजे इ. स. १७४५ साली अहिल्याबाईंना पुत्रप्राप्ती झाली. साऱ्यांनाच मोठा आनंद झाला. मागावून इ. स. १७४९ साली अहिल्याबाईंना कन्या झाली. तिचे नाव 'मुक्ताबाई' ठेवले.

अहिल्याबाई सुभेदार मल्हाररावांबरोबर स्वाऱ्यांत मोहिमेत हजर राही. शस्त्र, दारूगोळा, रसद, बाजार याकामी ती छावणीत राहून सुभेदाराला मदत करीत असे. तिला देवदेवता, मंदिरे, नद्यांचे घाट, यांचा मोठा शोक. तिची महादेवावर अपार भक्ती यांतूनच तिने काशी, मथुरा, उज्ज्यैन, अलाहाबाद येथील पुरातन मंदिरे पाहिली. मंदिरांची, सरायांची, परकीय राजवटीकडून झालेली नासधूस पाहिली. याकामी आपले भावी आयुष्य अहिल्याबाईंनी देवदेवतांचे उत्थापन व देखभाल दुरुस्ती यासाठीच वेचण्याचे ठरविले. त्यांच्या मनाची तयारी होऊ लागली.

अफगणिस्तानचा अहमदशहा अब्दाली दिल्लीवर चालू आला. त्याने पंजाब प्रांत ताब्यात घेतला. दिल्लीची लुटालूट केली. दुर्बल झालेल्या बादशाही सत्तेला अब्दालीचे आव्हान पेलवणारे नव्हते. दिल्लीला अहमदशहा बादशहा कारभार करीत होता. त्याने मराठ्यांशी करार केला. त्याला 'अहमदीया करार' म्हणतात. दक्षिणेकडील मराठ्यांच्या वतीने शिंदे व सुभेदार होळकर यांनी या करारावर सह्या केल्या. 'कनौज' येथे या सह्या झाल्या. त्यामुळे परकीय आक्रमणापासून दिल्लीच्या बादशहाचे संरक्षण करण्याचे अवघड काम मराठ्यांनी मान्य केले. बादशहाने त्यासाठी अजमीर सुभा व आग्रा सुभा देऊ केला.

याचा ताबा घेण्यासाठी पेशव्याने दक्षिणेतून रघुनाथराव पेशव्यांचे हाताखाली सैन्याची रवानगी केली. अहमदाबादची मोहीम आटोपून रघुनाथरावांचा मुक्काम 'थाळनेरास' पडला असता त्याला या मोहिमेचा आदेश मिळाला. अजमेर सुभा हा सूरजमल जाटाच्या ताब्यात होता. त्याचेकडे दीग, कुंभेरी, भरतपूर असे मजबूत किल्ले व भरपूर सैन्यसामग्री आणि धन होते.

चुडामण जाटाचा पुत्र बदनसिंग याला सव्वीस पुत्र होते. त्यातील पाचवा सूरजमल होय. तो मोठा पराक्रमी होता. ३० ऑगस्ट इ. स. १७५० साली रघुनाथराव 'थाळनेरा'तून उत्तरेकडे निघाला. सुभेदार होळकर आणि शिंदे अगोदरच उत्तरेकडे गेलेले होते.

दिल्लीकडील व्यवहार मल्हारराव उलगडीत होते. त्यामुळे मोहिमेत त्यांचा सहभाग महत्त्वाचा होता. सुभेदार होळकरांचा पुत्र खंडेराव व गंगोबा तात्या इ. स. १७५३ मध्ये सुभेदाराच्या सांगण्यावरून दिल्लीस गेले होते. अजमेर-आग्रा सुभ्यांपैकी आण्याचा सुभा घेण्याचा सुभेदाराचा विचार होता. बादशहाच्या भेटीस खंडेराव होळकराने यावे, अशी खटपट दिल्ली दरबारात चालू होती. पण बादशहाची खिलत न घेताच खंडोजी होळकर दिल्लीहून सुभेदाराकडे परत आला होता.

बादशहाचा वजीर आणि दिल्लीचा बादशहा यांचे वैर निर्माण झाले, त्यावेळी बादशहाची बाजू न घेता सूरजमल जाटाने सफदरजंग वजिराची बाजू घेतली होती. यामुळे बादशहा दुखावला गेला. त्याचा बदला घेण्यासाठी बादशहाने दक्षिणेकडील

मराठ्यांची मदत मागितली होती. रघुनाथराव पेशवा त्यासाठी उत्तरेकडे आला होता.

सूरजमल जाट मराठ्यांना चाळीस लाखांपर्यंत खंडणी देण्यास तयार होता. पण रघुनाथराव पेशव्याने एक कोट रुपये खंडणीची मागणी केल्याने समझोता फिसकटला होता. त्यामुळे मराठी सैन्याने 'कुंभेरी'चे किल्ल्यास वेढा घातला होता. जाट आत कोंडला गेला होता.

'कुंभेरी'चा हा किल्ला रेतीत आहे. त्यामुळे मराठ्यांचा वेढा जानेवारी इ.स. १७५४ पासून सहा महिने पडूनही मराठ्यांना यश मिळाले नाही. मराठ्यांचे तोफा किल्ल्यावर मारा करण्यास कारगीर होत नव्हत्या. मराठ्यांनी तोफा उंच तोंडे करून सोडल्या तर तोफेचा गोळा किल्ल्यावरून पलीकडे जाऊन पडत असे. त्यामुळे मोर्चातील मराठी सैन्याची पलीकडे नासाडी होत असे. तोफांची तोंडे खाली करून डागल्या तर तोफेचा गोळा रेतीत पडत असे. त्यामुळे सूरजमल जाट आत बिनधास्त होता. किल्ल्यात भरपूर शिधासामग्री व दारूगोळा मौजूद होता. वाटाघाटीसाठी आतून कोणी येईना.

अशातच एके दिवशी सुभेदार पुत्र खंडेराव मोर्चातील निशाणापाशी आला. त्यावेळी किल्ल्यातून एकाएकी जेजाल्याची गोळी आली. ती गोळी मल्हाररावाचे पुत्र खंडेराव यांना वर्मी लागल्याने जागेवरच खंडेरावांचा मृत्यू झाला. हा दिवस १७ मार्च इ. स. १७५४ चा होय. आपल्या एकुलत्या एक पुत्राचा असा अचानक मृत्यू पाहून मल्हाररावांचा संताप अनावर झाला. त्याला अपार दुःख होऊन मोठा धक्का बसला. रागाचे भरात-'कुंभेरीची माती खणून यमुनेत टाकीन, तरच नावाचा मल्हारराव,' अशी त्याने घोर प्रतिज्ञा केली. रघुनाथराव आणि सारे मराठी सरदार मोठ्या पेचात आले.

यावेळी अहिल्याबाई मोहिमेत हजर होती. पतीनिधनाचे वृत्त कळताच तिला शोक अनावर झाला. पतीबरोबर सती जाण्याची तयारी ती करू लागली. मल्हारराव पुत्राचे अचानक मृत्यूने अगोदरच दुःखात बुडाले होते. तशातच अहिल्याबाईंचा सती जाण्याचा निर्णय ऐकून त्यांचे डोळ्यांपुढे एकदम अंधारी आली. त्यांनी अहिल्याबाईंना सती न जाण्याबाबत विनवणी केली व साकडे घातले. पण सूनबाई ऐकत नव्हती. मल्हाररावांनी तिला अखेरची विनवणी केली, "पोरी या दौलतीचा उन्हाळा करू नकोस. मेली ती अहिल्या राहिला तो खंडू," असे समज. या विनंतीला मात्र अहिल्याबाईंना मान देणे भाग पडले. सती जाण्याचा विचार मग अहिल्याबाईंनी रहित केला.

सुभेदार मल्हाररावांचा पुत्र अचानक मारला गेल्याचे वृत्त ऐकून किल्ल्यातील सूरजमल जाट मोठ्या चिंतेत पडला. "कुंभेरीची माती खणून यमुना नदीत टाकीन," ही सुभेदाराची प्रतिज्ञा म्हणजे मोठे संकटच होय, याची त्याला खात्री झाली.

सूरजमल जाटाचा कारभारी रूपराम कटारी आणि त्याची आवडती राणी किशोरी या दोघांचा सल्ला सूरजमलने विचारला. त्यावर मराठी सैन्यात शिंदे सरदार असून ते मोठे पराक्रमी आणि नेकीचे आहेत. तेव्हा त्यांना शरण जाऊन त्यांचा सल्ला घ्यावा, असा सल्ला उभयतांनी दिला. त्याप्रमाणे रूपराम कटारी जाटाची पगडी घेऊन शिंद्यांना भेटला. या कठिण प्रसंगी आमचा बचाव करावा, म्हणून हात जोडून विनंती केली. जाटाची पगडी जयाप्पाचे पायावर ठेवली. शिंदे हे मोठे पराक्रमी सरदार होते. 'शरण आलेल्यांस मरण चिंतू नये,' या धर्मशास्त्रातील वचनाप्रमाणे रूपराम कटारीला अभय देऊन आपले मोर्चे काढले. मराठ्यांची बाजू आणखीनच केविलवाणी झाली. पेशवा रघुनाथरावाने जाटांशी तह केला. मोर्चे उठविले.

मल्हारराव सुभेदारांचे पुत्राचे मृत्यूचे वर्तमान ऐकून दिल्लीचे बादशहा, वजीर यांनीही सुभेदाराचे सांत्वन केले. दुखवटे पाठविले. सूरजमल जाटही झाल्या प्रकाराने मोठ्या चिंतेत पडला होता. त्यानेही सुभेदारांकडे दुखवटे पाठविले. खंडेरावांचे अंत्यविधी व तेरा दिवसांचे सारे विधी झालेनंतर रघुनाथराव पेशवा मथुरेला आला. (२२ मे इ. स. १७५४)

अहिल्याबाईंच्या जीवानाचे स्थूलमानाने तीन भाग करता येतात. त्यातील पहिला भाग इ. स. १७५४ पर्यंतचा मानता येतो. या काळात तिचा पती, सासू-सासरे, मुलगा, मुलगी यांचेबरोबर इंदूरच्या जहागिरीत त्यांचे दिवस गेले. खंडेरावाचे कर्तृत्व बेताचे आहे, हे पाहून सुभेदार मल्हाररावांनी तिला इंदूर जहागिरीचे कारभारात लक्ष देण्यात, प्रोत्साहन दिले. जात्याच कुशाग्र बुद्धीचे अहिल्याने सासूबाई गौतमीबाई, सासरे मल्हारराव, यांनी दिलेले कारभाराचे धडे चांगले आत्मसात केले. खंडेरावांची उणीव तिने भासू दिली नाही. आता खंडेरावांच्या दु:खद व अचानक निधनाने तिच्या आयुष्यात मोठी पोकळी निर्माण झाली होती. सुभेदार मल्हाररावांच्या व सासू गौतमीबाईंच्या प्रेमळ आणि वात्सल्यपूर्ण वागणुकीने ती लवकरच सावरली. एवढे दिवस पती खंडेराव हाच होळकरांचे दौलतीचा मालक असल्याने ती कारभारात सांगेल तो कार्यभाग पार पाडीत असे. आता मात्र सुभेदारांनी स्पष्टच सांगितले होते, की 'मेली ती अहिल्या व तू अहिल्या म्हणजेच खंडेराव, असे मी मानीन'. त्यामुळे होळकर दौलतीचे सारे बारीकसारीक व्यवहार तिलाच जबाबदारीने पार पाडावे लागले. अहिल्याबाईंचा पुत्र 'मालराव' यावेळी अकरा वर्षांचा होता व मुलगी मुक्ताबाई सात वर्षांची होती. या लहान मुलांकडे पाहून ती आता दौलतीच्या कारभारात लक्ष देऊ लागली.

यावेळी पुण्याला नानासाहेब पेशवे कारभार करीत होते. सातारकर छत्रपती हे आता नावालाच छत्रपती राहिले होते. पुण्याला पेशव्यांचे हाती मराठी दौलतीची सारी सत्ता एकवटली होती. मराठ्यांच्या राज्यविस्ताराचा हा भरभराटीचा काळ होता.

नानासाहेब पेशव्यांनी रघुनाथराव पेशव्याला उत्तरेकडील कारभाराचा बंदोबस्त करण्यास पाठविले होते.

कुंभेरीच्या वेढ्यात फजिती करून घेऊन राघोबा पेशवा मथुरेला आला होता. 'दिल्ली दरबारात' वजीर बादशहाचे भांडण विकोपाला आलेले होते. मराठ्यांच्या दिल्लीवरील हल्ल्याची भीती घालून वजिराने दिल्लीचा बादशहा अहमदशहा यास सिकंदराबाद येथे छावणीला आणले होते. सोबत बादशहाची माता उधमबाई, पत्नी इनायत पुरी बेगम, बहीण साहिबा बेगम, तसेच तंबू, राहुट्या व बादशाही खजिना व जडजवाहीर यांसह तो सिकंदराबाद येथे छावणीला आला होता. (१७ मे इ. स. १७५४) मल्हारराव होळकरांनी या नामी संधीचा फायदा घेतला. पन्नास हजार फौजेला घेऊन २६ मे इ. स.१७५४, रात्रीच्या समयाला छावणीवर धाड घातली. त्यावेळी बादशहाची इतकी घाबरगुंडी उडाली, की त्याला त्याचा सारा जनानखाना व खजिना घेऊन निसटता आले नाही.

रात्रभर अंधारात तो धडपडत होता, मग हत्तीवर बसून तो निसटला व दिल्लीकडे निघून गेला. मात्र मलकाजमानी, साहिबा बेगमसारख्या महत्त्वाच्या स्त्रियांना मराठ्यांनी लुटून घेतले. अंधाराचा फायदा घेऊन मराठ्यांनी सारी छावणी लुटून फस्त केली. पाचशे तोफा, चांदी-सोन्याचे सामान, तंबू व इतर मौल्यवान जिन्नस सुभेदार मल्हाररावांना मिळाले. खंडेरावांच्या मृत्यूनंतर दोन महिन्यांच्या आतच सुभेदारांनी बादशहाला हिसका दाखविला.

सुभेदार होळकरांबरोबर मोहिमेत गौतमीबाई व अहिल्याबाई सतत असत. त्यांना स्वारीत समक्ष बरोबर राहिलेने उत्तरेकडील, माळव्यातील, मारवाडकडील सारी राजकारणे समक्ष बघण्यास मिळत होती. अहिल्याबाई मथुरा, गया, अलाहाबाद येथील हिंदूंची पवित्र मंदिरे, घाट, सराया, येथील अन्नछत्रे, निरखून पाहत होती. परक्यांनी केलेली हिंदूंच्या मंदिरांची मोडतोड व विटंबना पाहून ती उदास होऊन विचार करीत राही.

नानासाहेब पेशव्यांनी राघोबा पेशव्यांला अहमदशहा अब्दालीचा बंदोबस्त करण्यास दुसऱ्या खेपेस उत्तरेकडे रवाना केले. (२२ जाने. १७५७) पुण्यातून बाहेर पडलेले पेशवे इंदुरास पोहोच होईपर्यंत अब्दालीने दिल्ली शहर लुटून घेतले. मथुरेवर घाला घालून मोठी कत्तल करून मंदिराची मोडतोड केली. हे सारे घडवून १ एप्रिल इ. स. १७५७ला तो देशी चालता झाला.

नंतर मागावून मे महिन्यात रघुनाथ पेशवा आग्र्यास आला. बरोबर मल्हारराव होते. दुआबात मोठी धामधूम करून १५ जून १७५७ला मराठी फौजा दिल्लीपुढे आल्या. यावेळी दिल्लीच्या बंदोबस्ताला नजीबखान रोहिला होता. विठ्ठल शिवदेवने दिल्लीवर मारा करून दिल्ली शहर ताब्यात घेतले. नजीबखानाचा पाडाव झाला.

बादशहाच्या आग्रहावरून इ. स. १७५८ च्या आरंभी मराठ्यांनी पंजाबची मोहीम हाती घेतली. सुभेदारांचा परिवार आणि कुटुंबीय मंडळी दिल्लीहून कुरुक्षेत्राकडे यात्रेसाठी अगोदरच रवाना झाली होती. अहमदशहा अब्दालीचा पंजाबच्या सुभ्यावर बंदोबस्तास असलेल्या अब्दुलसमदखान या सरदाराने होळकरांच्या मंडळींवर चाल करून सर्वांना पकडले. कुरुक्षेत्राच्या उत्तरेस पंधरा मैलांवर असलेल्या 'शहाबाद' येथे सर्वांना अटकावून ठेवले. मागावून होळकरांचे संरक्षण पथक आले. त्यांनी अब्दालीचे पहारेकरी कापून काढले. सर्वांची सुटका झाली. यात अहिल्याबाई, गौतमीबाई, हरकुबाई यांचा समावेश होता. परकीय सत्तेच्या, काही काळ का होईना अटकेत पडण्याचे अहिल्याबाईंच्या अनुभवाला आले. तिच्या जीवनातील हा पहिलाच व शेवटचाच प्रसंग म्हणावा लागेल. लवकरच मल्हारराव सुभेदार पेशव्यांना घेऊन लाहोरपर्यंत गेले. पेशव्यांच्या फौजांनी अटकेवर झेंडे लावले. होळकरांचे फौजेत तुकोजी होळकर अटकेपार होणारे पहिलेच सरदार झाले. परतीच्या प्रवासात कुरुक्षेत्रावर ५ जून इ. स. १७५८ ला सोमवती अमावस्या आली म्हणून स्नाने करून धर्मविधी उरकले. नंतर होळकर माळव्यात आले. राघोबा पुण्यास पोहोच झाले.

उत्तरेकडे दोन मोहिमा करूनही नानासाहेब पेशव्याला दिल्लीचा बंदोबस्त ठीक करता आला नाही. म्हणून पुढील खेपेस नानासाहेब पेशव्याने चिमाजी आप्पांचे पुत्र भाऊसाहेब पेशवे यांना उत्तरेकडे रवाना करून दिले. विश्वासराव या स्वत:चे मुलालाही त्यांचेसोबत रवाना केले. पण याही खेपेला प्रचंड अपयशाचे धनी व्हावे लागले. पानिपत येथे मराठ्यांचे आणि अहमदशहा अब्दालीचे युद्ध होऊन भाऊसाहेब पेशवे, विश्वासराव, जनकोजी, इब्राहीमखान गार्दी या साऱ्यांना मृत्युला सामोरे जावे लागले. मल्हारराव होळकर मात्र त्यांचे सैन्याचे पथकासह माघारी आले. तो मोठा चर्चेचा आणि टीकेचा भाग बनला. पानिपत युद्धाचा पराभव नानासाहेब पेशव्याला पचविता आला नाही. काहीशा भ्रमिष्ट अवस्थेत पुण्यास त्यास मृत्यू आला. (२३ जून इ. स. १७६१)

खंडेरावाच्या मृत्यूनंतर उदास झालेल्या गौतमीबाई यानांही दीर्घायुष्य मिळाले नाही. त्यात पानिपतचे पराभवानंतर साऱ्या दौलतीत मोठी निराशेची लाट पसरली होती. गौतमीबाईंची प्रकृती ठीक राहिना. त्यांचा मृत्यू समीप आला. वैद्यांचे उपचारांचा उपयोग होईना. त्यांचा मृत्यू नानासाहेब पेशव्यांचे मृत्युनंतर तीन महिन्यांतच झाला. मल्हारराव आणि अहिल्याबाईंना मोठेच दु:ख झाले.

सुभेदारांचा सारा भार आता अहिल्यांचे कर्तृत्वावरच पडला. अहिल्याबाईंचा एकुलता एक मुलगा मालेराव; पण तोही होळकरांची जहागीर सांभाळ करील, अशा वृत्तीचा नव्हता. त्यामुळे सारा बोज आता अहिल्याबाईंनाच उचलावा लागत होता. पानिपतचा पराभव पाहून साऱ्या दुनियेत वाटत होते, की आता मराठे पुन: वर डोके

काढणार नाहीत; पण सुभेदार होळकरांनी हा भ्रम दूर केला. नर्मदेच्या उत्तर भागात पानिपत युद्धानंतर ते ठासून राहिले. त्यामुळे मराठ्यांची दौलत उत्तरेकडे शाबूत राहिली. पानिपतच्या युद्धामुळे मारवाडातील मराठ्यांचा अंमल उठला. माघोसिंगाने मराठ्यांची ठाणी उठविली. त्यामुळे सुभेदारास प्रथम राजपुतान्यातील बंदोबस्तास जावे लागले. कोटा परगण्यात मंगरोळ येथे सुभेदार चालून गेले. (३० नोव्हेंबर इ. स. १७६१) त्यांनी रजपुतांशी प्रखर लढाई करून त्यांचा पराभव केला. जयपूरकर राजे, बुनगे तोफखाना यांसह लुटले गेले. त्यांचे आठ-दहा हजार सैन्य ठार झाले. या विजयाने पानिपतचे पराभवानंतर उत्तरेकडे मराठ्यांची सत्ता संपुष्टात आली, हा लोकांचे मनातील भाव दूर झाला. राजपुतान्यात मराठी सत्ता कायम झाली.

इंग्रजांनी 'बक्सार'च्या लढाईनंतर आपले बस्तान अधिक नेटाने बसवण्याचा खटाटोप चालू केला. शुजाउद्दौल्याचा अलाहाबाद किल्ला त्यांनी ११ फेब्रुवारी इ. स. १७६५ रोजी जिंकून घेतला. पेशवा माधवराव दक्षिणेकडे हैदरशी झुंजत होता. उत्तरेचा कारभार पाहणारा राघोबा नाशिकास स्नानसंध्या करीत बसला होता. उत्तरेकडील राजकारणे त्याला उमगली नाहीत. अलाहाबादच्या लढाईमुळे प्रयाग ते बंगालपर्यंतचे प्रदेशाचे इंग्रज मालक झाले.

इंग्रजांनी अलाहाबाद जिंकले त्यावेळी सुजाऊद्दौल्याचे डोळे उघडले. त्याने शिंदे-होळकरांची मदत घेण्याचे ठरविले. सुभेदार यावेळी दुआबात होते. ते इटाव्यास आले. त्यापूर्वी अनुपशहरी त्यांची सुजाऊद्दौल्याशी भेट झाली होती. इंग्रजी सत्तेचा आटोप करण्याबाबत भरपूर खलबते झाली होती. अहिल्याबाई सुभेदाराबरोबरच होती. तिचा मथुरा वृंदावनकडे जाऊन देवधर्म, तीर्थयात्रा करण्याचा विचार होता; पण सुभेदारांची परवानगी मिळाली नाही. त्यामुळे ती स्वारीतच राहिली.

सुजाउद्दौल्याचे सहाय्याने आणि याच वेळी धाकटा गाजुद्दीनखान फौज घेऊन आला होता त्याच्या सहाय्याने, सुभेदारांनी इंग्रजांना अलाहाबादेतून उखडून टाकण्याची तयारी केली. गनिमी काव्याने घिरट्या घालून इंग्रजांची रसद तोडण्याची कोशीस त्यांनी केली. इंग्रज सेनानी ले. फ्लेचर त्यांचे मागावरच होता. त्याने 'कुरा' येथे या देशी फौजांची गाठ घेतली. इंग्रजांचे फौजेकडे चांगल्या तोफा होत्या. त्याने या तोफांचा सडकून मारा देशी फौजांना दिला. (३ मे इ. स. १७६५) देशी फौजांचा यात टिकाव लागला नाही. त्यांना पळून जावे लागले. या धामधुमीच्या लढाईच्या वेळी फौजेचे साहित्याचा पुरवठा अहिल्याबाई करीत होती.

इंग्रजांचे तोफांचे पुढे देशी फौजांचा टिकाव लागला नाही. सुभेदारांचा पराभव झाला. त्यामुळे त्यांनी 'काल्पीस' अलीकडे येऊन तळ दिला. इंग्रजसेनानी फ्लेचरने त्यांना तेथूनही हुसकून लावले. त्यांना इंग्रजांपुढे टिकाव धरता आला नाही. या खबरा ऐकून रघुनाथराव पेशवा इ. स. १७६५चे दरम्यान 'झाशी' येथे पोहोच झाला.

मल्हाररावांनीही शिद्यांचे साह्य घेण्याचे ठरवून महादजीला आपणाकडे बोलावले. त्याप्रमाणे सुभेदारास भेटण्यास तो 'दतिया'कडे रवाना झाला. दक्षिणेतून सावकाशीने येणाऱ्या दादासाहेबांची व सुभेदाराची भेट झाली. पण सुभेदार कानाच्या ठणक्याने आजारी होते. प्रकृतीला अनारोग्य झाले होते. उपचार चालू होते; पण उतार येत नव्हता. त्यातच हा शूर मराठा सरदार २० मे इ. स. १७६६ ला 'झाशी' प्रांतात 'आलमपूर' येथे मृत्यू पावला. द्वारकाबाई, बजाबाई या त्यांच्या स्त्रियांनी सहगमन केले. अहिल्याबाईजवळ होती व महादजी शिंदेही जवळच होते. अहिल्याबाईंचा पुत्र 'मालराव' हा इंदुरास होता. त्यास अहिल्याबाईंची पत्रे रवाना झाली.

मराठी इतिहासातील एका मोक्याचे वळणावर होळकरांची जहागीर आणि सरदारपणाची उस्तवारी करण्याचे काम अहिल्याबाईंचे शिरावर येऊन पडले.

पानिपतच्या युद्धात मराठ्यांचा प्रचंड पराभव झालेला, उत्तरेकडील मराठी सत्ता डळमळीत झालेली, पेशव्यांचे घरात भाऊबंदकीचा तंटा उग्र झालेला, मराठी सरदारांची अवस्था मोठी कठीण झालेली, अहिल्याबाईंचे सासू-सासरे मयत झालेले, पुत्र 'मालेराव' असून नसून सारखाच, इंग्रजांची ताकद वरचेवर वृद्धिंगत होऊ लागलेली, दिल्लीचा बादशहा परागंदा होऊन इंग्रजांचे आश्रयास राहिलेला, अशा अनेक प्रतिकूल घटना घडलेल्या आणि घडत असताना, अहिल्याबाईंचे शिरावर मोठी जबाबदारी येऊन पडली. यावेळी अहिल्याबाईचे वय चाळीस वर्षांचे झालेले. 'इंदूर' हे होळकरांचे जहागिरीचे प्रमुख ठिकाण. याच ठिकाणाचा सहवास त्यांना नकोसा झालेला होता.

मल्हारराव होळकरांचे निधनानंतर इंदूरहून त्यांनी जहागिरीचा कारभार करण्यासाठी 'महेश्वर'ची निवड केली. त्यांनी स्वतःचे निवासाची सोय करून येथूनच सारा कारभार आयुष्यात केला. 'सुभेदाराची सून' ही उपाधी त्यांनी साऱ्या मराठी मुलखात दुमदुमत ठेवली.

इ. स. १७६६ मध्ये त्यांचे आयुष्याचा दुसरा टप्पा पूर्ण झाला व आयुष्याचा तिसरा टप्पा चालू झाला; असे समजण्यास हरकत नाही.

अहिल्याबाईंना मिळालेली ही जबाबदारी 'मालेरावाचे नावे' जहागिरीची सनद पेशव्यांकडून आली त्यानुसार चालू झाली. जहागिरीची पूर्ण मक्तेदारी ही अहिल्याबाईंची म्हणून पेशव्यांनी मान्य केली होती. होळकरांची ही जहागिरी वार्षिक साडे चौऱ्याहत्तर लाख रुपये उत्पन्नाचा मुलूख असणारी होती. या जहागिरीचे उत्तरेस कोटा, उदयपूर, दक्षिणेस ग्वाल्हेर, निजाम पेशवे, पूर्वेस धार, भोपाळ, पश्चिमेस बडवानी वडुंगरपूर ही राज्ये होती.

याशिवाय जहागिरीत सहा किल्ले होते. त्यांचा बंदोबस्त दारूगोळा, रसद, यांसारखी जोखीम होती. अहिल्याबाईंना होळकर जहागिरीतील गौतमीबाईंच्या

काळापासून चालत आलेल्या खासगीच्या उत्पन्नातील सोळा कोट रुपयांचे नगद धन प्राप्त झालेले होते. ही खासगी दौलत इ. स. १७३४ पासून पेशव्यांनी खास हुकूम काढून, छत्रपतींच्या मान्यतेने दिलेली होती. तिचे वार्षिक जमा उत्पन्न तीन लाखांवर होते. तसेच स्वाऱ्या, शिकाऱ्यांतून, मोहिमेतून जे उत्पन्न मल्हाररावांच्या काळात मिळाले, त्याचा चौथा हिस्सा या खासगीकडील रकमेत जमा होत असे. त्यामुळे मल्हाररावांचे निधनसमयी ही खासगीकडील रक्कम सोळा कोटींपर्यंत पोहोच झाली होती. तिचा खर्च जहागिरीच्या दैनंदिन कार्यासाठी न करता होळकरांचे घरातील राजस्त्रिया यांचे मर्जीप्रमाणे करण्याची मुभा होती.

मालेरावाला पेशव्यांकडून होळकर जहागिरीची वस्त्रे मिळाली त्यावेळी त्याचे वय एकवीस वर्षांचे होते. तसेच मुक्ताबाई ही कन्या सतरा वर्षांची झाली होती. बहीण-भावंडाचे लग्न करण्याचे अहिल्याबाईने ठरविले. मालेरावाला पत्नी म्हणून वाघांचे घराण्यातील मुलीची पसंती झाली. तसेच मुक्ताबाईला फणसे घराण्यातील मुलगा यशवंतराव याने पसंती दिली. या दोन्ही लग्नांचा समारंभ इ.स. १७६६ मध्ये थाटाने संपन्न झाला. पण लग्नानंतर मालेरावाला पिशाच्च बाधा झाली. मालेरावाच्या हातून भविष्य सांगणाऱ्या एका जडीबुट्टीवाल्याचा अति मारपिटीमुळे वध झाला होता. हे अपकृत्य आपणाकडून झाले व त्याचे भूत आपले मानगुटीवर बसणार, म्हणून तो भ्रमिष्ट होऊन आजारी पडला. त्याचे मातेने खूप उपचार केले; पण उपयोग झाला नाही. मालेराव निधन पावला. (२७ जुलै इ. स. १७६७) हा पोटचा मुलगा, 'भूत भूत...' म्हणून आक्रोश करीत मृत्यू पावला, याचा खोल परिणाम अहिल्याबाईंच्या मनावर झाला. मग राज्यकारभार सोडून त्या काशिक्षेत्री वास करावा किंवा हिमालयात जाऊन एकांत मिळवून ईश्वर साधना करावी, असा विचार करू लागल्या त्यांच्या मनातील हा विचार त्यांचा कारभारी नारो गणेश कारभाऱ्याला समजला. त्याने ही खबर तिखट-मीठ लावून राघोबा पेशव्यांना कळविण्याची व्यवस्था केली.

होळकरांचे जहागिरीला वारस नाही, त्यामुळे आता आपणाला जहागिरीतील नामधारी वारसाला पुढे करून दौलत ताब्यात घेता येईल. शिवाय भरपूर नजराणाही अनायासे पदरात पडेल, असे त्यास वाटू लागले.

यावेळी पुत्राचे निधनाने अहिल्याबाई दुःखात असता 'मराठी दौलती'चा धनी म्हणून अहिल्याबाईंचे सर्वतोपरी सांत्वन करून, सहकार्य करण्याचे कर्तव्य राघोबा विसरला. मरतेसमयी मालेरावाचा हात सुभेदारानी आपल्या हातात देऊन दौलतीचे रक्षण करण्याची विनंती केली होती. त्यास वर्षाचाच काळ लोटला होता. राघोबा पेशवा हे सारे सारे विसरला. खंडेरावाचे मृत्यूचे वेळी अहिल्याबाई सती जाण्याची तयारी करू लागली, तेव्हा सुभेदारांनी, 'माझे आयुष्याचा उन्हाळा करू नको,' म्हणून पदोपदी सांगून अहिल्याबाईंना सती जाण्यापासून परावृत्त केले होते. बारा

वर्षांपूर्वीची ही गोष्ट; पण आता अहिल्याबाईंच्या आयुष्यात सर्व बाजूंनी दुःखाचा वणवाच पेटला होता. राघोबा पेशव्याने हिंदू संस्कृतीचे स्त्रीदाक्षिण्य दाखविण्याचे आणि अहिल्याबाईंना धीर देणे, सांत्वन करणे हे सोडून तो आता होळकरांची दौलत गिळंकृत करण्याची दुष्ट वासना धरून ससैन्य चालून येत होता.

होळकरांचे दौलतीवर आलेले संकट म्हणजे दौलतीला मोठाच धोका निर्माण झाला होता. जीवन-मरणाचे हे संकट होते. या संकटामुळे मात्र अहिल्याबाईने सारे दुःख बाजूला ठेवले. राघोबाला जशास-तसे उत्तर द्यावयाचे इराद्याने सैन्याची जमवाजमव केली. तुकोजी होळकर राजस्थानात गेला होता. डाक बसवून त्याला पत्रे रवाना केली- 'असाल तशा परिस्थितीत सारे सैन्य घेऊन हजर व्हा!' त्याप्रमाणे तुकोजी घाईने परत फिरले. अहिल्याबाईने थेट राघोबानांही पत्र पाठवून खडसावले, 'मी तर बोलून चालून बाई माणूस. माझा जर युद्धात पराभव झाला तर त्यात फारसे वावगे कुणाला वाटणार नाही; पण युद्धात माझेसारखे महिलेकडून तुमची हार झाली, तर जगात तुमची काय दशा होईल? याचा विचार करून मगच चालून या. खांद्यावर बासडा टाकून मी उभी राहीन तेव्हा भारी पडेल.'

याशिवाय नागपूरकर, भोसले व बडोद्याचे गायकवाड यांनाही खास पत्रे रवाना करून या संकटसमयी मदत करण्याबद्दल कळकळीची विनंती केली. त्याप्रमाणे नागपूरकर, भोसले आणि बडोद्याचे गायकवाड फौजबंद होऊन अहिल्याबाईंच्या सहाय्यार्थ धावून आले. पुण्यास माधवराव पेशव्यांकडे आपली विश्वासू माणसे पाठवून सारी हकिकत माधवराव पेशव्यांना कळविली. माधवराव पेशव्यांनीही अहिल्याबाईंस पाठिंबा दिला. होळकरांचे दौलतीबाबत ज्याचे मनात वाईट बुद्धी निर्माण झाली, त्याचे परिछिन्न पारिपत्य करावे म्हणून कळविले.

या साऱ्या गोष्टीने अहिल्याबाईंना मोठाच आधार आला. तिने घेतलेल्या रोखठोक भूमिकेची सर्वत्र वाहवा होऊ लागली. राघोबा पेशवा आणि त्याच्या सल्लागारांना भीती वाटली, की यात आपला पराभव झाला, तर दौलतीत तोंड दाखवण्यासही जागा राहणार नाही. त्यामुळे त्याने आपला पवित्रा लगेच बदलला. अहिल्याबाईंकडे निरोप धाडला, की आम्ही आपले सांत्वन करण्यासाठी येत आहोत. मनात कसलाच विकल्प नाही. तेव्हा- 'सांत्वन करण्यासाठी यावयाचे तर सोबत पन्नास हजार फौज आणि दारूगोळा कशाला घेतलात?' अशी विचारणा करून काही मोजके लोकांसह सडे येऊन भेटण्यास राघोबाला संमती मिळाली.

राघोबा इंदूर येथे वाड्यात आलेनंतर त्याची रितसर भेट अहिल्याबाईंनी घेतली. काही नगद रक्कम व कापडचोपड देऊन त्याचा अहिल्याबाईंनी सन्मान केला.

काही दिवसांचे मुक्कामानंतर राघोबा परत गेला. अहिल्याबाईंनी ऐनवेळी मदतीसाठी आलेल्या बडोद्याचे गायकवाडांचा आणि नागपूरकर भोसल्यांचा, तसेच त्यांचेकडील

खासे खासे सरदारांचा व प्रमुख आसामींचा चांगला सन्मान केला. त्यांना भरपूर बक्षिसे, भेट वस्तू, घोडे, हत्ती, पालख्या, जवाहीर, सोनेनाणे असे ज्याचे त्याचे योग्यतेप्रमाणे दिले. नंतर त्यांना काही दिवस ठेवून घेऊन, त्यांची रवानगी सन्मानाने करून दिली. मोठा खर्च केला.

या एकाच घटनेने 'सुभेदाराची सून' म्हणून अहिल्याबाईंचा लौकिक सर्वत्र वाढला. होळकरांना जहागीर देऊन सरदारकी देणारा बाजीराव पेशवा हा होय. राघोबा हा त्याचा पुत्र; पण होळकरांचे दौलतीवर त्याची वाकडी नजर दिसू लागताच त्याचा कोणताही मुलाहिजा न ठेवता, खंबीरपणे साऱ्या गोष्टी हाताळून संकट दूर केले. ही सामान्य गोष्ट नव्हती. मोठे घबाड मिळेल म्हणून चालून आलेला राघोबा स्वत:ची पूर्ण नाचक्की करून घेऊन परत गेला.

सुभेदार मल्हाररावांच्या पश्चात दौलतीवर आलेले हे संकट मनाचा खंबीरपणा, दूरदृष्टी व दौलतीवरील अपार निष्ठा यांमुळे तिच्या अंगच्या गुणांचा साऱ्यांना परिचय आला. मल्हारराव होळकर सुभेदाराच्या वेळी तुकोजी होळकर हा एक शूर आप्त त्यांनी जवळ केला होता. आता इंदूरची जहागिरीची मालकी जरी अहिल्याबाईंकडे दिली असली, तरी पेशव्यांनी तुकोजीला सैन्य चाकरी करण्यास सांगितले होते. पण ही फक्त चाकरी होती. सैन्याच्या खर्चासाठी काही महाल तुकोजीला लावून दिलेले होते. यांतून स्वाऱ्या, मोहिमांचा खर्च भागवून राहिलेला पैका तुकोजींनी दौलतीकडे जमा करावा, अशी अहिल्याबाईंची अपेक्षा होती.

याउलट तुकोजीला होळकरांचे 'दौलतीचे मालक' म्हणून सर्व कारभार आपण स्वत:च करावा, अशी मोठी हाव होती; पण अहिल्याबाईंच्या हयातीत ही गोष्ट घडून येणे शक्य नव्हते. तुकोजीला होळकरांचे गादीवर कुणी रीतसर दत्तक घेतलेले नव्हते. अहिल्याबाई ही, 'सुभेदाराची सून' असलेने साऱ्या दौलतीत तिचेबद्दल सर्वत्र आदर होता. नारो गणेश हा सुभेदारांचे काळापासून होळकरांचा कारभारी होता. त्याची पेशव्यांनी नेमणूक केलेली होती. हा गृहस्थ मोठा मत्सरा व कळलाव्या आणि धनलोभी होता. तो यावेळी तुकोजींकडे कारभार पहात होता. स्वभावधर्माप्रमाणे त्याने होळकर दौलतीत शांतता लाभू दिली नाही. दोन्ही बाजू सतत झुंजत ठेवून त्याने आपल्या धनसंचयात मोठी भर घातली होती.

माधवराव पेशवा असेपर्यंत 'पुणे दरबारा'त अहिल्याबाईंच्या विरुद्ध सहसा कसली कारस्थाने झाली नाहीत. पण माधवरावांचे मृत्यूनंतर 'पुणे दरबारा'त बदल झाला. नाना फडणवीसांकडे कारभारीपद आले. अहिल्याबाईने काही महालाचे उत्पन्न लावून घ्यावे. देवधर्म आणि व्रतवैकल्ये करीत निवांत असावे, असे त्यांचे म्हणणे असे. त्यासाठी महादजी शिंद्यांनाही नाना फडणवीसांनी अहिल्याबाईंची समजूत घालण्याची कामगिरी सांगितली. पण महादजी शिंद्यांनी अहिल्याबाईंबद्दल मोठा

आदर व्यक्त करून, तिचीच बाजू घेतली व ती, 'सुभेदाराची सून' आहे. कोणत्याही दडपणाला भीक न घालता सर्व कारभार बाईनेच पाहावा, असे आपले मत 'पुणे दरबारा'स कळविले. या साऱ्या गोष्टींस कंटाळून अहिल्याबाईंनी आपला नातू नाथ्याबा फणसे यास गादीचा मालक करण्याचा मनसुबा ठरवून पेशव्यांची त्यास मान्यता आणली.

नारो गणेशने गोष्टी या थराला आणलेनंतर तुकोजींचे डोळे उघडले. त्यांनी अहिल्याबाईंच्या पायावर डोके ठेवले व पडेल ती चाकरी करण्याचे कबूल केले. त्यामुळे नारो गणेश उघडा पडला. पुढे तुकोजीने त्याची सर्व जायदाद जप्त करून त्याला जबर शिक्षा दिली व त्याचे हालहाल केले. त्यातच तो मरण पावला. (इ. स. १७९० ऑक्टोबर) मालरावाच्या मृत्यूनंतर अहिल्याबाईने जहागिरीतील वसूलकार्य, जनतेची सर्व गाऱ्हाणी, देवधर्म, रस्ते, अशा सर्व बाबतींत जातीने लक्ष घातले. त्यामुळे साडे चौऱ्याहत्तर लाखांची वसुलाची आकडेवारी लवकरच सव्वा कोटींच्या पुढे गेली. मुलखात आबादानी होत गेली. दुष्काळ सहसा पडला नाही. धनधान्याची टंचाई पडली नाही. त्यामुळे रयत आनंदी व समाधानी राहिली.

अहिल्याबाईंची दिनचर्या लक्षात घेण्यासारखी आहे. सूर्योदयापूर्वी एक दीड घटका त्यांचा दिनक्रम चालू होत असे. स्नान झालेनंतर पूजाअर्चा होत असे. नंतर पुराण श्रवण होऊन दानधर्म व ब्राह्मणांना भोजन देण्यात येई. त्याचवेळी ब्राह्मणांसमक्ष त्या स्वत: जेवण घेत असत. नंतर देवाचे नामस्मरण व थोडी विश्रांती होई. नंतर दरबार कामाची वेळ झालेनंतर ठीक समयाला दरबारात हजर होऊन काम सूर्यास्तापर्यंत चाले. नंतर रात्री नऊच्या समयास पुन: सरकारी काम पाहून रात्री अकराच्या सुमारास दिनक्रम समाप्त होई.

मालेरावाच्या निधनानंतर राघोबा पेशव्याला जशी दुर्बुद्धी उपजली तशीच गोष्ट 'चंद्रावता'चे हल्ल्यातही घडली. 'चंद्रावत' हे रजपूत होत. जहागिरीच्या सीमेला लागूनच त्यांचा प्रदेश. सुभेदार होळकर हयात होते, तोपर्यंत हे 'चंद्रावत' त्यांना वचकून होते.

सुभेदारांचा मृत्यू झाला. नंतर लवकरच अहिल्याबाईंचा पुत्र 'मालराव' हाही मृत्यू पावला. हा मोका साधून 'चंद्रावतां'नी होळकरांची राजधानी इंदूरवर चढाई केली. यावेळी तुकोजी जवळ नव्हता. सुभागसिंग इंदूरवर चाल करून आला. अहिल्याबाईने त्याचा धैर्याने मुकाबला केला. रजपुतांच्या प्रखर माऱ्यापुढे होळकर सैन्य कच खाऊ लागल्याचे दिसताच स्वत: अहिल्याबाई सैन्याचे आघाडीवर आल्या. हातात ढाल, तलवार आणि त्यांचा उग्र अवतार पाहून होळकरांचे सैन्याला नवा हुरूप आला. पुन: रजपुतांवर ते नेटाने तुटून पडले. शत्रूचा 'रामपुरा' हाती आला. किल्ल्याभोवती पेरलेल्या सुरूंगाचा भडका उडून त्यात सौभगसिंग भाजला

गेला. तो होळकरांच्या हाती सापडला. त्याला अहिल्याबाईने तोफेचे तोंडी दिले. शत्रूचा पराभव होऊन बीमोड झाला.

'चंद्रावत'च्या पराभवाची वार्ता 'पुणे दरबारा'त पोचली. साऱ्या 'दरबारात' आनंद झाला. नाना फडणवीसांनी 'खास दरबार' भरवून अहिल्याबाईंना 'मानाचा मुजरा' म्हणून 'तोफांची सलामी' दिली. यावरून अहिल्याबाईंच्या ठायी असलेल्या पराक्रमाची ओळख सहज लक्षात येते.

अहिल्याबाईंना सासू गौतमीबाईंकडून खासगीकडील धन सोळा कोटींच्या वर मिळालेले होते. या धनाचा होळकर जहागिरीचा काही अर्थाअर्थी संबंध नसे. या धनातून अहिल्याबाईच्या मनात आले असते, तर मोठ मोठे खासगी विलासी राजवाडे बांधून उधळपट्टी करणे सोपे होते. पण या धनाचा तिने स्वत:साठी एक पैसाही वापरला नाही. दुसरे कुणी या धनाची अपेक्षा केली, त्यांनाही त्याचा नतीजा पोचविण्यात तिने कसूर केली नाही. 'दरबारी कामा'ला बसताना ती पांढऱ्या घोंगडीवर बसे. अंगावर दागिने घालीत नसे. पांढरे स्वच्छ पातळ नेसूनच ती 'दरबारी काम' करीत असे. यावरून तिचे राहणीमान किती साध्या प्रकारचे होते, याची कल्पना येते.

सुभेदार मल्हारराव होळकरांचे मागे जवळपास तीस वर्षे 'दौलतीचा कारभार' अहिल्याबाईने पाहिला. त्यांनी दौलतीचे कामात विश्वासू सहकाऱ्यांची निवड केली. त्यांची निष्ठा आणि सचोटी पाहून त्यांना कामाची विभागणी करून दिली.

त्यात गोविंदपंत गानू, विसाजी श्यामराज, शरीफभाई, भारमलदादा, शिवाजी गोपाळ यांचा उल्लेख प्रामुख्याने येतो. शिवाय निरनिराळे राजे-रजवाडे यांचे दरबारी अहिल्याबाईनी आपले वकील कामगिरीवर नेमलेले होते. सैन्याची चाकरी मात्र तुकोजींनीच केली.

गोविंदपंत गानू यांनी खासजीचा कारभार उत्तम प्रकारे केला. ते त्यांचे कामात प्रामाणिक, सावध, तसेच सर्व ठिकाणची माहिती घेऊन योग्य निर्णय घेण्याचा सल्ला देत असत. अहिल्याबाईंच्या काळात सर्वत्र हिंदुस्थानभर पसरलेली अवाढव्य, अचंबा करणारी धार्मिक कामे त्यांनी पार पाडली. त्यासाठी गोविंदपंतांची खूप मदत अहिल्याबाईंना झाली. बांधकामाची रूपरेषा, खर्च, साहित्यसामग्री, स्थानांची निवड यांबाबतचे त्यांचे निर्णय अचूक असत.

भारमलदादाही असाच होळकर घराण्याचा आप्त पुरुष. याने दौलतीत झालेली बंडे मोडून काढण्यात चांगली मदत केली. होळकरांच्या घरातील सर्व कामांची देखरेख भारमल दादाकडे असे. अशा नाना प्रकारच्या सचोटीच्या व प्रामाणिक माणसांची निवड करून होळकरांचे दौलतीचा कारभार उत्तम रीतीने करण्यात अहिल्याबाई यशस्वी झाली. पेशवे आपले धनी व आपण त्यांचे अंकित. त्यामुळे

पुण्याचे पेशव्यांचे आदेश ती शिरोधार्य मानीत असे. तुकोजी होळकरांना सुद्धा अहिल्याबाई अशाच सूचना देत असत, की पेशव्यांची चाकरी अगोदर कर आणि मग माझी कामे कर.

काही प्रसंगी त्यांना पुण्याहून बोलावणे येई. सवाई माधवराव पेशव्यांच्या लग्नाला हजर राहण्यासाठी नाना फडणवीसांनी आग्रहाचे आमंत्रण दिले. तुमचे सोईनुसार मुहुर्ताची तारीख चार-दोन दिवस बदलण्याचीही नाना फडणवीसांनी तयारी करून तसे अहिल्याबाईंना जरूर लग्न समारंभाला येण्यास कळविले. पण या समारंभाला अहिल्याबाई हजर राहिल्या नाहीत. सवाई माधवराव पेशव्यांना, मानाचा पोशाख, नवरी मुलीसाठी दागदागिने इतमामाने रवाना करण्याची व्यवस्था त्यांनी केली.

अहिल्या लहान असताना 'चोंडी' गावी 'सिना'नदीच्या वाळूत खेळत होती. तिच्या वयाची मुले-मुली या वाळूतच खेळण्यात दंग झाली होती. आहिल्याबाईने वाळूची पिंडी करून तिची पुजा मांडली होती. त्यावेळी बाजीराव पेशवे, मल्हारराव होळकर मोहिमेवर असताना या 'चोंडी' गावावरून जात असता, चौखूर उधळणाऱ्या घोड्यांच्या टापांचा आवाज ऐकून खेळणारी सर्व मुले 'सिना' नदीवरून खेळ सोडून घराकडे पळून गेली. याला अपवाद अहिल्याबाईचा झाला. चौखूर उधळणारे घोड्यांचे पथक पुढे जाईपर्यंत अहिल्याबाई वाळूच्या पिंडीवर ओणवी होऊन तिने पिंडीचे पुरते संरक्षण केले होते. यावरून तिची देवावरील निष्ठा पाहून पेशव्यांना तिचा अचंबा वाटला. तिची चौकशी केली तर तिने मोठ्या धिटाईने उत्तरे दिली. त्यावरूनच ती पुढे होळकरांची सून झाली.

लहानपणापासूनच देवधर्माला तिच्या मनात मोठे स्थान होते. दररोज पुराण श्रवण करणे, जप करणे, देवाची यथासांग पूजा करणे या नित्यकामांत तिने कधी फरक पडू दिला नाही.

मालरावाच्या मृत्यूनंतर तिच्याकडे होळकरांच्या दौलतीचा पूर्ण कारभार आला. होळकरांचे दौलतीत जमा झालेले खासगीकडील अपार धन तिच्या हाती आले तसे गौतमीबाईंच्या मृत्यूपासूनच तिचा या धनावर हक्क आलेला होता. तिने पुढे चाळीस वर्षांपर्यंत दौलतीचा कारभार केला. त्यांतूनही या खासगीकडील धनात अधिकच भर पडली.

हिंदू धर्मात देव, धर्म, नद्या, घाट, पांथस्थांना निवारा, सराया, रस्ते, अन्नछत्र अशा अनेकविध बाबींचा खर्च हा मोठ्या पुण्याचा मार्ग मानलेला आहे. अहिल्याबाई सर्व हिंदुस्थानात असलेल्या हिंदूंच्या तीर्थक्षेत्रांना नाना प्रकारे मदत पोच करू लागल्या. त्यांनी नियमित अन्नछत्रे चालू केली. सराया बांधून पांथस्थांची यात्रेची सोय केली. देवळांची मोडतोड झालेली शिखरे पुनः दिमाखात उभी केली. नंदादीप,

पूजाअर्चा, नैवेद्याची चांगली सोय करून दिली. सेवा करणारे उपाध्ये, ब्राह्मण व गुरव यांचे चरितार्थासाठी जमिनी दिल्या. त्याचे हर प्रकारे चालविण्याची सोय करून दिली. गंगा, यमुना, नाशिकची गोदावरी, महेश्वरची नर्मदा अशा मोठमोठ्या नद्यांना सुबक, डौलदार, घाट बांधून यात्रेकरूंची सोय करून दिली. तसेच गंगेची कावड रामेश्वरला आणि रामेश्वरची कावड गंगेला नित्य चालू केली. त्यात कधी खंड पडू दिला नाही. यामुळे अहिल्याबाईंच्या या कामाचे सर्व देशभर व रयतेच्या मनात कौतुकाचे व आदराचे उद्‌गार निघू लागले.

श्री सोमनाथ, श्री मल्लिकार्जुन, श्री ओंकारेश्वर, श्री वैजनाथ, श्रीकाशी विश्वनाथ, श्रीत्रंबकेश्वर, श्रीघृष्णेश्वर, श्रीबद्रिकेदार, श्रीमहंकाळेश्वर, श्रीरामेश्वर, श्रीभिमाशंकर ही भारतातील प्रसिद्ध असलेली बारा ज्योतिर्लिंगे होत. या प्रत्येक तीर्थक्षेत्री अहिल्याबाईंनी गरजेप्रमाणे काहीना काही उत्तम कार्य करून ठेवले आहे. यांतील सोरटी सोमनाथाचे मंदिर मुसलमानी स्वाऱ्यांमुळे भग्नावस्थेत होते. त्याचा पूर्ण जीर्णोद्धार केला. तसेच वैजनाथ मंदिराचा जीर्णोद्धार करून दिला. घृष्णेश्वर हे वेरुळचे भोसले यांचे काळापासूनचे पुरातन मंदिर याचा जीर्णोद्धार केला. थेट हिमालयात असलेल्या बद्रिनाथ मंदिराचे ठायी धर्मशाळा बांधली. स्नानासाठी कुंड बांधून दिले.

याचप्रमाणे अयोध्या, मथुरा, काशी, उज्ज्यैन कांची, हरिद्वार, द्वारका या पवित्र स्थळी धर्मशाळा, अन्नछत्र, घाट अशा प्रकारच्या सोयी करून दिल्या. रयतेस मोठे सुख त्यामुळे झाले. याशिवाय शंभूमहादेवाचा डोंगर, चिंचवड, कोल्हापूर, जामगाव, चित्रकूट, पुष्करतीर्थ, पुणतांबे, भरतपूर, नाथद्वार, राजापूर, टेहरी, बऱ्हाणपूर, कुरुक्षेत्र, पंढरपूर, चोंढी, जेजुरी, कुंभेर, पुणे, ओझर, वाफगाव, रावेर, मिरी, बीड अशा अनेक ठिकाणी कोणते ना कोणते धार्मिक कार्याला कुठेच अडचण आली नाही.

अहिल्याबाईंनी उभी केलेली सर्वच कामे आजही सुस्थितीत असून उत्तम बांधकाम, डौलदार, आखीव, रेखीव अशा बांकामाच्या पद्धतीमुळे ही सर्व कामे आजही चटकन नजरेत भरतात.

सर्व तीर्थक्षेत्रांत आपले कार्याचा ठसा अहिल्याबाईने उमटविला तसाच त्यावेळच्या सर्व विद्वानांना तसेच गुणीजन पंडितांना तिने आश्रय दिला. त्यांचेकडे निरनिराळी कामे सोपवून दिली. त्यांच्या ज्ञानाचा उपयोग करून घेतला. मुद्रणकला त्यावेळी प्रसारात आली नव्हती. त्यामुळे चांगल्या ग्रंथांच्या नक्कल करून घेऊन त्या गरजूंना, अभ्यासकांना, धार्मिक कामे करणाऱ्यांना देऊन धर्माची पताका अहिल्याबाईंनी उंचावत ठेवली.

पशुपक्ष्यांची सेवा करण्यासाठी राखीव कुरणे निर्माण केली. जनावरांना उन्हाळ्यात

पाणी मिळत नसे. त्यासाठी राज्यात अशा गरजेच्या ठिकाणी जनावरांना पाण्याची सोय व्हावी, म्हणून फिरती माणसे नेमली. पक्ष्यांचे दाणापाण्याची सोय व्हावी, म्हणून पिकावरील शेते केवळ पक्ष्यांना दाणे मिळावेत म्हणून राखून ठेवलेली असत. एवढेच नव्हे तर पाण्यातील मासे व लहान पिल्ले यांचेसाठी कणकेच्या गोळ्या करून टाकण्याची सोय करून दिली होती. मुंग्यांची साखर त्यांना मिळावी, म्हणूनही लक्ष दिले जाई.

यावरून भुतलावर वावरणारे सर्व जीव, जीवाणूंच्या योगक्षेमाची काळजी त्यांनी या खासगीकडील जमा झालेले धनातून वाहिली. त्यामुळे त्यांची कीर्ती सर्वत्र दरवळत अद्यापही राहिली आहे. 'गंगाजल', 'मातोश्री', 'पुण्यश्लोक', अशा त्यांना मिळालेल्या सन्मानाच्या उपाध्या पाहिल्यावर त्यांच्यावर प्रजेचे किती अलोट प्रेम होते, याची कल्पना येते. पेशव्यांनी खासगीचे उत्पन्नाची व्यवस्था करून दिलेले हे होळकरांचे एकमेव घराणे. त्यांच्या या खासगीच्या उत्पन्नाचा हा झालेला, आविष्कार पाहिल्यावर कुणाचेही मन थक्क झाल्याशिवाय राहणार नाही. पुण्यश्लोक अहिल्याबाई ही त्यांना सन्मानाने मिळालेली उपाधी यापूर्वी कुणाला मिळाली नाही तसेच भविष्यात अशी पदवी प्राप्त करून घेणारी व्यक्ती निर्माण होईल, हे संभवत नाही. भरत खंडाच्या अर्वाचीन इतिहासात या प्रकारचे भव्य काम करून दाखविणारी अहिल्याबाई ही एकमेव महिला राज्यकर्ती आहे. तिने केलेल्या कार्याची इतरांशी तुलनाच होत नाही.

दौलतीचा हा पैसा, सैन्य, दारूगोळा, लढाया, शस्त्रांची निर्मिती यासाठी खर्च न केल्याने मराठी सत्तेला इंग्रजांचे ताकदीपुढे नमावे लागले, त्यामुळे हा पैसा त्यासाठी अहिल्याबाईने खर्च केला असता तर होळकरांचे दौलतीबरोबरच मराठी दौलत इंग्रजांचे कवायती फौजेला टक्कर देऊ शकली असती, असा आक्षेप घेणारे काही अभ्यासक आहेत. पण ही होळकर दौलतीची खासगीची रक्कम असलेने त्यावर होळकरांचे राजघराण्यातील महिलांचेशिवाय इतर कुणाचाही हक्क त्यावर पोचत नसे, हे स्पष्टच आहे. त्यामुळे असा आक्षेप घेणे उचित ठरत नाही.

'मराठी दौलती'त अहिल्याबाईंच्या काळी नाना फडणीस कारभारी पदावर होते. ते या पदावर जवळपास तीस वर्षे असल्याने त्यांचेकडे अपार धनसंपत्तीचा संचय झाला होता. 'नवकोट नारायण' ही उपाधी त्यांना सर्वांनी दिली होती; पण 'मराठी दौलती'चे रक्षणासाठी या धनसंचयाचा नाना फडणवीसांनाही वापर करणे शक्य होते. त्यांना वेळेचे प्रसंगाची गंभीरता अधिक साक्षेपाने माहीत होत असे. मराठी दौलत इंग्रजांचे घशात जाईपर्यंत तरी नाना फडणवीसांनी कुठे सैन्य भरती, फौजेचा खर्च, दारूगोळा, शस्त्रास्त्र खरेदी यांसाठी खर्च केलेला दिसत नाही. फौजेच्या पगारासाठी सहा सहा महिने सैन्य व सरदार पुण्यात बसून राहिल्याने एकूणच

मोहिमेचा पूर्ण बोजवारा उडालेला नाना फडणवीसांचे वेळीही घडले आहे. पण त्यांनी आपलेकडील धनाचा वापर केला नाही. पर्यायाने मराठी दौलतीचे नुकसानच होत गेले. त्यासाठी त्यांना कुणी दोष दिल्याचे दिसत नाही;पण अहिल्याबाईंच्या बाबतीत हा लावलेला दोष पूर्ण अभ्यासाखेरीज केला असावा, असे त्यावरून वाटते. नाना फडणवीसांकडील धनाचा वापर दौलतीच्या कामाला झाला नाही तसाच तो धार्मिक कामालाही लागू पडला नाही.

एवढे उत्तुंग कार्य करणाऱ्या पुण्यश्लोक अहिल्याबाईंना खासगी जीवनात मात्र प्रखर उन्हाळ्याशिवाय काही वाटणीला आलेच नाही. खासगी जीवनात नशीब त्यांचे पाठीवर हात धुऊन लागल्यासारखे झाले होते. पती निधनानंतर, सासुबाईंचे निधन, त्यानंतर सुभेदार मल्हारराव व त्यांचे पाठोपाठ पुत्र मालराव हे सारेजणच दुःखाचा प्रचंड डोंगर निर्माण करून गेले होते. मुक्ताबाई ही कन्या व तिचा पुत्र नाथ्याबा फणसे. नाथ्याबाला होळकरांचे गादीवर बसविण्याचा विचार करून अहिल्याबाईंनी थेट पेशव्यांकडून मान्यता घेतली होती. पण नंतर हा विचार त्यांनी बदलला. नाथ्याबा फणसेची दोन लग्ने करून दिली होती. पहिले लग्न इ.स. १७८० ला केले होते. दुसरे लग्न इ. स. १७८६ ला केले होते; पण या दुसऱ्या लग्नानंतर नाथ्याबा मृत्यू पावला. (इ. स. १७८७). त्याच्या दोन्ही स्त्रिया सती गेल्या. तसेच त्यापूर्वीच अहिल्याबाईचे दोघे बंधूही मृत्यूला सामोरे गेले होते. बंधू महादजी यांचा मृत्यू इ. स. १७८४ ला तर दुसरे बंधू शहाजी यांचा मृत्यू इ. स.१७८६ ला झाला होता.

नाथ्याबा फणसेचा मृत्यू त्याच्या आईवडीलांना मोठा आघात ठरला. एकुलता एक पुत्र निधन पावल्याने त्यांना आता इहलोकाची आसक्ती राहिली नव्हती. यशवंतराव फणसेंनी आजारपण धरले त्यांना अन्नपाणी गोड लागेना. त्यांचा दुर्दैवी अंत (३ नोव्हें. इ. स. १७९१) रोजी झाला. मुक्ताबाईला सती न जाण्याबद्दल अहिल्याबाईंनी पुष्कळ परीने सांगितले. पण मुक्ताबाईने काही ऐकले नाही. तिने नवऱ्याबरोबर सहगमन केले.

अहिल्याबाईंच्याजवळ आता सासरकडून, माहेरकडून, तसेच जावयांकडूनही सारा जवळचा आप्त होता तो परलोकी निघून गेल्याने, कुणी खासा आप्त राहिला नव्हता. साऱ्या दुःखांचा डोंगर सहन करून 'दौलतीचा कारभार' त्या चालवीत होत्या.

साऱ्या बाजूनेच दुःखाच्या व निराशेच्या घटना घडत होत्या. महादजी शिंद्यांचे व होळकरशाहीच्या कारभाऱ्यांचे आता वितुष्ट आले होते. वरचेवर ते वाढतच गेले. महादजी शिंदे दक्षिणेत आलेनंतर उत्तरेकडे लाखेरीला शिंदे-होळकरांची मोठी लढाई झाली, यात होळकरांचा मोठा पराभव झाला. इंग्रजांनी 'मराठी दौलती'चे नाक 'वसई' घेतली होती. 'वसई' परत घेण्याची शक्यता दिसत नव्हती. त्यातच दक्षिणेकडे

गेलेले महादजी शिंदे मृत्यू पावले त्यामुळे दौलतीचा मोठा आधार गेला.

अशातच इ. स. १७९५ ला मराठी सैन्य एकजुटीने हैदराबादच्या निजामावर चालून गेले. खर्ड्याजवळ लढाई होऊन मराठी फौजांना विजय मिळाला. निजामाचा प्रधान कैदी होऊन पुण्याला आला. ही वार्ता ऐकून अहिल्याबाईंना आनंद झाला. पण हा आनंद टिकावा, असे वातावरण खुद्द तुकोजीच्या घरात नव्हते. होळकरांचे गादीचा हा भावी मालक व्याधीग्रस्त झाला होता. त्याची मुले आता एकमेकांत वितुष्ट आणून भांडत होती. मल्हारराव हा तुकोजीचा चिरंजीव मोठा भांडखोर आणि बंडखोर निघाला. त्याला अटक करण्यापर्यंत पाळी येऊन ठेपली. त्याला इ.स. १७९५ सालात अटकेत ठेवावे लागले होते.

मन उदास करणाऱ्या या साऱ्या गोष्टी घडत होत्या. प्रारब्धात जे आहे, ते दुःख सहन करणे एवढेच अहिल्याबाईंच्या हाती होते.

यांतूनही अहिल्याबाईंनी होळकर जहागिरीत असणारी रयत हीच देवासमान मानून, या जनता जनार्दनातच परमेश्वर पाहिला. अडचणींच्या वेळी, संकटांच्या वेळी जो भेटेल त्याची गरज भागवून त्यांना संतुष्ट ठेवले. समाजातील गुंड प्रवृत्तीच्या लोकांना जरब बसविली, सावकारी करून लुबाडणाऱ्यांना शासन केले, आदिवासींच्या अज्ञानाचा फायदा घेऊन लुबाडणाऱ्यांना वटणीवर आणले, दक्षिणेतील यात्रेकरू होळकरांचे जहागिरीतून काशी, प्रयाग, मथुरा, हरिद्वारच्या यात्रेला बाराही महिने ये-जा करीत त्यांना प्रवासात कुणी लुबाडू नये, याचा बंदोबस्त केला. जे जे उत्तम करणेचे असेल ते मन लावून तन, मन, धन वेचून अहिल्याबाईंनी पूर्ण करून दाखविले.

तीस वर्षे असा क्रम चालू राहिला. आलेली दुःखे उगाळत न बसता जे समोर करण्याचे होते, त्याला वैयक्तिक जीवनातील सुख-दुःखांची झळ लागू दिली नाही. साऱ्या भारतात नद्यांना उत्तम घाट बांधले, धर्मशाळा, सराया उभ्या केल्या, मोठी मंदिरे उभी करून त्याची पूजाअर्चा व नैवेद्य यांची सोय लावून दिली. गंगा-यमुना, हरिद्वार, मथुरा, बद्रिकेदार, जगन्नाथपुरी, रामेश्वरपर्यंत मंदिरे, घाट, अन्नछत्र, बागा या गोष्टींना कमी पडू दिले नाही.

त्यामुळे देशातील तमाम मंदिरांतील देव-देवतांचे उपेक्षेपण संपले. नंदादीप, पुजाअर्चा, कथा-कीर्तनाचे सोयींमुळे मंदिरे गजबजून गेली. यावर कोट्यवधी रुपयांचा खर्च होऊन गेला.

'होळकरांची सून' या अजोड कामगिरीने अजरामर झाली. त्यांचे निर्माण झालेले हे अजोड कार्य आजही त्यांची ख्याती सांगत नद्या, घाटांवर आणि थेट समुद्रतटांपर्यंत खडे आहे.

पेशव्यांचे काळात त्यांनी व त्यांचे सरदारांनी मराठी दौलत हिंदुस्थानात चारी

बाजूला विस्तारून आपले पराक्रमाचे दर्शन साऱ्या जगाला दाखविले. इंग्रजांनी त्यांनाही मागे सारले. त्यांच्यापेक्षा जास्त भूभागांवर इंग्रजांचे साम्राज्य शे-दीडशे वर्षे ठाण मांडून बसले.

कालांतराने जसा 'मराठ्यांच्या दौलती'चा ऱ्हास झाला तसेच इंग्रजांचे साम्राज्यही लयाला गेले. पण सुभेदारांचे सुनेचे हे अखिल भारतात करून ठेवलेले सांस्कृतिक मोलाचे कार्य आजही साऱ्या भारतात दिमाखाने उभे आहे, ही कौतुकाची व अभिमानाची बाब आहे.

दक्षिण महाराष्ट्राचे बाजूस असलेले 'चोंडी' हे एक लहान खेडेवजा गाव.या गावात जन्म घेतलेल्या या 'पुण्यश्लोक अहिल्याबाई'ने आपल्या कर्तृत्वाने उत्तर हिंदुस्थानातील मोठी जहागिर समर्थपणे सांभाळली व उत्तरेकडे तसेच दक्षिणेकडेही मोलाचे धार्मिक काम करून दाखविले, यावरून मराठी मातीच्या अंगी असलेल्या सुप्त गुणांची ताकद केवढी प्रचंड आहे, याची प्रचीती येते.

इ. स.१७३३ साली अहिल्याबाई सुभेदाराची सून होऊन होळकर घराण्यात आली. पेशवे बाजीरावांचे काळातील त्यांचे पराक्रमी व शौर्यशाली जीवन, शाहू छत्रपतींचे निधन,'मराठी दौलती'ने अटकेवर लावलेले झेंडे, पानिपतचा संहार, नारायणरावांचा वध, माधवराव पेशव्यांचा पराक्रम, सवाई माधवरावांचा जन्म, बारभाईंचे कारस्थान, लाल सोटचे युद्ध, मराठ्यांचा दिल्लीवरील ताबा, महादजी शिंदेंचा मृत्यू, अशा कितीतरी गोष्टींची साक्षीदार म्हणजे पुण्यश्लोक अहिल्याबाई.

आता शरीर वृद्ध झाले होते. पाठीमागे राहून जमिनीला भारभूत व्हावे, असे सुभेदाराचे या सुनेचे मत नव्हते. खंडेरावाला जाऊन चाळीस वर्षांचा काळ उलटला होता. 'महेश्वर'च्या नर्मदेतून खूप पाणी वाहून गेले होते.

अशा या वातावरणात श्रावण महिन्यात महादेवाचे नामस्मरण करीत करीत त्यांना इ. स. १७९५ साली मृत्यू घेऊन गेला. खास परलोकांतही तेथील शोभा वाढविण्यासाठी!

छत्रपती भोसल्यांचे घराणे म्हणजे ऐतिहासिक कामगिरी करणाऱ्या महाराष्ट्रातील घराण्यांची 'काशी'च होय. हिंदू धर्मात 'काशीक्षेत्रा'ला जसे अनन्य साधारण महत्त्व आहे, तसेच महत्त्वाचे स्थान या 'भोसले घराण्या'ला आहे.

रायगडावर इ. स. १६७४ साली शिवाजी महाराजांचा राज्याभिषेक झाला. तेव्हापासून इ. स. १७४९ साली छत्रपती शाहू महाराजांच्या निधनापर्यंत मराठी राज्याचे प्रमुख म्हणून सातारचे 'छत्रपती घराणे' राहिले. शाहू छत्रपतींना मृत्युसमयी पुत्र संतान नव्हते. त्यांचे इच्छेप्रमाणे नंतर 'छत्रपती रामराजा' यांचा दत्तकविधान समारंभ आणि राज्यारोहण समारंभ पार पडला. हा 'रामराजा' म्हणजे ताराबाईपुत्र 'शिवाजी' याचा पुत्र होय. 'रामराजा'चे जन्मापासूनचे उभे आयुष्य अज्ञातवासात गेलेले असल्याने, राज्यकारभाराच्या शिक्षणाबाबत त्याची सारी आबाळ झाली होती. मराठी राज्याचे विस्तारलेले क्षेत्र आणि त्यातील नानाविध हकिकती, दैनंदिन कारभाराचे प्रश्न त्याला हाताळता आले नाहीत. महाराणी ताराबाई यावेळी सातारा येथे राहत असत. आपला नातू 'रामराजा' याने राज्यकारभारात आपला सल्ला घेऊन दौलतीचा कारभार करावा, अशी त्यांची इच्छा होती. पण अनेक कारणाने हे घडून आले नाही.

नानासाहेब पेशवे आणि सदाशिवराव भाऊंना हा 'रामराजा' आपले विचारे कारभार करणारा असावा, असे वाटत होते. परिणामी सातारा येथे घोटाळे सुरू झाले. त्यामुळे ताराबाई आणि त्यांना साथ देणारे सचिव यांना हलके करण्यासाठी नानासाहेब पेशव्याने सदाशिवभाऊंचे हाती फौज देऊन सचिवाचे ताब्यातील प्रदेश घेण्याची योजना आखली. सांगोल्याचे ठाणे सचिवाचे ताब्यात होते. ते सचिवाचा मुतालिक यमाजी शिवदेव बऱ्या बोलाने ताब्यात देईना, म्हणून पेशव्यांनी मोहीम हाती घेतली.

भाऊसाहेब

या मोहिमेचे वैशिष्ट्य म्हणजे छत्रपती 'रामराजा'ला पेशव्यांनी भाऊसाहेबांचे बरोबर रवाना केले. सातारा राजधानीपासून दूरचे अंतरावर असलेले हे ठाणे, सांगोल्याच्या या मोहिमेच्या निमित्ताने एकदाचा काय तो सोक्षमोक्ष लावण्यासाठी पेशव्यांनी छत्रपतीलाही बरोबर घेतले. छत्रपती 'रामराजा'वर ताराबाईंचे असलेले दडपण त्यामुळे साहजिकच कमी झाले.

सातारा गादीवर यापूर्वी छत्रपती शाहूंनी एकूण बेचाळीस वर्षे राज्यकारभार केला. पेशवे स्वराज्याच्या कामासाठी दिल्लीपासून दक्षिणेस समुद्रतटापर्यंत स्वाऱ्या मोहिमा करीत राहिले. एवढ्या प्रदीर्घ कालावधीत एकाही पेशव्याने छत्रपतीला स्वाऱ्यांच्या मोहिमेसाठी बरोबर घेतले नव्हते. मात्र 'रामराजा' छत्रपती गादीवर आलेनंतर एक वर्षाचे आतच पेशव्यांनी त्यांना स्वत: बरोबर सांगोला मोहिमेत घेतले होते.

छत्रपती मागे राहिले तर कदाचित ताराबाई आपल्या बाजूस वळवून, आपले विचारे राज्य कारभार करण्याचा त्यांच्यामार्फत प्रयत्न करतील, त्यामुळे भावी राज्यकारभाराचे आपले सारे आडाखे विस्कटून जातील, या हेतूने त्यांनी छत्रपती रामराजांना सांगोला मोहिमेत बरोबर घेतले होते.

सांगोल्याचे सचिवाचे ठाणे सांभाळणारे मुतालिक यमाजी शिवदेव यांचा लष्करी ताकदीच्या जोरावर त्यांनी पराभव केला. सप्टेंबर इ. स. १७५० ला सिमोल्लंघनाचा कार्यक्रम थाटात साजरा करून सदाशिवराव भाऊंनी याच ठिकाणी 'मराठी दौलती'त दूरगामी परिणाम करणारा क्रांतिकारी निर्णय घेतला. त्यांनी छत्रपती रामराजाकडून करारच लिहून घेतला.

'मराठी दौलती'तील अष्टप्रधान, सरदार, कारभारी या साऱ्यांनी यापूर्वी छत्रपतींच्या आज्ञा पाळावयाच्या असत. 'सांगोला करारा'तील अटींनुसार यापुढे सर्वांना पेशव्यांच्या हुकमतीत वागले पाहिजे, याबाबतचा लेखी करार छत्रपतींकडून करून घेतला. वास्तविक सांगोल्याकडे रवाना होण्यापूर्वी नानासाहेब पेशव्यांनी सदाशिवभाऊला अशा प्रकारच्या कसल्याही सूचना किंवा आज्ञा दिलेल्या नव्हत्या. त्यामुळे नानासाहेब पेशवेसुद्धा भाऊसाहेब पेशव्यांच्या या वर्तनाने आश्चर्य करीते झाले. नानासाहेब पेशव्यांनी शाहू छत्रपतीला राज्यकारभार करताना काही वेळा जसे गुंडाळून ठेवले होते, तसेच भाऊसाहेब पेशव्यांनी थेट नानासाहेब पेशव्यांना गुंडाळून ठेवण्याचा हा प्रकार होता. त्यामुळेच हा 'सांगोला करार' मराठी राज्यात दूरगामी परिणाम करणारा मोठा क्रांतिकारक होता, असे दिसून येते.

छत्रपती शाहूंच्या मृत्युपूर्वी पेशव्यांना मराठी राज्य पूर्ण जबाबदारी घेऊन चालविण्याबाबतच्या, शाहूंच्या हस्ताक्षरातील दोन याद्या मिळाल्या होत्या. त्यातील पहिल्या यादीतील मजकूर पुढीलप्रमाणे होता-

'वंश होईल, त्याच्या आज्ञेत राहून 'राजमंडळ' चालविणे.'

दुसऱ्या यादीतील मजकूर पुढीलप्रमाणे होता-

'तुमचे मस्तकी हात ठेवला आहे, वंश होईल तो तुमचे 'प्रधानपद' चालविल.'

शाहूंच्या स्वहस्ताक्षरातील या यादीप्रमाणे पेशव्यांनी अगोदरच व्यवहारात सर्व सत्ता आपले हाती घेतली होती. याच यादीचा उत्तरार्ध म्हणजे 'सांगोला करार' व त्यातील मजकूर होय. यामुळे सारी दौलतीची सत्ता पेशवे घराण्याकडे आली. सातारचे छत्रपती हे नामधारी झाले. सातारचे राजधानीचे महत्त्व कमी होऊन येथून पुढे 'मराठी दौलती'चा सारा कारभार पुण्यातून होऊ लागला. सारी सूत्रे पुण्यातून चालू झाली.

छत्रपती रामराजा 'सांगोला मोहीम' करून परत साताऱ्याला गेल्यावर ताराबाई राणीसाहेबांची मोठी नाराजी त्याला ओढवून घ्यावी लागली. सातारा किल्ल्यावर मातोश्रींच्या भेटीसाठी तो गेला असता, त्याला किल्ल्यावरून परत खाली उतरण्यास अटकाव करून ताराबाईंनी त्यास नजरकैदेत टाकले. पेशव्यांचा कार्यभाग संपला होता. त्यांनी याकामी कसलीच हालचाल केली नाही.

छत्रपती रामराजाची सातारा किल्ल्यावर चालू झालेली ही कैद ताराबाईराणींच्या हयातीत चालू राहिली. ताराबाईराणी इ. स.१७६१ च्या डिसेंबरमध्ये मृत्यू पावल्या. त्या अगोदरच पानिपतचे युद्ध होऊन भाऊसाहेब पेशवा पानिपतावर गारद झाला होता. पानिपतच्या पराभवानंतर 'भाऊ भाऊ' असा शोक करीत नानासाहेब पेशवेही मृत्यू पावले होते. त्यानंतर माधवराव पेशव्यांना 'पेशवाईंची वस्त्रे' छत्रपतींकडून मिळून, 'मराठी दौलती'चा कारभार पुढे चालू झाला होता. ताराबाईंच्या निधनानंतर छत्रपती 'रामराजा' सातारा किल्ल्यावरून खाली शहरात 'शाहू नगरात' राहू लागला. माधवराव पेशव्यांनी नंतर सातारच्या छत्रपतींच्या खर्चाबाबतची माहिती घेऊन त्यांचे खर्चाची योग्य सोय लावून दिली होती.

छत्रपती रामराजाने पेशव्यांची ताबेदारी जन्मभर सांभाळून इ. स १७७८ साली मृत्यूला जवळ केले. त्यांचे पश्चात त्यांचा दत्तक मुलगा 'छत्रपती धाकटा शाहू' म्हणून गादीवर आला. हा 'वावी'च्या त्रिंबकजी भोसल्यांचा थोरला मुलगा होता.

इ. स. १७७८ पासून इ. स. १८०८ पर्यंत मराठी राज्याची खूप परवड झाली. खरे तर माधवराव पेशव्यांच्या मृत्यूपासूनच त्यास सुरुवात झाली होती. माधवराव पेशवा यांस आयुष्य मिळाले नाही. राजयक्ष्मा यासारखा दुर्धर रोग होऊन 'थेऊर' येथे त्याचा अंत झाला. नंतर नारायणराव पेशव्याला पेशवाईची गादी मिळाली. रघुनाथराव दादाने त्याचा गारद्यांकरवी 'शनिवार वाड्यात' वध केला. बारभाईंनी नंतर राघोबाला शह दिला. त्यास मिळालेली पेशवाई काढून घेऊन त्यास पदच्युत केले. नारायणरावाची पत्नी गंगाबाईंच्या नावे राज्यात ग्वाही फिरविली. तिला नंतर झालेल्या मुलास

चाळीसावे दिवशी 'पेशवाईची वस्त्रे' देऊन सारा कारभार नाना फडणवीसाने हाती घेतला. येथपासूनच त्याचे मृत्यूपर्यंत नाना फडणीस हेच 'मराठी दौलती'चे आधारस्तंभ झाले.

नाना फडणवीसांचा हा कारभार सातारचे छत्रपती घराण्याला मोठा जाचक ठरला. नाना फडणवीसाने, छत्रपतींच्या खर्चाकरीता लावून दिलेले महाल काढून घेतले. महालातून येणारा रोख वसूल सातारा येथे थेट छत्रपतींकडे जमा होत असे. तो प्रकार नाना फडणवीसांनी बंद करून महालाचा वसूल थेट पुण्यास येण्याचे हुकूम काढले. सातारा छत्रपतींना दिलेला नोकरचाकर वर्ग कमी केला. त्यांचे खर्चासाठी सालीना तोकडी रक्कम ठरवून दिली. त्यांनी किल्ल्यावर राहावे, असे ठरवून शहराचा बंदोबस्त नारोपंत आपटे या आपले मर्जीतले इसमाकडे लावून दिला. त्यामुळे सातारा छत्रपतींना खर्चाची तोंडमिळवणी करणे मोठे जिकिरीचे होऊन बसले. छत्रपतींच्या राण्यांसाठी लावून दिलेला खर्च कमी केला. त्यामुळे प्रत्येक गोष्टीसाठी छत्रपतींना पुण्याकडे डोळे लावून बसण्याची पाळी आली. छत्रपतींना कागदपत्र करण्याचे अधिकार होते, ते बंद केले.

'सांगोला करार' होते वेळी इ.स. १७५० मध्ये भाऊसाहेब पेशव्यांनी छत्रपतींच्या खर्चासाठी सालीना छपन्न लाखांचा मुलूख लावून दिला होता. पण हा करार फक्त लिहिण्यापुरताच ठरला. छत्रपतींना नंतर हयातभर म्हणजे इ. स. १७६१च्या अखेरपर्यंत नजरकैदेत काढावी लागली. नंतरही त्यांना शाहू नगरात आणून ठेवल्यानंतर या छपन्न लाख रुपयांचे मुलखाचा कुठेही मागमूस दिसून आला नाही. त्यावर आणखी वरताणता नाना फडणीस व बाजीराव रघुनाथ पेशव्यांच्या काळात झाली.

धाकटे शाहू छत्रपती इ. स. १८०८ साली पंचेचाळीस वयाचेनंतर मृत्यू पावले. शाहू छत्रपतींच्या निधनसमयी ज्या दोन याद्या शाहूंच्या स्वहस्ते लिहिलेल्या नानासाहेब पेशव्यांना मिळाल्या होत्या, त्यातील पहिल्या यादीतील मजकुरच मुळी 'वंश होईल त्याच्या आज्ञेत राहून राजमंडळ चालविणे,' असा होता. यावरून 'प्रधानपद' भोगणाऱ्या पेशव्याने छत्रपतींच्या आज्ञेत राहून राजमंडळाचा कारभार करण्याचे आदेश दिलेले दिसून येते. प्रत्यक्षात मात्र सर्व छत्रपतींनाच पेशव्यांचे आज्ञेत राहून दिवस काढण्याची पाळी आली. तीच गोष्ट 'सांगोला करारा'तील छपन्न लाख रुपये खर्चाचा स्वतंत्र मुलूख तोडून देण्याची झाली. अशा प्रकारचा मुलूख छत्रपतींना पेशव्यांनी कधीही तोडून दिला नाही. छत्रपतींच्या खर्चाबाबतच्या साऱ्या आर्थिक नाड्या पुण्यास नेऊन ठेवल्या. शाहू छत्रपतींनी स्वहस्ते लिहिलेले यादीची आणि 'सांगोला करारा'तील तरतुदींची अशा प्रकारे कधीच वासलात पेशव्यांनी व त्यांच्या कारभाऱ्यांनी लावून टाकली.

नानासाहेब पेशव्यांचे पश्चात माधवराव पेशव्यांनी छत्रपतींच्या खर्चाची चांगल्या

प्रकारे सोय लावली, असे दिसून येते. माधवराव पेशव्यांनी सांगलीचे पटवर्धनांस पंचवीस लाखाची कायमची जहागीर तोडून दिली. त्यांचे वडिलांनी व भाऊसाहेब पेशव्यांनी, छत्रपतींना दिलेली 'सांगोला करारा'तील छपन्न लाखांचे मुलखाची गोष्ट त्यांनीही कधी काढली नाही. धन्याला पेशव्यांनी ही दिलेली वागणूक छत्रपतींनी निभावून नेली, यात त्यांचाच मोठेपणा दिसून येतो. चाकराचा मात्र मनाचा कोतेपणा दिसून येतो.

अशा परिस्थितीत दुसरा शाहू छत्रपती इ. स. १८०८ साली मृत्यू पावला. या धाकट्या शाहूला त्यांचे चौथे राणीपासून तीन मुलगे झाले. 'प्रतापसिंह', 'रामचंद्र' व 'शहाजी' अशी त्यांची नावे होती. या राणीसाहेबांचे नाव आनंदीबाई; पण 'माईसाहेब' या नावानेच या राणीला सर्व जण संबोधत असत. त्या शिर्के घराण्यातील होत्या. कुटऱ्याचे कुँवरजी शिर्क्यांची ती कन्या. शाहू छत्रपतींशी यांचे लग्न इ. स. १७८६ साली झाले.

वडिलांचे पश्चात इ.स १८०८ साली 'प्रतापसिंहा'स सातारची गादी मिळाली. तेव्हा तो पंधरा वर्षांचा होता. त्याचा जन्म १८ जानेवारी इ. स १७९३ चा आहे. 'प्रतापसिंह' छत्रपती म्हणून गादीवर आला, त्यावेळी माईसाहेब मातोश्रींचा राज्यकारभारासाठी मार्गदर्शनाचा मोठा लाभ झाला. 'प्रतापसिंह' सातारचे गादीवर येण्यापूर्वीच बाजीराव रघुनाथ, पुण्याच्या पेशवाईचा कारभार करीत होता. सातारा येथे प्रतापसिंहाचा राज्याभिषेक झालेनंतर बाजीरावाने परत एकदा 'पेशवाईची वस्त्रे' या छत्रपतीकडून घेतली. ती 'वाई' येथे समारंभाने त्याने स्वीकारली.

नाना फडणवीसांनी सातारचे शाहू छत्रपतींची केलेली अवहेलना तशीच बाजीरावाच्या काळातही चालू राहिली. नाना फडणवीसांनी राजमंडळाचे कुणी छत्रपतींना भेटू नये, असे करून त्यांचेवर चौकी बसविली होती. यात काहीही बदल बाजीराव रघुनाथ पेशव्याने केला नाही. धाकटा शाहू छत्रपती इ. स. १८०८ साली निधन पावला, तेव्हा त्यांचा अंत्यविधी वर किल्ल्यावरच व्हावा, असा पेशव्याने बेत केला. त्यावेळी माईसाहेबराणी व छत्रपती प्रतापसिंह यांनी त्यांचे विचारांस न जुमानता शाहू छत्रपतींचा अंत्यविधी कृष्णा नदीच्या तिरी क्षेत्र 'माहुली' येथे केला. सारे धार्मिक संस्कार व उत्तर कार्य तेथे केले.

धाकटे शाहू छत्रपतींचा अंत्यविधी सातारा किल्ल्यावर होणे अधिक श्रेयस्कर, असे पेशव्यांना वाटत होते. छत्रपतींना आजपर्यंत पेशव्यांकडून मिळालेल्या मानहानिकारक वागणुकीने अंत्ययात्रेच्या वेळी शहरात काही गडबड होईल, अशी भीती पेशव्याला व कारभाऱ्याला वाटत होती. त्यामुळे किल्ल्यावरच त्यांचा अंत्यविधी व्हावा, असा पेशव्यांचा विचार होता. राज्याभिषेक समारंभ होण्यापूर्वी 'प्रतापसिंहा'ची मुंज होणे शास्त्रानुसार गरजेचे असताना तेवढीही फुरसत न देता 'प्रतापसिंह' छत्रपतीचा

राज्याभिषेक घाईने उरकण्यास भाग पाडले होते. शिवाजी छत्रपतींपासून चालू असलेली परंपरा व प्रथा बाजीराव पेशव्याने मोडीत काढली.

आपल्या अनिर्बंध वर्तनाने जनतेचा पाठिंबा आपणास राहिला नाही, याची पक्की खूणगाठ बाजीराव पेशव्यांना झाली होती. त्यामुळेच छत्रपतींच्या अंत्यविधीला त्यांचा अडथळा होता. तसेच राज्याभिषेक समारंभापूर्वी 'प्रतापसिंहा'ची मुंज न करण्याची त्यांची धारणा होती.

हिंदुस्थानात इंग्रजांचा गव्हर्नर जनरल म्हणून 'लॉर्ड मिंटो' हा कलकत्ता येथे कारभारावर होता. यापूर्वीच तैनाती फौजेचा विळखा इंग्रजांनी अयोध्येचा नवाब, बडोद्याचे गायकवाड, हैदराबादचे निजाम, नागपूरचे भोसले, ग्वाल्हेरचे शिंदे तसेच स्वत: बाजीराव पेशवे, अशा साऱ्या प्रमुख सत्ताधिशांना घातला होता. सारे संस्थानिक स्वत:पुरते हिताच्या गोष्टी पाहून इंग्रजांच्या कच्छपी लागले होते.

'प्रतापसिंहा'च्या लहानपणामुळे माईसाहेब सातारचा कारभार पाहण्यास त्यांना चांगली मदत करीत असत. बाजीराव पेशव्यांशी जो पत्रव्यवहार व्हायचा, तो माईसाहेब याच करत असत. माईसाहेब दिसण्यास सुंदर होत्या. त्या घोड्यावर बसण्यात पारंगत होत्या. राज्यकारभाराचे चांगले ज्ञान त्यांना होते. उत्तम पोशाख करून त्या दरबारात येत असत, तेव्हा त्यांची छाप सर्वांवर लगेच बसत असे.

'प्रतापसिंहा'स गादीवर बसण्याचा समारंभ पार पडलेनंतर माईसाहेबांचा बाजीराव पेशव्यांशी पत्रव्यवहार चालू झाला. या पत्रव्यवहारावरून सातारचे छत्रपतींच्या साऱ्या आर्थिक नाड्या बाजीराव पेशव्यांच्याच हाती होत्या, हे स्पष्ट दिसून येते.

मुलांची लग्ने जमली तरी नवऱ्या मुलाचे कपडे, नवऱ्या मुलीचे कपडे, नवरीसाठीचे दागिने, मंडपाचे सामान, घोडी, पालख्या अशी मागणी पत्राने पुण्यास करावी लागे. 'नरसोबावाडी'ला देवदर्शन करून अभिषेक करण्यासाठी चारशे रुपयांची मागणी १ फेब्रुवारी इ. स १८०९ चे पत्राने माईसाहेब यांनी केली आहे. तसेच माईसाहेब यांचे औषधपाण्याबद्दल त्रिंबकजी डेंगळ्यांकडून एक हजार रुपये पोहोच झाले, अशाबाबतचे ६ फेब्रुवारी इ. स. १८१० चे पत्रात नमूद आहे. शंभू महादेव, क्षेत्र जेजुरी, आणि क्षेत्र पंढरपूर येथील देवदर्शनासाठी त्रिंबकजी डेंगळ्यांनी सारी खर्चाची व्यवस्था ठेवली, याबद्दल याच वर्षीचे १० डिसेंबर इ. स. १८१० चे पत्रात नमूद आहे. या सर्व पत्रांवरून सातारच्या छत्रपतींना दोन वेळच्या जेवणाची जरी तरतूद करावयाची झाली, तरी त्यासाठी पुण्यास पत्रव्यवहार करून तजवीज करावी लागत असे, हेच दिसून येते.

सातारच्या या घडामोडी चालू असतानाच पुण्यात 'एल्फीन्स्टन रेसिडेंट'चे काम इ. स. १८११ चे फेब्रुवारीत दाखल झाले. सातारकर छत्रपतींप्रमाणेच बाजीरावाने सरदारांचे संपत्तीवर डोळा ठेवून काहींची जप्ती करण्याचा सपाटा लावला.

दक्षिणेकडील पटवर्धन, रास्ते, निपाणकर, पानसे अशा सरदारांना बाजीरावाने जप्तीच्या हुकमाने भरडण्यास सुरुवात केली.

निमगाव जाळीचा पाटील त्रिंबकजी डेंगळे व बाळोबा कुंजीर हे पेशव्यांच्या विश्वासातले गृहस्थ, असा सल्ला त्याला देत होते. या साऱ्या कागाळ्या सरदारांनी 'रेसिडेंट एल्फीन्स्टन'च्या कानावर घातल्या. रेसिडेंटने यात मध्यस्थी करून या सर्वांचे सरंजाम वाचविले. बाजीराव पेशव्यांशी इंग्रजांनी नवीन करार करून यावेळी घेतले. यामुळे इंग्रज व बाजीराव यांचेतील तेढ वरचेवर वाढत चालली. याचाच परिणाम म्हणजे बाजीराव पेशव्याने इंग्रजांशी उघड संघर्ष चालू केला. त्याने बापू गोखल्यांस सैन्याचे अधिपत्य देऊन त्यांस प्रतिनिधीचा नवीन सरंजाम करून दिला; शिवाय खर्चासाठी त्यांना एक कोट रुपयांचा खजिनाही दिला.

इंग्रज 'रेसिडेंट एल्फीन्स्टन' हाही मोठा मुत्सद्दी, दूरदृष्टीचा व धोरणी इंग्रज गृहस्थ पेशव्यांना पुरून उरला. २० जुलै इ. स. १८१५ रोजी गंगाधर शास्त्र्यांचा खून पंढरपुरात झाला. हा बडोद्याच्या गायकवाडांचा वकील इंग्रजांचे संरक्षण घेऊन पुण्यास आला होता. देवदर्शनाचे निमित्ताने तो पंढरपुरास आला होता. त्याचा वध त्रिंबकजी डेंगळ्यांच्या हस्तकाने केला, या कारणाने बाजीराव-इंग्रज युद्ध डोळ्यांसमोर येऊन ठेपले. इंग्रजांनी बाजीरावास धाक घालून त्रिंबकजीस ताब्यात घेतले व त्यास कैदेत टाकले.

या गोष्टीमुळे बाजीराव इ. स. १८१७ चे नोव्हेंबरमध्ये पुण्याहून बाहेर पडला. तो साताराच्या रोखाने निघून गेला. त्यावरून प्रथम सातारचे छत्रपतींना ताब्यात घेण्याचा त्याचा विचार होता. ज्याचे हाती छत्रपती त्याचे हाती 'पेशवेपद' राहणार, हे ओळखून बाजीराव पेशव्याने छत्रपती 'प्रतापसिंह' व त्यांचे मातोश्री माईसाहेब आणि कुटुंबीय मंडळी साताऱ्याहून काढून 'वासोटा' किल्ल्यावर बंदोबस्तात ठेवली होती. बाजीरावाचे मागे इंग्रज लागले, तेव्हा त्यांनी माईसाहेब, छत्रपती प्रतापसिंह आणि बरोबरचे मंडळींस 'वासोटा' किल्ल्यावरून काढून आपले ताब्यात घेतले. (१४ डिसेंबर १८१७)

बाजीराव पेशव्याने माईसाहेब, प्रतापसिंह छत्रपती व त्यांचे कुटुंबीय यांना 'वासोटा' किल्ल्यावर नोव्हेंबर इ. स. १८१७ च्या दहा तारखेस नेऊन ठेवलेले होते. आता इंग्रजांचा व बाजीराव पेशव्यांचा उघड संग्राम होण्याची तयारी उभय बाजूंनी चालू होती. त्यासाठी छत्रपती आपले जवळच असणे महत्त्वाचे समजून बाजीरावाने छत्रपती व त्यांची माता यांना 'सिद्धटेक'जवळ आपणाकडे घेऊन येण्याची व्यवस्था केली होती. यावरून 'वासोटा' किल्ल्यावर त्या निर्जन स्थळी कुणाचाच संपर्क होणार नाही, अशा ठिकाणी छत्रपतींना ठेवून पेशवा त्यांचा उपमर्द करीत होता.

बाजीराव पेशव्याचा बाप रघुनाथराव, नारायणराव पेशव्याचा वध झालेनंतर

मराठी दौलतीचा पेशवा झाला होता. पेशवा झालेनंतर इ. स. १७७३ मध्ये त्याने हैदरअल्लीवर मोहीम काढून दक्षिणेत प्रयाण केले होते. इकडे सखाराम बापू, नाना फडणवीस, अशा लोकांनी विचार करून रघुनाथरावांची 'पेशवेपदा'वरून छत्रपतींकडून पदच्युती केली होती. त्यानंतर या राघोबाला पुण्याचा 'शनिवारवाडा' जन्मात पाहण्यास मिळाला नाही. मरेपर्यंत राघोबा कधी इंग्रजांकडे, तर कधी पेशव्यांकडे असा वणवण फिरतच राहिला.

बाजीराव पेशव्याला सुद्धा हीच भीती वाटत होती. आपण इंग्रजांचे मुकाबल्यासाठी बाहेर पडल्यानंतर छत्रपतींकडून न जाणो आपली पदच्युती होऊन आपणासही वडिलांसारखे रानोमाळ भटकावे लागेल. त्यामुळे प्रथम 'प्रतापसिंह' छत्रपती व त्याचे कुटुंबीय आणि माता राणीमाईसाहेब यांना त्याने आपणाजवळ आणले.

बाजीराव पेशव्याने पेशव्याचे गादीवर बसून जे रंगविलास केले आणि पैशाच्या मोहापायी इभ्रतदार अशा सर्वांचा अतोनात छळ केला, याची कितीतरी उदाहरणे लोकमानसात कायमची ठाण मांडून बसली होती. पेशव्यांचे स्वत:चे मनच त्यांचे साऱ्या कृष्णकृत्याला साक्षी असलेने आपली गच्छंती होऊ नये, म्हणून तो सावध होऊन छत्रपतींना जवळ बाळगून ब्रिटिशांना तोंड देऊ लागला.

पुण्याच्या दरबारात घडणाऱ्या रंगविलासाच्या सर्व रसभरीत घटना पेशव्यांचे धनी सातारकर छत्रपतींच्या कानी वरचेवर जात होत्याच. 'क्षेत्र माहुली' येथे त्यांनी केलेले अशोभनीय प्रकारही छत्रपतींना ठाऊक झालेले होतेच.

त्यामुळे सातारचे छत्रपतींनी सुद्धा ब्रिटिश 'रेसिडेंट एल्फीन्स्टन' यांचेशी तसेच मुंबईचा गव्हर्नर यांचेशी संपर्क ठेवलेला होता. नरसू काकडे या नावाच्या विश्वासू इसमामार्फत पुण्याला व मुंबईला इंग्रज अधिकाऱ्याशी संपर्क ठेवला होता. नरसू काकडे छत्रपतींच्या वतीने एक-दोन वेळा त्यांना भेटला होता. मराठी राज्यात होणाऱ्या साऱ्या कृत्यांची उजळणी त्यांचेपुढे झाली होती. 'सिद्धटेक'चे तळावर बाजीराव पेशव्यांकडे छत्रपती प्रतापसिंह येण्यापूर्वीच याचा उहापोह व चर्चा झाली होती.

या भेटीदरम्यान इंग्रजांकडून छत्रपतींना काही निरोप आणि सुचना आल्या होत्या. बाजीराव पेशवा आणि इंग्रज यांची लढाई ज्या दिवशी होईल, त्यावेळी तुम्ही सावध राहून आमचे लष्करात येऊन मिळावे. तुमचे राज्याची फिकीर करू नये. तुमचे इच्छेप्रमाणे सर्व घडून येईल; असे 'रेसिडेंट एल्फीन्स्टन'कडून नरसू काकड्यांकडे निरोपाची देवाणघेवाण झाली होती.

१४ डिसेंबर १८१७ पासून २० फेब्रुवारी इ. स. १८१८ पर्यंतचे दोन-सव्वादोन महिने छत्रपती त्यांचे कुटुंबीयांसह बाजीराव पेशव्यांबरोबर एका मुक्कामाहून दुसऱ्या मुक्कामाला असे धावपळीचे जीवन कंठीत होते. पेशवा फलटण, नातेपुते,

पंढरपुरकडे गेला. पुनः वळून गुरसाळे करकंब, कळासी, राजोरी, जिंती, बाभळगाव, तेथून सिद्धटेक पुनः न्हावीचा घाट, निरा नदी काठी कुरबावी, परत नगर, संगमनेर अशा विस्तृत भागांतून बाजीराव पेशवा धावत होता. इंग्रजांचे कॅप्टन स्मिथ, कॅप्टन फ्रिझलर, त्याचे पाठलागावर होते.

नंतर कवठे पारगाव, तळेगाव ढमढेरे, लोणी, पाबळ, नारायणगाव, ओतुर असे करीत ब्राह्मण वाड्यावर सारा लवाजमा घेऊन बाजीराव आला. सेनापती बापू गोखले इंग्रजांना अडविण्याची व मुकाबला करण्याची कोशीस करीत होते; पण बाजीरावाचा पाय एका जागी ठरेना. मनाची हिंमत होईना. त्यामुळे पळत राहण्याचा सोपा मार्ग त्याने धरला होता.

ब्रिटिश सेनाधिकारी सुद्धा या पळापळीला कंटाळले होते. दीड महिन्यात चारशे मैलांचा प्रवास झाला, पण हाती तर काहीच नाही, अशी इंग्रजांची अवस्था झाली होती. ३१ डिसेंबर इ. स. १८१७ ला इंग्रज सेनानी शिरूरहून निघाला. तो कोरेगांव भिमा येथे दुसरे दिवशी पोहोच झाला. बापू गोखल्यांनी या ठिकाणी इंग्रजांचा मुकाबला केला. भारी नुकसान सोसण्यापुढे मराठ्यांना पदरात काही पडले नाही. बाजीरावाचा पाय ठरेना. त्याला सातारा ते थेट निपाणीपर्यंत जाऊन तिकडे मोकळे मैदानात इंग्रजांशी लढा द्यावयाचा होता. कोरेगावहून सातारकडे जाण्याऐवजी तो जर पुण्यास जात होता तर पुण्यात इंग्रजांचा दम थोडाच असलेने राजधानीचे हे शहर पेशव्याला परत प्राप्त होण्याची शक्यता होती. सातारा-निपाणी असा लांबचा टप्पा करून निघालेला पेशवा पुनः विचार बदलून फलटणकडे वळला. तेथून सोलापुराकडे जाऊन तेथील बंदोबस्त केला. परिड्यांचे रोखाने पुढील चाल ठेवून पेशवा अष्टीचे तळावर मुक्कामाला आला. इंग्रज गव्हर्नर 'एल्फीन्स्टन'ने सातारा शहर ताब्यात घेऊन पेशव्यांचे पाठीवर जनरल स्मिथ यास रवाना केले.

जनरल स्मिथ पेशव्यांच्या मागावर होताच. पेशवा अष्टीच्या तळावर मुक्कामाला आहे, ही खबर ठेवून वेळापुर येथून त्याने भल्या पहाटेच कूच केले. इंग्रज फौजांनी अष्टीच्या पेशव्याचा तळ गाठला. इंग्रजांचा छापा पेशव्यांच्या तळावर आला. त्या दिवशी माघ पौर्णमा म्हणून भोजन करून निघावे, अशा बेताने पेशवा थांबला होता. पेशव्यांचा सेनापती इंग्रजांशी मुकाबला देण्याचे विचाराचा होता. त्याने इंग्रजांची लगट झाली तर त्यांचेशी मुकाबला द्यावा किंवा श्रीमंतांनी लवकर निघून चालीस लागावे, अशी विनंती केली. पेशव्यांना ही गोष्ट जिव्हारी लागली. त्याने सेनापतीची अवहेलना केली. त्या रागातच पेशव्यांना मुजरा करून बापू गोखले इंग्रज फलटणीवर चालून गेले. त्यांचे सहाय्य करण्यास गोविंदराव घोरपडे व आनंदराव बाबर गेले. आप्पा देसाई निपाणीकर याने अंग काढून घेतले. तो बापू गोखल्यांचे मदतीस गेला नाही.

अशा स्थितीत पहिले तुकडीस चालून आलेबरोबर सेनापती बापू गोखले यांनी बेधडक चालून घेऊन इंग्रजांना मागे हटविले. पुन: इंग्रजांची दुसरी तुकडी चालून आली. त्यात बापू गोखल्यांचे डोईस पिस्तुलाचे गोळ्या लागून ते घोड्यावरून खाली आले. घोडा मोकळा झाला. तीच गत गोविंदराव घोरपड्यांची व आनंदराव बाबर यांची झाली. दोघेही लढाईत कामास आले.

बापू गोखले पडल्याची खबर पेशव्यांस लागताच त्याने तळावर ठासून उभे राहण्याचे सोडून तो घोड्यावर खोगीर टाकून लगबगीने पळू लागला. बाजीराव पेशव्यांची पत्नी बरोबर स्वारीत होती. पेशव्यांनी तिला छिटाचा अंगरखा घालून मर्दानी पोशाख करण्यास लावून पळण्यास सुरुवात केली.

२० फेब्रुवारी इ. स. १८१८ चा हा शुक्रवारचा दिवस 'मराठी दौलती'साठी मोठा काळाकुट्ट ठरला. पेशव्यांचा सेनापती ठार झाला. घोरपडे सरदार बंधू गोविंदराव, खंडेराव, धारातिर्थी पडले, आनंदराव बाबर पडले आणि पेशवा पळाला. त्याबरोबर पंचवीस-तीस हजारांचे सैन्यही पळू लागले.

छत्रपती प्रतापसिंह व त्यांचे दोन बंधू आप्पासाहेब व शहाजी यांनीही घोड्यावर स्वार होऊन पळण्यास सुरुवात केली. राजमाता माईसाहेब यांना बसण्यासाठी मिळालेली घोडीही अशक्त होती. त्यामुळे छत्रपती व त्यांचे बंधू आणि मातोश्री माईसाहेब यांचेतील अंतर वाढत चालले. छत्रपतींचे घोडे व माईसाहेबांच्या घोड्याचा पळण्याचा वेग असा परस्परविरोधी असल्याने माईसाहेब फारच घाबऱ्या झाल्या.

याच अवधित बाजीराव पेशव्यांची घोडी पुढे निघून गेल्याने अंतर खूपच वाढले. मागाहून इंग्रजांची पथके डावी-उजवी बाजू संभाळून पेशव्यांचा पाठलाग करीत दौडू लागली. जनरल स्मिथचे मानेवर बापू गोखल्यांचे तरवारीची जखम झाली होती. तो मेण्यात होता. इंग्रज फौज मात्र कसोशीने पाठलाग करीत होती.

इंग्रजांचे फौजेतून पळणाऱ्या पेशव्यांचे फौजेवर बंदुकीच्या गोळ्या येऊन पडू लागल्या. त्यामुळे आणखीनच घबराट निर्माण झाली. लोक आपापल्या पालख्या अफदागिऱ्या टाकीत चालले. छत्रपतींचे संरक्षणासाठी बळवंतराव मल्हार चिटणीस, यशवंतराव मल्हार तसेच भीमराव विठ्ठल पोतनीस अशी खास मंडळी होती. हे सारे पळत असता छत्रपतींच्या जीवाला धोका आहे, हे ओळखून सर्व जण त्यांचेजवळ येऊन उभे राहिले.

बाजीराव पेशव्याने आपली आस्था सोडली तरी त्यांचेकडे भीमराव विठ्ठल पोतनीस यांस पाठविले. तसेच आनंदराव केसरकर यांसही पाठविले. आम्हाजवळ कोणीही नाही. राजमाता माईसाहेब फारच घाबरी झाली आहे. तेव्हा तुम्ही येऊन अथवा फौज पाठवून सुरक्षित न्यावे, असा निरोप धाडला. पण उपयोग झाला नाही. पेशवा किंवा त्याची फौज यापैकी कोणीही आले नाही.

या अवधित इंग्रजांचे सैन्य आणखीनच जवळ आले. त्यांच्या नागव्या तरवारी व बंदुकीचा मारा यामुळे प्राणहानी होण्याचा समय आला. तेव्हा बळवंतराव चिटणीस छत्रपतींच्याजवळ होते. त्यांनी घोड्यावरून उडी टाकून सडेच इंग्रज फौजेच्या दिशेने पळण्यास सुरुवात केली. काही अंतर सडे पळत जाऊन त्यांनी पुकारा केला,की सातारा छत्रपती घोड्यावर आहेत. बंदुका कुणी चालवू नयेत. गोळ्या कुणी घालू नयेत.

याप्रमाणे पुकारा झाला. इंग्रज फौजेचा घेरा सातारा छत्रपतींना पडला. त्यांच्या फौजेतील शेख हवालदार, शेख महंमद युसूफ यांनी येऊन सातारकर छत्रपतींची खात्री करून घेतली. लगेच साऱ्यांनी तरवारी म्याना केल्या. महाराजांना घेरा घातला. पेशव्यांचे तळावरील अंबारी घातलेले हत्ती मागे राहिले होते. ते जागेवर आणून माईसाहेबांना अंबारीत बसविले. खवाशीत आप्पासाहेब बसून खाशा स्वाऱ्या तळावर आल्या. जखमी झालेला जनरल स्मिथ मेण्यात पडून होता. त्याने बाहेर येऊन छत्रपतींना टोपी काढून सलामी दिली.

पेशव्यांच्या तळावर एक कोटीचा खजिना होता. सारा खजिना ब्रिटिशांच्या ताब्यात गेला. छत्रपतींजवळ काहीच नव्हते. तेव्हा पेशव्यांचे सापडलेल्या वस्तभावापैकी सतरा उंट भरून साहित्य इंग्रजांनी पाठवून दिले. अष्टीचे तळावरच मुक्काम झाला व डेरे दिले. नंतर सर्वांनी साखर-पाणी घेतले.

बापू गोखलेंचे शव डोलीत घालून आणले. त्याची ओळख बळवंतराव चिटणीस यांनी केली. घोड्याच्या तुडवातुडवीने बापू गोखल्यांचे पायाची कातडी निघून गेली होती. अंगात मखमलीचा सदरा काय तो उरला होता. या मृतदेहाची पाहणी छत्रपतींनी करून अंत्यविधी करण्याची परवानगी दिली. उत्तररात्रीला अष्टीच्या ओढ्याचे काठी सेनापती बापू गोखले यांचे मृतदेहावर अग्निसंस्कार करण्यात आले.

दौलतीचा धनी छत्रपती प्रतापसिंह व त्यांची मातोश्री माईसाहेब यांना मोकलून बाजीराव जलद निघून गेले. छत्रपतींची जवाहीर पेटी व रूप्याची भांडी भवानी खडसरे यांचेकडे सांभाळ करण्यासाठी दिली होती. साऱ्यांचा पळ सुटला. त्यावेळी खडसरेही पळू लागले. त्यांचेकडे छत्रपतींच्या ऐवजाची मोठी जोखीम होती. पळण्याच्या घाईत या मौल्यवान वस्तू शत्रूच्या हाती पडू नयेत, म्हणून शेटफळच्या रानात त्यांनी काही खुणा करून रुप्याची भांडी व पेटी रानात पुरुन ठेवली. पळण्याच्या वेळी त्यांनी लपविलेली भाडी नंतर काही शेतकऱ्यांनी काढून लंपास केली. भवानी खडसऱ्यांना ज्यावेळी श्रीमंत छत्रपती अष्टी तळावर आहेत ही खबर लागली, तेव्हा तो मध्यान रात्रीला छत्रपतींजवळ आला व सारा करीना त्याने सांगितला. छत्रपतींकडून काही स्वारांचा बंदोबस्त बरोबर घेऊन तो शेटफळच्या रानात गेला. रानात जाऊन त्याने पाहिले तर रूप्याची भांडी लंपास झालेली होती. जवाहीर असलेली पेटी मात्र ताब्यात

आली.

वीस फेब्रुवारीची रात्र अष्टीच्या तळावर छत्रपतींनी आणि कुटुंबीयांनी घालविली. रात्री ओढ्याकाठी बापू गोखल्यांचे जळणारे प्रेत व त्याच्याभोवती रखवालदाराची हालचाल सोडली तर साऱ्या तळावर मोठा सन्नाटा पसरला होता. म्हणनूच २० फेब्रुवारीचा हा दिवस मोठा काळाकुट्ट ठरला.

दिनांक २१ फेब्रुवारीला शनिवार होता. या दिवशी छत्रपती व त्यांचे कुटुंबीय इंग्रज सेनानींबरोबर सातारा राजधानीकडे परतीच्या प्रवासाला परत निघाले. 'करकंब' येथे पहिला मुक्काम झाला. छत्रपतींबरोबर जरीपटका नव्हता. अष्टीच्या लढाईत त्याची विल्हेवाट लागली होती. 'करकंब'च्या दोन दिवसांच्या मुक्कामात जरीपटका तयार करून घेण्यात आला. त्यासाठी 'करकंब' बाजारातून कापड आणले. शेला आणला. जरीपटका तयार झालेनंतर हत्तीवर ठेवण्यात येऊन तो स्वारीबरोबर चालू लागला. त्याचा बंदोबस्त ठेवण्यास सैन्य तुकडी नेमून दिली.

सातारचे छत्रपतींचा परतीचा हा प्रवास २१ एप्रिल इ.स. १८१८ पर्यंत चालून छत्रपती या दिवशी शहरात आले. वाटेत त्यांचे मुक्काम अकोले टेंभुर्णीनजीक, भिमाकाठचे हिंगणगाव, हाथुर्णेवाडी, बारामती, जळगाव, मोरगांव, बेलसर, वीर, माणकी, जेजुरी, भिवरी, कोथळे, वाल्हे, पाडेगांव, तांबवे, बनवडी, पाचवड, वर्ये, मेढे असे झाले.

अष्टीची लढाई होण्यापूर्वीच इंग्रजांनी जाहीरनामा काढून पेशव्यांची सत्ता समाप्त केलेली होती. हा जाहीरनामा तमाम मुलुखातून जनतेला दौंडी देऊन वाचून दाखविला जात होता. 'शनिवारवाड्या'वर इंग्रजांचे निशाण फडकू लागले होते. बाळाजीपंत नातूने 'शनिवारवाड्या'वरील भगवा ध्वज खाली उतरवून इंग्रजांचे निशाण फडकावले होते. इंग्रज शिपायाची फक्त एक तुकडी बरोबर घेऊन त्याने हे कार्य पार पाडले होते.

वीस फेब्रुवारीस अष्टीचे तळावरून बाजीराव पेशव्याने आपले पत्नीस बरोबर घेऊन तळ सोडला. पळण्यास सुरुवात झाली. या तळावर सातारचे छत्रपती व त्यांचे कुटुंबीय होते. तेही तळावरून पळू लागले. माईसाहेबांना पळण्यासाठी जी घोडी मिळाली ती जोमाने पळण्यास असमर्थ होती. चांगली जोमदार घोडी त्यांना बसावयास मिळाली असती, तर छत्रपती त्यांचे बंधुंसह माईसाहेबांना एकमेकांना अंतर पडू न देता पेशव्यांचे मागोमाग पळण्यास सवड मिळाली असती. केवळ चांगली घोडी न मिळाल्याने, तसेच स्वतः छत्रपतींनी बाजीराव पेशव्यांना निरोप देऊनही पेशव्यांकडून कुमक आली नाही व पेशवा स्वतः सुद्धा आला नाही. इंग्रजांचे फलटणी जवळ आल्या. गोळीबार होऊ लागला. तेव्हा छत्रपतींच्या जीवाचा धोका ओळखून, बळवंतराव चिटणीस यांना पुकारा करून सातारचे छत्रपती आहेत, कुणी गोळ्या झाडू नयेत,

तलवारी चालवू नयेत, अशी विनंती करावी लागली. इंग्रजांनी त्यांना घेरून ताब्यात घेतले. यावेळी चांगली घोडी मिळती तर हा प्रसंग टळला असता, असे दिसते. परंतु जरी पेशव्याने यांना कुमक देऊन किंवा स्वत: येऊन बरोबर नेले असते, तरी पेशव्यांबरोबर पळत राहण्याखेरीज दुसरे काही करता येण्याजोगे त्यांचे हाती राहिले नव्हते.

अष्टी तळावरून निसटलेला पेशवा जून महिन्यात इंग्रज सेनानी 'माल्कम'ला शरण गेला. त्याशिवाय त्याला दुसरे काही करता येणे शक्य नव्हते. पेशव्यांचे बरोबर छत्रपती राहिले असते तर सातारचे राज्य याचवेळी कायमचे बरखास्त केले असते. छत्रपतींना कदाचित लगेच काशीवास पत्करावा लागला असता.

५ डिसेंबर इ. स. १७९६ ला बाजीराव 'पेशवाईची वस्त्रे' घेऊन 'दौलतीचा पंतप्रधान' झाला. त्यावेळी छत्रपती धाकटे शाहूंना त्याने लिहिलेले पत्र याप्रमाणे- 'खावंदानी कृपा करून पेशवाईची वस्त्रे पाठविली. त्याचा अत्यादरे यथाज्ञाने स्वीकार केला. सर्व प्रकारे स्वामीचा मी सेवक आहे. माझा अभिमान हाती धरल्याचा स्वामीस असावा आणि मला आधार स्वामीचे पायाचा आहे. खावंदाशिवाय सेवकास दुसरा आधार नाही. आता स्वामी आहेत. दोन्ही हस्तक तिसरे मस्तक स्वामीच्या पायावर ठेवले आहे. याची लज्जा स्वामीस आहे.' आपल्या पुढील आयुष्यात छत्रपतींशी वागताना पेशव्याने वरील शब्द कितपत पाळले, हे वेगळे सांगण्याची गरज नाही. बोलताना ओठांत एक व पोटात एक, अशी पेशव्यांची करणी असल्याने 'मराठी दौलती'चा नाश होण्यास तो कारणीभूत झाला.

इंग्रजांचे ताब्यात जाईपर्यंत या पेशव्यांचा जाच व लहरीपणा, मुकाट्याने पाहण्याखेरीज छत्रपतींना काही करता आले नाही.

परतीच्या प्रवासात 'चंदन वंदन' येथील मुक्कामानंतर छत्रपती 'वासोटा' किल्ल्याकडे वळले. त्या किल्ल्यावर त्यांच्या राण्या होत्या. त्यांना ताब्यात घेण्यासाठी छत्रपतींचा हा सारा लवाजमा 'वासोटा' येथे पोच झाला. किल्ला सहज ताब्यात आला नाही. तो लढून ताब्यात घ्यावा लागला. (६ एप्रिल इ. स.१८१८) तेथून परत साताऱ्याकडे आले. 'करंजे' या गावाजवळ स्वाऱ्यांचा मुक्काम पडला. दुसरे दिवशी शहरात प्रवेश करून त्याच दिवशी 'सिंहासनावरोहण' केले.

'सातारा' येथे प्रतापसिंह छत्रपतीपदाचा राज्याभिषेक झाला तरी त्यांना संपूर्ण राज्याची मालकी आपणाला मिळेल, ही वाटणारी कल्पना फोल ठरली. इंग्रजांनी त्यांना देऊ केलेले राज्य एका जिल्ह्याच्या क्षेत्रफळाएवढेच लहानगे होते. पेशव्यांचे राज्याचा त्यावेळी एकूण वसूल शहाण्णव लाखांचे पुढे होता. हा सर्व प्रदेश आपणाला इंग्रज देतील, ही छत्रपतींची इच्छा फलद्रूप झाली नाही. पेशव्यांचे राज्याचे चौथ्या हिश्श्याएवढेच लहानसे राज्य छत्रपतींना इंग्रजांकडून मंजूर होऊन आले.

(२५ सप्टेंबर इ.स.१८१९). या राज्याचे सालाचे उत्पन्न तेवीस लाख रुपयांचे होते. निरेअलीकडील भिमानदीची हद्द व वारणेची हद्द, कृष्णा-भिमेचा संगम झाला तेथपर्यंतचा मुलूख व पश्चिमेस सह्याद्रिपासूनचा मुलूख, असा प्रदेश छत्रपतींना मिळाला.

हा प्रदेश ताब्यात देतानाही इंग्रजांनी पुनः निराळा करार करून छत्रपतींना जाचक बंधने व अटी घालून त्यांना बांधून ठेवले.

छत्रपती व त्यांची माता माईसाहेब इंग्रजांचा मतलबीपणा पाहून नाराज झाले. इंग्रजांचे भलेपणावर विश्वास ठेवून अष्टी तळावर त्यांचे स्वाधीन होईपर्यंत इंग्रजांनी जी वचने त्यांना दिली होती; त्याविरुद्ध हे वर्तन होते.

एल्फीन्स्टन गव्हर्नर याने जरी काही वचने पूर्वी दिली असली, तरी ती पाळल्याचे इंग्रजांना आता विस्मरण झाले. तेवीस लाखांचा प्रदेश छत्रपतींनी देऊन उरलेला सारा प्रदेश इंग्रजांनी खालसा करून आपल्याकडे घेतला.

नीरेपासून वारणेपर्यंतचे मुलखातील जहागिरदार, प्रतिनिधी, सचिव, फलटणचे निंबाळकर, अक्कलकोटचे भोसले, जतचे डफळे, वाईचे शेखमिरे यांना सातारचे मांडलिक म्हणून इंग्रजांनी छत्रपतींचा ताबा त्यांचेवर लागू केला.

इंग्रजांची सचोटी व भलेपणा याचा विपरीत परिणाम माईसाहेब यांनी पाहिला. इ.स.१८१८ पर्यंत पेशव्यांची सत्ता सर्वत्र होती. सातारचा बंदोबस्त पेशवे खबरदारीनं करीत होते. पेशव्यांचे राज्य गेल्याने रयतेत कुठे दुःख दिसून आले नाही. इंग्रजांचे राज्य आज ना उद्या येणार, हे जनता गृहीत धरून होती. त्याची प्रतीक्षा रयत करीतच होती. इंग्रजी कारभार चालू झाला, की पेशव्यांचे जहागिरदार, संस्थानिक यांनी इंग्रजांकडे वर्णी लावून आपली व आपले जहागिरीची व्यवस्था लावून घेतली.

छत्रपतींची माता या साऱ्या गोष्टी पहात होती. आता कारभारात लक्ष घालावे, असे काही राहिलेले नव्हते. छत्रपतींचा कारभार चालविताना इंग्रजांचा रेसिडेंट नेमलेला असे. त्याचे सल्ल्याने कारभार करावयाचा असलेने माईसाहेब आपला वेळ देवधर्म व यात्रा यांतच घालवू लागल्या.

त्यांच्या आयुष्याचा हा उत्तरार्ध होता. राज्यात पेशवे कारभार करताना सुव्यवस्था राहिली नव्हती. रयत गांजून गेली होती. कारभारात अंधाधुंदी माजलेली होती. या कारभारास रयत कंटाळून गेलेली होती. ज्या ठिकाणी इंग्रज अंमल चालू झाला होता. तेथील रयत गांजणूक व छळणूक यांपासून मुक्त झाली होती. हे चित्र डोळ्यांपुढे ठेवून माईसाहेब व प्रतापसिंह छत्रपतींनी इंग्रजांशी जवळीक करून त्यांची ताबेदारी अष्टीच्या तळावर स्वीकारली होती. 'तुमचे राज्य तुम्हास दिले जाईल, तुमचे सर्व प्रकारे चालवून तोशीस लागू देणार नाही,' या इंग्रजांच्या वचनांवर त्यांनी विश्वास ठेवला होता.

प्रत्यक्षात मात्र त्याप्रमाणे घडले नव्हते. एका छोट्या भागाचे लहानसे राज्य छत्रपतींना इंग्रजांनी दिले होते. त्यासाठीही जाचक अटी घालून बंधनांत अडकवून टाकले होते. ग्रँट डफ हा इंग्रज, सातारा येथे ब्रिटिशांचा पहिला रेसिडेंट म्हणून कामावर हजर झाला होता. पेशव्यांचे काळात पुण्यास असलेला रेसिडेंट एल्फीन्स्टन हा आता मुंबईचा गव्हर्नर झाला होता. त्यामुळे माईसाहेबांना राज्यकारभारात लक्ष देण्यासारखे फारसे काही नव्हते. त्याही लक्ष घालीत नसत. छत्रपती इ. स. १८२१ साली 'जत'चे बाजूला बंडाळी मोडण्यासाठी म्हणून गेले. 'जत'च्या डफळेंच्या विरुद्ध बंड झाले होते. हे बंड मोडण्यासाठी छत्रपती गेले तेव्हा बरोबर बंधू आणि माताही होती. रेसिडेंट ग्रँट डफही होता. या बाजूस असताना छत्रपतींचे बंधू रामचंद्र 'जत'च्या मोहिमेच्या वेळी 'जत'जवळ मृत्यू पावले. (२१ जानेवारी इ.स. १८२१)

राजमाता माईसाहेब पुत्राच्या मृत्यूने आणखीनच निराश झाल्या.

छोट्याशा का होईना, पण सातारा राज्यात छत्रपतींचा करभार चालू झाला होता. रयतेची गाऱ्हाणी दरबारात ऐकून गोरगरिबांना न्याय मिळत होता. रयतेची हाल हवा पाहण्यास छत्रपतींचा दौरा होत असे. जनतेचे प्रश्न त्यांतून समजून घेता येत असत.

अशा या काळात माईसाहेब तुळजापूर यात्रेला निघून गेल्या होत्या. यात्रा पूर्ण करून त्या परतीच्या वाटेवर असतानाच त्यांचे प्रकृतीला बरे वाटेना. प्रकृती खालावली. या आजारपणात उतार पडला नाही. त्यांना मृत्यूने गाठले. त्यांचा मृत्यू ३ जानेवारी इ. स. १८२२ रोजी भिमा नदीचे तीरावरील 'धुळखेड' येथे झाला. एक वर्षाचे अवधितच छत्रपतींना भावाचा व मातेचा मृत्यू पाहावा लागला. राज्यकारभारात वेळोवेळी सल्ला देणारी मायेची सावली निघून गेली. छत्रपतींचा मोठा कौटुंबिक आधार नाहीसा झाला.

माईसाहेब या इ. स. १७८६ ला धाकटे शाहू छत्रपतींची राणी म्हणून सातारा छत्रपतींच्या घराण्यात आल्या. इतिहासाचे मोठे संक्रमण या अवस्थेत होते. धाकटे शाहू छत्रपतींची राणी म्हणून त्यांनी राजवाड्यात पाऊल टाकले. त्यांनी पेशव्यांची राजवट पाहिली व तिचा अनुभवही घेतला. प्रतापसिंह, वडिलांचे पश्चात इ. स. १८०८ साली सातारचे गादीवर आले. तेव्हापासून त्यांनी दहा वर्षे मुलांना राज्यकारभाराचे उत्तम धडे शिकविले. योग्य प्रसंगी योग्य सल्ला देऊन त्यांच्या अंगी घराण्याचा अभिमान निर्माण होईल, असे पाहिले. याच अनुभवांच्या जोरावर छत्रपती प्रतापसिंह यांनी आईच्या पश्चात इंग्रजी राज्यकारभारातील अनिष्ट गोष्टींना टक्कर दिली. इंग्रजांनी त्यांचेवर राजद्रोहाचा आरोप ठेवला. खोटेपणाने ठेवलेला हा आरोप कबूल करण्यास त्यांना अनेक प्रलोभने दाखविली. इंग्रजांचे प्रलोभनांस बळी न पडता राज्यावर पाणी सोडणे, प्रतापसिंहांनी पसंत केले. विनाचौकशी ठेवलेले खोटेनाटे आरोप त्यांनी कधीच मान्य केले नाहीत. इंग्रजांनी या छत्रपतींना इ. स. १८३९ मध्ये

पदच्युत करून काशीक्षेत्री नेऊन ठेवले. त्यांचे या बाणेदार वर्तनाने इंग्रजही अचंबित झाले. हे सारे माईसाहेबांच्या शिकवणुकीचे सार म्हणता येईल.

बोटावर मोजण्याएवढे इंग्रज अधिकारी सोडले तर बाकी साऱ्या इंग्रजांनी प्रतापसिंहाचे स्वभावाची व त्याचे न्यायप्रियतेची तारीफ केलेली आहे. त्यांची लोकोपयोगी कामे व सौजन्यशील वागणुकीने त्यांनी साऱ्या रयतेची मने जिंकून घेतली होती. या त्यांच्या साऱ्या चांगूलपणाच्या गोष्टींत माईसाहेबांनी त्यांचेवर केलेले संस्कारच कारणीभूत होते, असे म्हटले तर वावगे ठरू नये.

'मराठी दौलती'चा कारभार पेशवे करीत होते तो काळ आणि त्यांचे राज्य इंग्रजांनी घेतले नंतरचा इंग्रजी कारभार, अशा दोन्ही राजवटींचा कारभार त्यांनी पाहिला व अनुभवला.

मातोश्री माईसाहेबांच्या मृत्यूनंतरही इंग्रजांनी प्रतापसिंह छत्रपतींना कारभार व्यवस्थित करू दिला नाही. छत्रपतींचे दिवाणगिरीचे पदावर बाळासाहेब नातूंचा डोळा होता. बाळासाहेब नातूला हे पद मिळाले नाही त्यामुळे त्याने इंग्रजांकडे नोकरी पत्करली. छत्रपतींच्या विरुद्ध कारस्थाने करण्यास सुरुवात केली. मुंबईच्या गव्हर्नरपदी एल्फीन्स्टन होते. त्यांना या नातूचा स्वभाव माहीत होता. सारे वरिष्ठ इंग्रज अधिकारी त्याचा स्वभाव ओळखून होते. त्यामुळे प्रतापसिंह छत्रपतींचे व गव्हर्नरचे संबंध चांगले राहिले. एल्फीन्स्टन इ. स. १८२७ मध्ये निवृत्त होऊन मायदेशी गेला. नंतर आलेले रेसिडेंट व गव्हर्नर यांना बाळाजी नातूच्या कारवाया लक्षात आल्या नाहीत. त्याने केलेल्या कागाळ्यांचा परिणाम म्हणजे, तो सांगेल ते सारे इंग्रजांना खरे वाटू लागले. छत्रपतींनी सैन्यातले काही अधिकारी हाताशी धरून ब्रिटिशांचे विरुद्ध उठाव करण्याचे गुप्त कारस्थान चालविले आहे, असे इंग्रजांना त्याने भरवून दिले. त्याची दखल गव्हर्नरने घेऊन रेसिडेंटला चौकशीचे हुकूम दिले. रेसिडेंट 'लॉडविक' हा सातारा येथे जानेवारी १८३२ ते १४ जून १८३७ पर्यंत होता. त्यावेळी रॉबर्ट ग्रँट हा मुंबईच्या गव्हर्नरपदी होता. त्याने 'लॉडविक'ला गुप्त चौकशी करण्यास सांगून त्याचेकडून इ. स. १८३६ मध्ये चौकशी केली. एकतर्फी केलेल्या या चौकशीच्या विरुद्ध प्रतापसिंह छत्रपतींनी थेट इंग्लंडला वकील पाठवून आपली बाजू मांडली. दोन-तीन वर्षे खटपट करून व मोठा खर्च करूनही इंग्लंडला त्यांचे दृष्टीने अनुकूल असे काहाही घडले नाही. प्रतापसिंह छत्रपतींवर राजद्रोहाचे आरोप ठेवून त्यांना इ. स. १८३९ मध्ये पदच्युत करण्यात आले व त्यांचा धाकटा भाऊ आप्पासाहेब यांना साताराचे गादीवर बसविले.

प्रतापसिंहांना साताऱ्यातून काढून 'काशी' येथे नेऊन अडकवून ठेवले. तेथेच इ. स. १८४७ ला ब्रिटिशांचे कैदेत या छत्रपतींचा मृत्यू झाला. त्यांचे पाठीमागून साताराचे गादीवर आलेले छत्रपती आप्पासाहेब हेही निपुत्रिक अवस्थेतच सातारा येथे

५ एप्रिल इ. स. १८४८ ला मृत्यू पावले. याच कारणावरून सातारचे राज्य, आप्पासाहेबांनी घेतलेल्या दत्तकाला मंजुरी न देता इंग्रजांनी खालसा करून टाकले व सातारचा मुलुख ब्रिटिशराज्याला जोडला.

माईसाहेबांच्या छत्रपती झालेल्या दोन्ही पुत्रांना मागे वारस न ठेवता मृत्यू आला. त्यामुळे ब्रिटिशांना नामी संधी मिळाली. त्यांनी 'सातारचे राज्य' समाप्त केले.

थोरले छत्रपती शाहू महाराज यांनी बाळाजी विश्वनाथ पेशव्यांना इ. स. १७१३ साली पेशवाईची वस्त्रे दिली. नंतर पहिला बाजीराव व नानासाहेब पेशवे यांनाही त्यांनी 'पेशवाईची वस्त्रे' दिली. सातारचे छत्रपती पेशव्यांचे उत्तराधिकारी नेमताना त्यांना 'अधिकाराची वस्त्रे' देण्यापुरतेच पेशव्यांचे दृष्टीने महत्त्वाचे वाटत असत. माईसाहेब राणी यांचे आयुष्यात मात्र पेशव्यांना 'पेशवाईची वस्त्रे' देण्याचा अखेरचा प्रसंग पाहण्याचा योग होता.

सवाई माधवराव पेशव्यांचे मृत्यूनंतर बाजीराव रघुनाथ हे 'पेशवेपदावर' विराजमान झाले. यांना धाकटे शाहू छत्रपतींनी ५ डिसेंबर इ. स. १७९६ रोजी 'पेशवाईची वस्त्रे' दिली. त्यावेळी माईसाहेब राणी हजर होत्या. धाकट्या शाहूंच्या मृत्यूनंतर प्रतापसिंह सातारचे गादीवर येऊन छत्रपती झाले. तेव्हा इ. स. १८०८ साली १६ मे रोजी या नवीन छत्रपतींकडून पेशव्याने परत 'पेशवाईची वस्त्रे' स्वीकारली, त्याचा समारंभ 'वाई' येथे पेशव्याने थाटाने साजरा केला. त्यावेळीही माईसाहेब सातारा येथे हजर होत्या. यानंतर पुनः कुणाला 'पेशवेपदाची वस्त्रे' देण्याची पाळी 'सातार'चे छत्रपतींना आली नाही. माईसाहेबांचे जीवनातील ही एक ठळक घटना म्हणावी लागेल.

पेशवाईचा अस्त इ. स. १८१८ मध्ये झाला. तेव्हापासून 'पेशवेपदाची वस्त्रे' देण्याचे कारणच उरले नाही. त्यावरून इ.स. १८०८ साली बाजीराव पेशव्यांना 'पेशवेपदाची वस्त्रे'दिलेली ही शेवटची घटना ठरली.

माईसाहेबांनी तीन पुत्रांना जन्म दिला. प्रतापसिंह, रामचंद्र व आप्पासाहेब अशी ही तीन मुले त्यांना झाली. सातारच्या गादीवर इ. स. १७०७ साली आलेले थोरले शाहू -----छत्रपती यांचा जन्म इ. स. १६८२ सालचा आहे. छत्रपती घराण्यात स्वतः शाहू व त्यांचे 'दत्तकपुत्र छत्रपती रामराजे' यांना औरस संतान लाभले नाही. त्यामुळे उभय छत्रपतींना गादीचे वारसासाठी 'दत्तकपुत्र' घ्यावा लागला. प्रतापसिंहाचा जन्म १८ जानेवारी इ. स. १७९३ चा आहे. म्हणजे इ. स. १६८२ पासून पुढे नव्वद वर्षांचा काळ लोटल्यानंतर छत्रपतींच्या घराण्यात गादीला वारस मिळाला. या दृष्टीने माईसाहेब भाग्याच्याच म्हणाव्या लागतील.

या तीन मुलांपैकी प्रतापसिंह व आप्पासाहेब हे सातारचे छत्रपती म्हणून गादीवर आले. त्यांनी राज्यकारभार केला. मधला रामचंद्र मात्र इ.स. १८२१ साली मयत झाला. छत्रपतींची माता म्हणजे 'राजमाता' होय. या दृष्टीने पाहू गेल्यास सातारच्या

छत्रपती घराण्यात 'राजमाता' म्हणून सन्मान असलेली व प्रत्यक्ष राज्यकारभार करून साऱ्या रयतेच्या आदरास पात्र झालेली ती अखेरचीच 'राजमाता' ठरली.

सातारची गादी इ. स. १८४८ साली इंग्रजांनी खालसा केली. त्यांचा सर्व मुलूख आपले राज्यास जोडला.

इ. स. १८१७ सालचे नोव्हेंबर महिन्यात बाजीराव पेशव्यांची इंग्रजांबरोबर 'खडकी' येथे लढाई झाली. पेशवा सेनापती बापू गोखले, हा मोठ्या वीरश्रीने ब्रिटिशांना टक्कर देत राहिला. पेशवा हा बापू गोखलेंचा धनी, तो सेनापतीच्या सहाय्याला किंवा मदतीला गेला नाही. नोव्हेंबर ५ इ. स. १८१७ पासून पळत राहण्याशिवाय त्याने दुसरे काही केले नाही. खडकीची लढाई झाली, त्यादिवशी बाजीराव पेशवा स्वत:ची बायको आणि इतर मंडळी बरोबर घेऊन पर्वतीवर फौजेत जाऊन थांबला. तेथील खिडकीतून तो 'खडकी'ची लढाई पहात राहिला. या लढाईत मराठ्यांच्या पदरी काही पडले नाही. पेशव्यांचा कारभारी मोर दीक्षित या लढाईत ठार झाला.

यानंतर येरवड्याच्या लढाईत १६ नोव्हेंबर इ. स. १८१७ चे रोजी पेशवा स्वत: लढाईत हजर राहिला नाही. त्याने वाड्यातून पळ काढला. 'बोपदेव'च्या घाटात जाऊन तो थांबला. याच कारणाने येरवड्याची लढाई बिघडली. पेशवा पळाला. त्याचा बचाव करण्यासाठी बापू गोखले मागावून तिकडे गेला. लढाई निष्फळ ठरली. पेशव्यांचा सेनापती बापू गोखले याने निरा नदीकाठी, तसेच 'न्हावीच्या मैदाना'त इंग्रजांबरोबर लढा दिला. 'कुरवलीला' भिमा नदीच्या काठी बापू गोखलेंचा मुक्काम असता त्यावर इंग्रजांनी छापा घातला. त्यातून बापू गोखले बचावून निसटला. यानंतर जानेवारी इ.स. १८१८ रोजी कोरेगाव भिमा येथे इंग्रज व मराठी फौजांची लढाई झाली. बाजीराव यावेळी निसटून पुढे पळाला. मागावून इंग्रजांनी मराठी फौजांचे मोठे नुकसान करून विजय मिळविला.

बाजीराव पेशवा पळत असता पुनः 'नांदगिर' येथे त्यास ब्रिटिश फौजांनी घेरले. इंग्रजसेनानी जनरल स्मिथ आला. त्यास बापू गोखल्यांनी अडविल्याने पेशवा निसटून पळाला. या चार महिन्यांत त्याने कुठेही लढाई दिली नाही. छत्रपती व त्यांचे कुटुंबीय बरोबर घेऊनही अंगच्या शौर्याची प्रचिती त्याने एकदाही दाखविली नाही.

अष्टीच्या तळावर सेनापती बापू गोखल्यांनी, 'इंग्रज जवळ आले आहेत, आज आपण पळू नये,' हा मर्दपणाचा दिलेला सल्ला सुद्धा धनी म्हणून घेणाऱ्या बाजीरावाने मानला नाही. सेनापतीला साथ देऊन त्याने जर इंग्रजाला नेटाने तोंड दिले असते, तर या 'अष्टी'च्या लढाईचा निर्णय काही वेगळाच लागला असता. पण स्वत:च्या पत्नीला पुरुषाचा पेहराव देऊन पळून जाण्याचे आपले कसब त्याने सिद्धीस नेले. याच तळावर मागे राहिलेले छत्रपतींचे कुटुंबीय ब्रिटिशांच्या स्वाधीन

झाले.

छत्रपतींनी व त्यांचे कुटुंबीयांनी इंग्रजांची ताबेदारी स्वीकारली. त्यानंतर बाजीराव पेशवाही लवकरच इंग्रजांचे स्वाधीन झाला. इंग्रजांना या राज्याचा मोठा मुलूख ताब्यात आल्याने मोठा संतोष झाला.

'खावंदानी कृपा करून पेशवाईची वस्त्रे पाठविली. त्याचा अत्यादरे यथाज्ञाने स्वीकार केला. सर्व प्रकारे स्वामीचा मी सेवक आहे. माझा अभिमान हाती धरण्याचा स्वामीस असावा आणि मला आधार स्वामीचे पायाचा आहे. खावंदाशिवाय सेवकजनास दुसरा आधार नाही. आता स्वामी आहेत. दोन्ही हस्तक तिसरा मस्तक स्वामीचे पायावर ठेवला आहे, याची लज्जा स्वामीस आहे.'

पेशवाईची वस्त्रे मिळालेनंतर बाजीराव पेशव्याने दिलेले पत्रातील आश्वासन, तसेच 'बाजीराव पेशवा आणि इंग्रज यांची लढाई ज्या दिवशी होईल, त्यावेळी तुम्ही सावध राहून आमचे लष्करात येऊन मिळावे. तुमचे राज्याची फिकीर करू नये. तुमचे इच्छेप्रमाणे सर्व घडून येईल.'

हे इंग्रजांनी माईसाहेबांना दिलेले आश्वासन होय. पेशव्यांनी दिलेले आणि इंग्रजांनी दिलेले आश्वासन माईसाहेबांचे जीवनात, त्या हयात होत्या तोपर्यंत तरी मृगजळच ठरले. त्यांचे पश्चात तर इंग्रजी कावा 'सातारकर छत्रपतीं' ना चांगलाच भोवला. त्याचाच परिणाम म्हणजे 'सातारचे राज्य' नंतर खलासा झाले. माईसाहेबांचे जीवनातील ही एक मोठी शोकांतिकाच म्हणावी लागेल.

प्लासीची लढाई बंगालमध्ये इ. स. १७५७ साली झाली. इंग्रजांनी या देशात त्यांचे सत्तेचा पाया या लढाईने घातला. हिंदुस्थानात बलाढ्य असणारी मराठ्यांची सत्ता पुढील साठ वर्षांत त्यांनी निस्तेज केली. ११ फेब्रुवारी इ. स. १८१८ साली कंपनी सरकारने 'जाहीरनामा' काढून पेशव्यांचे राज्य खालसा केले. बाजीराव पेशवा सत्ताभ्रष्ट झाला. मध्यवर्ती सत्ता लयाला गेली. मध्यवर्ती सत्तेच्या आधारावर टिकून राहिलेले लहान संस्थानिक, जहागिरदार व मानकरी यांनाही दुसरा कुणाचा आधार न राहिल्याने त्यांनीही ब्रिटिशांना आपले धनी मानले. त्यांचे हुकूम झेलण्यात त्यांना धन्यता वाटू लागली. इंग्रजांचा अंमल साऱ्या देशात चालू झाला. दिल्लीचा बादशहा, बाजीराव पेशवा इंग्रजांचे पेन्शनर झाले. इंग्रजांनी दिलेल्या पेन्शनमध्ये त्यांचे पूर्वीचे आयुष्य तसेच सुखाने चालू राहिले.

हैदराबादचा निजाम, बडोद्याचे गायकवाड, इंदूरचे होळकर, ग्वाल्हेरचे शिंदे, नागपूरचे भोसले, अयोध्येचे नवाब यांचीही अशीच गत झाली.

११ फेब्रुवारी इ. स. १८१८ साली इंग्रजांनी बाजीराव पेशव्यांचे राज्य समाप्त केले. त्यासाठी कंपनी सरकारने 'जाहिरनामा' काढला. हा 'जाहिरनामा' सर्व मुलखात जनतेला समजण्यासाठी दवंडी देऊन सर्वत्र वाचून दाखविण्याची व्यवस्था केली. त्यात पुढील आश्वासने कंपनी सरकारने दिलेली होती-

'नामदार कंपनीने ताब्यात घेतलेल्या सर्व मुलुखात तेथील सरदार व मानकरी

राणी लक्ष्मीबाई

यांची वतने, इनामे चालू ठेवून कंपनीचे अधिराज्य स्थापण्यात येईल. व्यक्तिमात्राला जुलूम-जाचांपासून संरक्षण देण्यात येईल.'

गव्हर्नर एल्फिन्स्टनने हा 'जाहीरनामा' काढून साऱ्या मुलखात प्रसृत केला. बाजीरावाचे पाठीवर जनरल स्मिथ या ब्रिटिश अधिकाऱ्याला रवाना केले. जनरल स्मिथने 'अष्टी'च्या तळावर पेशव्यांच्या फौजांचा पराभव २० फेब्रुवारीला केला. बाजीराव 'अष्टी'च्या तळावरून निघून खानदेश माळव्याच्या बाजूने निघून गेला. शेवटी ३ जून १८१८ साली 'माल्कम' या इंग्रज अधिकाऱ्याला त्याला शरण जावे लागले. इंग्रजांनी पेशव्यांचा ताबा घेतला. त्या दिवसापासून इंग्रजांचा एकछत्री कारभार या देशावर चालू झाला.

इंग्रजांचा कारभार या देशात चालू झाला त्यावेळी या देशात सुमारे पाचशे संस्थाने होती. मोगल राजवटीपासून चालत आलेली काही संस्थाने यात होती. त्यानंतर मराठ्यांच्या काळात पेशव्यांनी निर्माण केलेली संस्थानेही होती. या साऱ्यांचा भूभाग विचारात घेतला तर तो एकूण भूभागाच्या पंचेचाळीस टक्के होता.

कारभाराचे सोयीसाठी इंग्रजांनी याचे भाग पाडले. त्यात स्वतंत्र संस्थानचा पहिला टप्पा, म्हणजे सातारा, म्हैसूर, टोक यांसारखी संस्थाने होती. झाशीसारखी संस्थानेही अंकीत संस्थाने समजली जात. याशिवाय स्वतंत्र संस्थानात ग्वाल्हेर, इंदूर, धार अशा प्रकारची संस्थाने सामील केली होती.

हैदराबाद, काश्मीर, म्हैसूर, कोल्हापूर, ग्वाल्हेर, बडोदा, रेवा, इंदूर, बिकानेर, जयपूर, जोधपूर, उदेपूर, पतियाळा, कपूरथळा अशी संस्थाने ही मोठी समजली जात. राहिलेली संस्थाने क्षेत्रफळाने लहान असत. झाशी हे लहान संस्थानातच मोडले जात असे.

थोड्या अवधितच हिंदुस्थानातील अफाट प्रदेशांवर इंग्रजी अंमल चालू झाला. त्यामुळे कंपनी सरकारचे अधिकाऱ्यांनी येथील स्थानिक लोकांचा, सैन्यातील वयस्कर अधिकाऱ्यांचा पदोपदी अपमान करून उद्धट, उर्मटपणाची वागणूक चालू केली. सरदाराकडे, सरंजामदार, जहागिरदार यांचेकडे असलेले अमूल्य जडजवाहीर व संपत्तीवर डोळा ठेवून, या ना त्या कारणाने त्यांची लूट चालू केली. थोड्या अवधित कंपनीचे अधिकारी कुबेर झाले. जहाजांतून संपत्तीचा ओघ इंग्लंडकडे चालू झाला.

त्याशिवाय दुष्काळ पडला म्हणजे लोकांच्या असहाय्यतेचा फायदा उठवून मिशनरी लोक गांजलेल्या रयतेला ख्रिस्ती धर्माकडे ओढू लागले. स्थानिक हिंदी लोकांना हलक्या दर्जाच्या नोकऱ्या तेवढ्या मिळत, वरिष्ठ दर्जाच्या नोकऱ्या इंग्रज लोकांसाठीच असत, स्थानिक लोकांना नोकरीत बढतीची आशा नसे, ठरावीक हुद्याचे पुढे त्यांना बढती मिळत नसे.

कंपनी सरकारने जमीन महसुलात माठी वाढ करून त्याची सक्तीने वसुली

चालू केली. जमिनीचे लिलाव होऊ लागले. थकबाकी वसुलीसाठी नाना प्रकारचे अन्याय रयतेवर होऊ लागले.

इंग्रजांचा अन्याय फक्त रयतेपुरता मर्यादीत नव्हता. संस्थानिक, राजे, त्यांच्या राण्या, मोठमोठे सरदार यांची या ना त्या कारणाने ससेहोलपट होऊ लागली. लॉर्ड हेस्टींग हा गव्हर्नर जनरल म्हणून कलकत्त्याला आला. त्याच्या कारकीर्दीच्या मागे पुढे ही अवस्था या देशी झाली. इंग्रजांनी सर्वांची नाराजी ओढवून घेतली.

अयोध्येचे सुजाउद्दौल्याचे संस्थान म्हणजे मोगल राजवटीपासून मोठा इतिहास असलेले संस्थान होते. हे मोगलांचे राजवटीत वजीर घराणे होते. मोठे प्रतिष्ठित व सत्तेचे केंद्र असलेले हे संस्थान होते. वॉरन हेस्टींगला कारभारात पैशाची अडचण आली तर अयोध्या येथील बेगमांकडून तो पैसा सक्तीने घेई. बेसूमार पैशांची मागणी करून बेगमांचे जिणे त्याने असह्य करून टाकले. मर्जीप्रमाणे धनदौलत या बेगमांचेकडून जर मिळाली नाही, तर त्यांना शारीरिक यातना देण्यास सुद्धा त्याने मागेपुढे पाहिले नाही. पुढे हे लखनौचे संस्थान कारभार नीट चालत नाही, या एका सबबीवर खालसा करून लॉर्ड डलहौसीने समाप्त केले. काशीचा राजा चेतसिंग याचे राज्य खालसा करून ते इंग्रज मुलखास जोडून टाकले.

इंग्रज कारभाराचा हाच कित्ता पुढे लॉर्ड वेलस्ली व नंतर आलेल्या गव्हर्नर जनरलनी मागील पानावरून पुढे चालू ठेवला.

लॉर्ड वेलस्लीने शिंद्यांचा 'आग्रा किल्ला' जिंकून घेतला. पुढे दिल्ली शहरसुद्धा इंग्रजांच्या ताब्यात गेले. इंग्रज सेनापती लेकने दिल्लीस शिंद्यांच्या सत्तेचे उच्चाटन केले.

पेशव्यांची सत्ता बाजीराव पेशवा शरण आल्याने समाप्त झाली. पेशवा सालाचे आठ लाखाचे तनख्यावर 'बिठुर' तथा 'ब्रह्मावर्त' येथे गंगेकाठी जाऊन राहिला. याच तऱ्हेंची शिंदे-होळकरांची गत झाली. नागपूरकर-भोसले, बडोद्याचे गायकवाड, तसेच दक्षिणेकडील सर्व संस्थाने काही ना काही कारणाने कराराने बांधून घेऊन ती ब्रिटिश सत्तेच्या अंकीत झाली. या संस्थानिकांना औरस संतती नसेल तर त्यांनी घेतलेले दत्तक नामंजूर करून ती संस्थाने समाप्त करून तो प्रदेश इंग्रजांनी ताब्यात घेतला. सातारा येथील छत्रपती भोसल्यांचे राज्य याप्रमाणे इंग्रजांचे घशात गेले.

डलहौसीने इ. स. १७४९ साली पंजाब प्रांत खालसा केला. रणजितसिंहाचे मुलास, दलिपसिंहास दरसाल पाच लाखाचे तनख्यावर निभावून न्यावे लागले.

हिंदुस्थानातील सर्व सांपत्तिक वैभवाचा ओघ इंग्रजांकडे अव्याहत चालू झाला. 'कोहिनूर हिरा' हा जगातील सर्वांत मोठा व देदीप्यमान हिरा आहे. हा हिरा रणजितसिंहाकडे होता. त्याचे मृत्यूनंतर तो दलिपसिंहाकडे आला होता. रणजितसिंहाची राजधानी 'लाहोर' येथे होती. दलिपसिंहाचे राज्य खालसा केल्यावर 'लाहोर' येथील

राजवाड्यातील सर्व धनदौलत डलहौसीने ताब्यात घेतली. या डलहौसीचा सरकारी सहायक डॉ. लोगीन या नावाचा इसम होता. दलिपसिंहाकडे असलेल्या 'कोहिनूर हिऱ्या'ची मागणी या डॉ. लोगीन मार्फत लॉर्ड डलहौसीने दलिपसिंहाकडे केली. (२९ मार्च १७४९) त्याला दलिपसिंहाने 'कोहिनूर हिरा' दिल्यानंतर लगेच त्याची रवानगी लॉर्ड डलहौसीने इंग्लडकडे केली. (६ एप्रिल १८४९) हिंदुस्थानातील लुटीला मर्यादा राहिली नाही.

नागपूरचा तिसरा रघुजी निपुत्रिक मयत झाला. (११ डिसेंबर इ. स. १८५३) या कारणाने इंग्रजांनी हे राज्य खालसा करून नागपूरचा कारभार रेसिडेंटने ताब्यात घेतला. (१३ मार्च इ. स. १८५४) लगेच नागपूरच्या राजवाड्यातील सर्व मौल्यवान वस्तू लिलावाने विकण्यात येऊन त्या साऱ्या मातीमोल भावाने इंग्रज अधिकाऱ्यांनी खरेदी करून इंग्लडला रवाना केल्या. डलहौसीने अयोध्येच्या नवाबाचे राज्य समाप्त करून इंग्रजांचे ताब्यात घेतले. अयोध्या येथील नवाबाने खूप विनवण्या केल्या; पण उपयोग न होता, ७ फेबुवारी १८५६ला हे विस्ताराने मोठे व मोगलांचे काळातील जुने राज्य बरखास्त केले.

या साऱ्या प्रकाराने येथील हिंदुस्थानातील लोकांचे मनात ब्रिटिश सत्ताधारी 'ईस्ट इंडिया कंपनी'विरुद्ध नाराजी वाढीस लागली. याचा स्फोट लॉर्ड कॅनिंगचे काळात झाला. या वेळेपर्यंत जवळ जवळ शंभर वर्षांचा काळ ही 'ईस्ट इंडिया कंपनी' देशाचा कारभार करीत होती. या शंभर वर्षांतील कारभाराचा लोकांना विश्वास वाटण्याऐवजी गैरविश्वासच वाटू लागला. तशातच शंभर वर्षांनंतर या देशात इंग्रजी सत्ता लयास जाणार आहे, अशी एक लोकभावना सर्वत्र पसरली होती. त्याचाही उपयोग येथील रहिवाशांना इंग्रजी सत्तेविरुद्ध उठाव करण्यासाठी झाला.

बाजीराव पेशवा 'ब्रह्मावर्त' येथे २८ जानेवारी इ. स. १८५१ साली मृत्यू पावला. त्याचा वार्षिक आठ लाखांचा तनखा त्याचा वारस नानासाहेब पेशवा याला ब्रिटिशांनी दिला नाही. त्याचे सर्व अधिकार समाप्त करून एक साधा नागरिक अशी नानासाहेब पेशव्यांची अवस्था इंग्रजांनी करून ठेवली. त्यामुळे लोकांत क्षोभ निर्माण होण्यास आणखी एक कारण घडून आले. त्याचा परिणाम म्हणजे इ. स. १८५७ सालाचे बंड होय. या बंडाची सुरुवात शिपायांनी केली म्हणून त्याला 'शिपायांचे बंड' असेही म्हणतात.

लष्करातील शिपायांना वापरण्यास नवी बंदूक इंग्रजांनी दिली. या बंदुकांचे नाव 'एन्फील्ड' बंदूक असे होते. बंदुकीला वापरली जाणारी काडतुसे दाताने सोलावी लागत असत. या नवीन काडतुसांना गायीची व डुकराची चरबी लावणेत आली आहे, हा समज सर्व सैन्यात कुणीतरी पसरविला. तो तत्काळ सर्वत्र फैलावला. त्यामुळे काही फलटणींच्या तुकड्यांनी ही काडतुसे वापरण्यास नकार दिला.

ब्रिटिशांनी मग या आज्ञेचा भंग करणाऱ्या तुकड्याच बरखास्त करून शिपायांना शस्त्रहीन करण्याचा निर्णय घेतला.

या बंडाला हे तात्कालीक कारण खूपच उपयोगी पडले. बंगाल फलटणीची १९ वी तुकडी 'बराकपूर' येथे कार्यरत होती. मंगल पांडे हा शिपाई या तुकडीत होता. २९ मार्च इ. स. १८५७ रोजी या मंगल पांडेने चरबी प्रकरणावरून ब्रिटिश वरिष्ठ अधिकाऱ्याला गोळी घालून ठार केले. ब्रिटिशांनी याची गंभीर दखल घेतली. मंगल पांडेची चौकशी करण्यात आली.

८ एप्रिल रोजी लगेच इंग्रजांनी त्याला फासावर लटकावले. बंडाची लागण फैलावण्यास व सर्वत्र उठाव होण्यास हे एक मोठे कारण घडून आले.

३१ मे इ. स. १८५७ रोजी सर्वत्र एकाच दिवशी बंडाची सुरुवात करून इंग्रजांची सत्ता उलथून टाकण्याची बंडवाल्यांची तयारी झाली होती. निरोपाची देवाणघेवाण व बंडाची तयारी झाली होती. ही तारीख उजाडण्यापूर्वीच १० मे ला बंडाची सुरुवात 'मिरत' येथे झाली. ब्रिटिशांचे ताब्यातील हिंदी सैनिकांनी बंडाचे निशाण खांद्यावर घेतले. या दिवशी 'मिरत' येथे ब्रिटिश अधिकाऱ्यांना गोळ्या घालून बंडवाल्यांनी ठार केले.

'मिरत' शहर बंडवाल्यांनी ताब्यात घेतले. लगेच रातोरात दिल्लीला जाऊन तेही शहर ताब्यात घेतले. बादशहाची स्थापना 'लालकिल्ल्या'वर झाली. त्याचे नावाची द्वाही फिरविण्यात आली. बादशहाला एकवीस तोफांची सलामी देण्यात आली. दिल्ली येथील ब्रिटिश अधिकारी मारले गेले. लवकरच बंडाचा विस्तार साऱ्या उत्तर हिंदुस्थानात झाला.

वायव्य प्रांतात अयोध्या, रोहिलखंड, दिल्ली व बुंदेलखंड या ठिकाणी ब्रिटिश सत्ता झुगारून देणारी बंडवाल्यांची कृति यशस्वी झाली. कानपूर, लखनौ, बरेली, झाशी, शहाबाद, ग्वाल्हेर या ठिकाणी बंडवाल्यांची ताकद केंद्रित झाली.

उत्तरेकडील या बंडाच्या वणव्याचा दक्षिणेकडील जनतेतही परिणाम होऊन उठाव होण्यास सुरुवात झाली. सातारा, कोल्हापूर, सावंतवाडी, नरगुंद या ठिकाणी जनतेचा उठाव झाला. उत्तरेकडील उठावापेक्षा हा उठाव मात्र अल्प असा होता.

दिल्ली पाठोपाठ कानपूर बंडवाल्यांच्या ताब्यात गेले. २७ जून इ. स. १८५७ ला नानासाहेब पेशव्यांनी कानपूरचा ताबा घेतला. कानपूर येथे त्या दिवशी नानासाहेब पेशव्यांनी हिंदी शिपायांचे कवायतीची पाहणी केली. ही पाहणी त्यांनी हत्तीवर बसून केली. कानपूरचा ब्रिटिश अधिकारी मेजर जनरल 'व्हीलर' बायकामुलांसह बंडवाल्यांच्या ताब्यात अडकला. कानपूर शहरात असलेले सारे ब्रिटिश अधिकारी व त्यांचे कुटुंबीय यांनी शहरातील तटबंदीत आश्रय घेतला होता. नंतर 'बिठुर' येथे जाऊन त्यांनी पेशवेपद स्वीकारले. त्यासाठी 'बिठुर'च्या राजवाड्यात मोठ्या समारंभाचे आयोजन

करण्यात आले. कानपूरपासून 'बिठुर'चा पेशव्यांचा राजवाडा जवळच होता.

कानपूरचा ताबा नानासाहेबांनी दिल्लीचे बादशहाचे वतीने घेतला होता. कानपूर ताब्यात आल्यानंतर बादशहाचे नावे एकशे एक तोफांची सलामी देण्यात आली होती. याठिकाणी गरजेप्रमाणे नानासाहेबांनी शहर कोतवाल, हिंदी सैन्याकरीता सेनापती यांच्या नेमणूक करून कारभार चालू झाला.

कानपूरनंतर लखनौ शहर बंडवाल्यांचे लक्ष बनले. बंडवाल्या शिपायांनी लखनौ रेसिडेंसिला वेढा घातला. 'मिरत'च्या उठावाची खबर लखनौला १४ मे ला पोच झाली होती. लगेच बंडाचा फैलाव सुरू झाला. १० जून पर्यंत संपूर्ण अयोध्या प्रांत बंडवाल्या सैनिकांनी स्वतंत्र केला. शहरातील सुमारे एक हजार युरोपियन अधिकारी बायकामुलांसह रेसिडेंसी भागात जमा झाले होते. बंडवाल्यांनी या रेसिडेंसिला वेढा घातला.

लखनौ शहराचे रक्षण हेन्री लॉरेन्स ब्रिटिशांचे वतीने करीत होता. या ठिकाणचे रेसिडेंसिला तीन महिने वेढा बंडवाल्यांचा पडला होता. अशा रीतीने आग्रा, गोरखपूर, फत्तेपूर, इटावा, अलीगड, बरेली, शहाजहानपूर, मुरादाबाद, बुदावून, फैजाबाद,सीतापूर या ठिकाणी बंडाचा उद्रेक झाला. इंग्रज अधिकारी, त्यांची बायकामुले सुरक्षित स्थळी पोहोच करून इंग्रज सत्ता वाचविण्याचा कसोशीने प्रयत्न करू लागली.

इ. स.१८५७ च्या बंडाची ठिणगी 'मिरत' येथे पडली. त्यापूर्वी 'झाशी संस्थान'चा वारस लॉर्ड डलहौसिने नामंजूर करून 'झाशी संस्थान' ब्रिटिश साम्राज्याला जोडले होते. (१३ मार्च इ. स. १८५४)

छत्रपती शिवाजी महाराजांच्या काळापासून बुंदेलखंडाचा संबंध महाराष्ट्राशी आला होता. शिवछत्रपतींचे अलौकिक कार्य पाहून छत्रसाल बुंदेला मुद्दाम दक्षिणेत येऊन शिवरायांना भेटला होता. छत्रसाल हा बुंदेला रजपूत होता. मोगली राजवटीच्या जुलुमाला कंटाळून दक्षिणेत शिवाजी छत्रपतींची चाकरी करण्याच्या हेतूने तो आला होता. शिवाजी छत्रपतींनी त्याची स्वातंत्र्याची तीव्र तळमळ पाहून मोगलांशी टक्कर देण्यास त्याचे मन वळविले. त्यास परत बुंदेलखंडात जाण्यास सांगितले. छत्रसाल बुंदेल्याने त्याप्रमाणे मोगलांशी दीर्घकाळ टक्कर दिली. रयतेला संघटीत करून मोगलांचे तावडीतून स्वत:ची मायभूमी मुक्त केली. छत्रसाल बुंदेल्याला दीर्घ आयुष्य मिळून इ. स. १७३१ मध्ये तो मृत्यू पावला. त्याचे हयातीतले मोगल सरदार महंमदखान बंगश याने त्या प्रदेशावर परत पुरते तयारीनिशी स्वारी केली. तेव्हा पहिला बाजीराव पुण्यास 'पेशवेपदा'वर होता. त्याने बाजीराव पेशव्यांना अती निर्वाणीचा संदेश पाठविला व त्यांची सैनिकी मदत मागितली. या मोगलांचे कचाट्यातून सोडविण्याची विनंती केली. बाजीराव पेशव्याने विजेच्या चपळाईने सैन्याची हालचाल करून छत्रसालास मदत केली. मोगली सरदार महंमदखान

बंगशाचा पराभव करून छात्रसालची संकटातून सुटका केली. वृद्धावस्थेला पोचलेल्या छात्रसालाचे डोळे या पराक्रमाने भरून आले. या कामगिरीची बक्षिसी म्हणून त्याने आपल्या राज्याचा चौथा हिस्सा बक्षीस म्हणून बाजीरावास देऊन टाकला. तेहतीस लाख रुपये उत्पन्न असणारा हा मुलूख होता. बाजीराव पेशव्याने या भागाचे केंद्र म्हणून 'झाशी'ची निवड केली. तेथील हरी दामोदर नेवाळकरांची व्यवस्थेसाठी सुभेदार म्हणून नेमणूक केली. तेव्हापासून हा 'झाशी'चा भाग मराठ्यांच्या सत्तेखाली आला. 'झाशी सुभ्या'चा कारभार उत्तम रीतीने करून हरी दामोदर इ. स. १७६५ साली मृत्यू पावले. 'झाशी संस्थान'च्या नेवाळकरांचा हा पूर्वज होय. या घराण्यातच 'झाशी'ची लक्ष्मीबाई इ. स. १८४९ साली गंगाधररावांची राणी म्हणून आली होती. लक्ष्मीबाईचे मूळ नाव 'मनूबाई तांबे' असे होते.

या 'मनूबाई'चा जन्म 'वाराणसी' येथे २१ ऑक्टोबर इ. स. १८३५ साली झाला होता. 'मनूबाई'चे वडील 'वाराणसी' येथे बाजीराव पेशव्यांचे बंधू चिमाजी आप्पा यांचेकडे नोकरी करीत होते. ब्रिटिशांनी वार्षिक सात लाखांची नेमणूक देऊन 'वाराणसी' येथे त्यांना आणून ठेवले होते. याच ठिकाणी मोरोपंत तांबे हे चिमाजी आप्पांच्या खासगीकडे नोकरीला राहिले. चिमाजी आप्पांचा मृत्यू झाला. उदरनिर्वाहासाठी मोरोपंत तांबे 'बिठूर' येथे बाजीराव पेशव्यांकडे आले. त्यांना बाजीराव पेशव्यांनी कामावर ठेवून घेतले. लहानगी 'मनूबाई' यावेळी तीन वर्षांची होती.

लहानपणापासून 'मनूबाई' एक चुणचुणीत, हुशार व हजरजबाबी व धीट मुलगी म्हणून सर्वांच्या चटकन नजरेत येई. बाजीराव पेशव्यांना तिचा चुणचुणीत स्वभाव खूप आवडला. त्यांनी तिला चांगलाच लळा लावला. तिच्या शिक्षणाची व साऱ्या सुखसोयींची व्यवस्था केली. 'बिठुरच्या राजवाड्यात' ही लहानगी 'मनू' दररोज खेळण्यास जाई. तिचे खेळगडी म्हणजे बाजीराव पेशव्यांचे दत्तक पुत्र 'नानासाहेब' व 'रावसाहेब' ही दोन मुले होती. ही मुले समवयस्क असलेने जीवाभावाची मैतर झाली. 'मनूबाई'ला घोड्यावर बसणे, तलवार चालविणे, निरनिराळ्या शस्त्रास्त्रांची माहिती यावेळी झाली. या साऱ्या गुणांमुळे तिचे अंगी असणारी हुशारी चटकन सर्वांचे नजरेत भरत असे. तांबे कुटुंबातील या मनूने बाजीराव पेशव्यांच्या मनात जिव्हाळा व प्रेम निर्माण केले. त्यामुळे 'मनू'चे लग्नाचे वय झाले असता तिच्यासाठी वरसंशोधन चालू केले. तिला चांगले घराण्यात द्यायचे, असा त्यांनी विचार करून स्थळांची माहिती घेण्यास सुरुवात केली.

'झाशी'चे संस्थानिक गंगाधरराव यांची प्रथम पत्नी निधन पावल्यामुळे बाजीराव पेशव्यांनी चौदा वर्षांचे 'मनू'साठी 'झाशी'चे अधिपती गंगाधरराव यांचेकडे विवाहाची गोष्ट काढली. त्यावेळी 'मनू'चे वय चौदा वर्षांचे होते तर गंगाधरराव चाळीस वर्षांचे झाले होते. गंगाधररावांची संमती मिळताच 'झाशी' येथे 'मनू'चा गंगाधररावांशी

थाटात विवाह सोहळा पार पडला. 'झाशी'चे अधिपती गंगाधरराव यांची पत्नी 'राणी लक्ष्मीबाई' ही 'झाशी'च्या राजवाड्यात इ. स. १८४९ साली प्रवेश करती झाली.

'झाशी संस्थान'च्या प्रजेला ही राणी आवडली. 'राणी लक्ष्मीबाई' रयतेची सुख-दुःखे स्वतः जाणून घेत असे. रयतेची आलेली गाऱ्हाणी ती तत्परतेने सोडविण्याचा प्रयत्न करी. त्यामुळे लवकरच ती सर्वांची आवडती झाली होती. 'झाशी संस्थान'ची राणी म्हणून आलेपासून तिचा दिनक्रम अगदी काटेकोरपणे पार पडत असे. पहाटे लवकर उठून ती स्नान करून 'पुराण पठणा'त वेळ घालवीत असे. नंतर देवपूजा उरकून तिची न्याहारी होई. सकाळी दररोज ती सैन्याची पाहणी करी. दररोज दरबार भरे. त्यात मुलकी, फौजदारी स्वरूपाच्या खटल्यांचा निकाल ती त्वरेने देई. लढाऊ फौजांना उत्तम शिक्षण मिळावे, याचा ती सतत प्रयत्न करी. आजारी सैनिकांच्या आजारपणाची ती स्वतः विचारपूस करी. दरबारात जाताना तिचा पोशाख पुरुषाचा असे.

गडद निळ्या रंगाचा अंगरखा, पायजमा, रेशमी पागोटे, कमरेभोवती जरीचा दुपट्टा व त्यात रत्नखचित तलवार अशा पोशाखात तिचा दरबारात प्रवेश झाला, की ती सर्वांचे मनात मोठी छाप निर्माण करी. मनाने सात्त्विक, उदार, न्यायी असणारी ही राणी ब्रिटिशांपासून भारत मुक्त करण्यासाठीच जन्माला आली आहे, असेच 'झाशी'चे प्रजानन मानीत असत. राजे गंगाधरराव यांनीही राणी लक्ष्मीबाईंना राज्यकारभारात लक्ष देण्याला चांगलेच प्रोत्साहन दिले. अशातच राणी लक्ष्मीबाईंना पुत्ररत्न झाले. हा मुलगा मात्र फार दिवस जगला नाही. इ. स. १८५१ साली या लहानग्या बाळाचे मृत्यूने साऱ्यांना अपार दुःख झाले. मुलाच्या मृत्युचे दुःख बाजूला सारून राणी लक्ष्मीबाई राज्यकारभारात लक्ष घालू लागली. गंगाधररावांना मात्र पुत्राचा मृत्यू सहन झाला नाही. त्यांची प्रकृती ठीक राहीना. आजार वाढू लागला. त्यातच गंगाधरराव राजे २१ नोव्हेंबर इ. स. १८५३ रोजी मृत्यू पावले.

गंगाधररावांच्या मृत्युपूर्वी एक दिवस अगोदर म्हणजे २० नोव्हेंबरला या 'राजा-राणी'ने पाच वर्षांचा 'दामोदर' नावाचा मुलगा दत्तक घेतला होता. धर्मशास्त्रात नमूद झालेले 'दत्तक विधाना'बाबतचे सर्व विधी यथासांग पार पाडण्यात आले होते.

'झाशी'चे हे संस्थान इ. स.१८१७ पर्यंत पेशव्यांचे अंकीत संस्थान म्हणून गणले होते.१३ जून १८१७ च्या, पेशव्यांनी केलेल्या कराराप्रमाणे येथून पुढे 'झाशी संस्थान' हे ब्रिटिशांचे ताबेदारीत जमा करून दिले होते. त्यावेळी ब्रिटिशांनी पुनः 'झाशी'चे त्यावेळचे संस्थानिक रामचंद्रराव यांचेशी नवीन करार करून 'झाशी'चे राज्य रामचंद्रराव व त्यांचे 'वाली वारस' यांना कायम देण्यात येत आहे, असा लेख पुरा करून दिला होता. त्यामुळे इ. स. १८५३ मध्ये गंगाधररावराजे मृत्यू पावले तेव्हा घेतलेल्या 'दामोदर' या दत्तक पुत्रास मान्यता देणे हे ब्रिटिश गव्हर्नर जनरलचे

कर्तव्य होते. ब्रिटिशांकडून ते पाळले गेले नाही.

राणी लक्ष्मीबाई 'झाशी'च्या राजवाड्यात सासरी आली त्यावेळी 'कलकत्ता' येथे 'ईस्ट इंडिया कंपनी'चा गव्हर्नर जनरल लॉर्ड डलहौसी हा कारभारावर आला होता. त्यावेळी ब्रिटिशांची फौज राज्यविस्तार करीत होती. 'सिंधप्रांता'त त्यांची कामगिरी चालू होती. खैरपूर, मीरपूर, हैदराबाद, ही अमिरांची संस्थाने ब्रिटिशांनी आपले नियंत्रणाखाली आणण्याची कामगिरी हाती घेतली होती. लवकरच सर चार्ल्स नेपीयरने ती यशस्वी पार पाडली होती. 'सिंधप्रांत' इंग्रजांचे कब्जात आला होता.

'सिंध'मधील अमिरांप्रमाणे पंजाबचा रणजितसिंह मरण पावताच शिखांचे पाठीमागे इंग्रज लागले होते. शिखांची फौज सत्तर हजारांची होती. त्याचप्रमाणे ग्वाल्हेरच्या शिंदे सरकारची फौजही मोठी होती. शिखांना हलके करण्याच्या कामगिरीवर इंग्रज सेना गुंतली तर पाठीमागे ग्वाल्हेरच्या शिंद्यांची फौज उठाव केल्याशिवाय राहणार नाही, अशी भीती इंग्रजांना वाटत होती. ग्वाल्हेरच्या 'शिंदे सरकार'ची फौज चाळीस हजारांवर होती. त्यांचा तोफखाना इंग्रजांना भारी ठरणारा होता. ग्वाल्हेरच्या 'शिंदे सरकार'यांनी दादा खासगीवाले यांना संस्थानचा कारभार सांगून त्यांची नेमणूक केली. हे कारभारी इंग्रजद्वेष्टे आहेत, म्हणून इंग्रजांना त्यांची नेमणूक पसंत नव्हती. एवढ्या निमित्ताने इंग्रजफौजा ग्वाल्हेरवर चालून आल्या. ग्वाल्हेरच्या आसपास दोन वेळा इंग्रज फौजांबरोबर शिंद्यांचे फौजेने लढाई दिली. दोन्ही ठिकाणी त्यांचा पराभव झाला. त्यामुळे ग्वाल्हेरची राणी इंग्रजांना शरण आली. इंग्रजांनी ग्वाल्हेरच्या फौजेची ताकद चाळीस हजारांवरून नऊ हजारांवर खाली आणली. तसेच तोफांची संख्या सुद्धा खाली आणून 'ग्वाल्हेरकर-शिंदे सरकार'ने पस्तीसपेक्षा जास्त तोफा ठेवू नयेत, अशा प्रकारचा नवीन करार इंग्रजांनी त्यांचेकडून करून घेतला. हा करार १३ जानेवारी १८४४ ला घडून आला होता.

यावरून 'झाशी'च्या राजवाड्यात राणी लक्ष्मीबाई आली त्यापूर्वी 'झाशी'च्या परिसरात इंग्रज कशा प्रकारे आपली सत्ता येन केन प्रकारे वाढवित होते, हे राणीच्या लक्षात येण्यास वेळ लागला नाही. गंगाधररावराजे मयत झाले तोपर्यंत 'सिंधप्रांत', 'पंजाबप्रांत' इंग्रजांनी आपले मुलखास जोडले होते. ग्वाल्हेरचे 'सैनिकी खच्चीकरण' करून त्यांना पार दुर्बल करून टाकले होते. लॉर्ड एलनबरोचे जागी लार्ड हार्डिंग आला व नंतर लॉर्ड डलहौसी या मोठ्या जहांबाज माणसाची गव्हर्नर जनरल म्हणून नेमणूक होऊन तो आपल्या पदावर जानेवारी इ.स. १८४८ मध्ये हजर झाला होता. या देशातील स्थानिकांना वारस नाही, या एका सबबीखाली प्रथम इ. स. १८४८ साली त्याने 'सातारची गादी' बरखास्त केली व नंतर ओर्छा, जैनपूर, संबळपूर येथील राज्ये. या राज्यांना वारस नाही, म्हणून त्याने ती समाप्त केली. तसेच 'उदेपूर संस्थान' इ. स. १८५२ ला बरखास्त करून ब्रिटिश मुलखास जोडले. त्यातच

गंगाधररावराजे मागे वारस न ठेवता मृत्यू पावले. त्यांनी दत्तक घेतलेला वारस मुलगा 'दामोदर' यास त्याने मान्यता दिली नाही. एवढ्या कारणावरून 'झाशी'चे राज्य लॉर्ड डलहौसीने खलास करून टाकले. गंगाधररावांचे मृत्यूनंतर तीन-चार महिन्यांत 'झाशी संस्थान' बुडाले.

'झाशी'चा ताबा मेजर 'डनलॉप' याने घेतला. बंगाल सैन्याची बारावी तुकडी तेथे ठेवण्यात आली. कॅप्टन 'अलेक्झांडर स्कीन' हा जिल्ह्याचा कलेक्टर झाला. राणीला दरसाल साठ हजारांचा तनखा मंजूर झाला. शहरातील राजवाडा तिला राहण्यासाठी दिला. संस्थानाची खजिन्यातील शिल्लक सहा लाखांची होती. ती इंग्रजांनी ताब्यात घेतली. संस्थानचे जडजवाहीर त्यांनी आपले ताब्यात घेतले. देवस्थानसाठी लावून दिलेली उत्पन्नाची गावे बंद केली. संस्थानात गोहत्त्या बंदी होती, ती उठविण्यात आली. या साऱ्या घटना पाहून स्वतः राणी तसेच सारी रयत दुःखी-कष्टी झाली. इंग्रजांबद्दल त्यांचे मनात असंतोषाची भावना निर्माण झाली.

डलहौसीने दत्तक नामंजूर केल्याचा जो निर्णय घेतला, त्याविरुद्ध राणीने इंग्लंडमध्ये कंपनीकडे रितसर अपील केले. अर्ज व विनंत्या केल्या. आपली बाजू मांडण्यासाठी इंग्लंडमध्ये हुशार वकील रवाना केले. ब्रिटिशांचे नीतिमत्तेने न्याय-अन्यायाचे बाबतीत आपणाला अनुकूल निर्णय मिळेल, ही तिला वाटणारी आशा फोल ठरली. डलहौसिचा झालेला निर्णय इंग्लडमध्ये कायम करण्यात आला.

दिवस जात होते. 'झाशी संस्थान'चे प्रजाजन राणीवर झालेल्या अन्यायामुळे आणि ब्रिटिशांची वागणूक यांमुळे निर्माण झालेला असंतोष, योग्य वेळ येताच इंग्रजांना धडा देण्याचे संधीची वाट पहात होते.

इ. स. १८५७ च्या मे महिन्यात मिरज, कानपूर, लखनौ, दिल्ली येथील उठावाच्या बातम्या 'झाशी'त येऊन थडकू लागल्या. 'झाशी' येथे बंगाल सैन्याची १२ वी तुकडी होती. इंग्रज अधिकारी 'झाशी'च्या किल्ल्यात निवांत होते. या बातम्या त्यांनीही ऐकल्या होत्या. त्याची शहानिशा करून घेतली होती. त्यांचे दृष्टीने काळजीचे कारण त्यांना वाटत नव्हते. गावातील राजवाड्यात राणी राहत होती. सागरचा ब्रिटिश कमिशनर 'आर्किन' होता. त्याचे कक्षेत 'झाशी'चा प्रदेश येत होता. 'झाशी'ची खबर वार्ता मेजर 'डनलॉप' व कलेक्टर 'अलेक्झांडर स्कीन' त्याचेकडे पाठवीत होते. वादळापूर्वीची शांतता 'झाशी'त पसरलेली होती.

इ. स. १८५७ चा जून महिना उजाडला. 'झाशी'च्या बंदोबस्तावर असलेल्या बंगाली सैन्याच्या तुकडीला दिल्लीहून आलेल्या चिठ्ठीतील मजकुरावरून जाती बहिष्कृत केल्याची खबर त्यात होती. ही बातमी साऱ्या बराकीत पसरली. बंगाली सैन्याचे तुकडीची चुळबुळ चालू झाली. ५ जून रोजी 'झाशी'च्या राजवाड्यात सरकारी खजिना होता, त्यावर थेट हल्ला बंगाली सैनिकांच्या तुकडीने केला. तेथील

चार-पाच लाखांचा खजिना ताब्यात घेतला. किल्ल्याच्या रक्षणासाठी असलेल्या तोफा बंडवाल्या तुकडीने ताब्यात घेतल्या. ६ जून १८५७ रोजी 'झाशी'चा तुरुंग अधिकारी, तुरुंगातील कैद्यांना मोकळे करून स्वतःही बंडवाल्यांना सामील झाला. त्याचे नाव 'बक्षिसअली' होते. बंडवाल्या शिपायांना चेव येऊन त्यांनी मेजर डनलॉप तसेच इतर युरोपियनांवर गोळ्या घातल्या. कॅप्टन गार्डन ८ जूनला बंडवाल्यांच्या गोळीला बळी पडला. 'झाशी' या दिवशी ब्रिटिशांचे बंधनातून मुक्त होऊन स्वतंत्र झाली. या तारखेपासून सर ह्यू रोज याने २१ मार्च इ. स. १८५८ ला 'झाशी'चा ताबा पुन: घेईपर्यंत 'झाशी' ब्रिटिशांचे जोखडातून मुक्त झाली होती.

हिंदुस्थानातील बंडाच्या बातम्या इंग्लडमध्ये पोच झाल्या होत्या. साऱ्या ब्रिटन देशात 'कंपनी सरकार'वर टीकास्त्र सुरू झाले होते. बंडाचा बंदोबस्त करण्यासाठी सर कॉलिन कॅम्बेल व सर ह्यू रोज हे दोन प्रख्यात सेनापती मोठा फौजफाटा घेऊन इकडे येण्यास निघाले. ते सप्टेंबर इ. स. १८५७ ला इकडे पोच झाले. त्यातील सर ह्यू रोज यास बुंदेलखंड व त्या बाजूची म्हणजे 'झाशी'ची कामगिरी सांगण्यात आली.

इंग्लडहून सर कॉलीन कॅम्बेल आणि सर ह्यू रोज तीस हजार सैन्याची कुमक घेऊन हिंदुस्थानच्या वाटेवर होते. येथील भूमिला त्यांनी पाय लावताच युरोपियन सैन्याला मोठा धीर आला. 'लखनौ' शहरातील रेसिडेंसिला बंडवाल्या शिपायांनी ८७ दिवस वेढा घातला होता. आत सर्व युरोपियन नागरिक, त्यांची बायका-मुले व सैनिक कोंडले गेले होते. सर कॉलीन कॅम्बेल याने ८७ दिवस वेढ्यात अडकलेले सारे शिपायी व त्यांचे कुटुंबीयांची सुटका केली. १३एप्रिल स.१८५८ ला 'लखनौ' परत ब्रिटिशांचे ताब्यात गेल्याचा 'जाहीरनामा' काढला होता.

'लखनौ'चे अगोदरच 'दिल्लीची बादशाही' सत्ता संपुष्टात आली होती. २० सप्टेंबर इ. स. १८५७ ला ब्रिटिशांनी परत दिल्लीवर ताबा मिळविला होता. जनरल जॉन निकोल्सन या सेनापतीने तीन हजार सैन्य व अधिकाऱ्यांचा बळी देऊन '३० मे-ते २० सप्टेंबर' या वेळात दिल्ली परत घेतली होती. 'हुमायुनच्या कबरी'जवळ लपून राहिलेला दिल्लीचा बादशहा बहादूरशहा २१ तारखेला ब्रिटिशांना शरण आला. त्याचे दोन राजपुत्र 'मिर्झा मोगल' आणि 'मिर्झा खिजर' सुलतान तसेच नातू 'मिर्झा अबू बकर' यांना मेजर विल्सनने पकडले. त्यांनी जीवाची हमी मागितली. ब्रिटिशांनी ती दिली नाही. बादशहाच्या या दोन राजपुत्रांचा व नातवाचा मेजर 'हडसन'ने मुंडकी कापून क्रूरपणे वध केला.

जून महिन्याचे सत्तावीस तारखेला कानपूर बंडवाले शिपायांच्या ताब्यात गेले होते. तेथे नानासाहेब पेशव्यांचा कारभार चालू होता. 'तात्या टोपे' यांनी ग्वाल्हेरच्या शिंदे सरकारची फौजही बंडवाल्यांत सामील करून घेतली होती. 'कानपूर' परत

जिंकून घेण्याची कामगिरी जनरल हॅवलॉक, सर जॉन औट्रॅम यांचेकडे होती.

यांचे मदतीला पूर्ण तयारीने सर कॉलीन कॅम्पेल हा ३ नोव्हेंबरला 'कानपूर'ला पोच झाला होता. सर्व बाजूने लढाईची तयारी करून त्याने २६ नोव्हेंबर व २७ नोव्हेंबर १८५७ रोजी बंडवाल्यांशी जोमाने लढाई केली. 'कानपूर'पासून सात मैलांवर 'पांडूनदी'जवळ घनघोर लढाई झाली. ब्रिटिशांना मागे रेटण्यात बंडवाल्या सैन्याला यश आले. २९ नोव्हेंबरला ब्रिटिश सैन्य 'कानपूर किल्ल्या'त रेटीत नेण्यास बंडवाल्यांना यश आले. 'कानपूर' पुन: बंडवाल्यांच्या ताब्यात आले. मात्र डिसेंबरला कॅम्पेल व त्याचा मदतीस सर होप ग्रँट व नानासाहेब यांचे सैन्य यांची पुन: लढाई जुंपली. त्यात तात्या टोपे, नानासाहेबांचे बंधू, जगदीशपूरचे राणा कुँवरसिंह आणि ग्वाल्हेरचे सैन्य यांच्यात लढाई झाली.

लढाईला सुरुवात होताच कॅम्पेलने नानासाहेबांच्या सैन्यातील कमकुवत फळी हेरून तिच्यावर चालून गेले. ही फळी उजव्या बाजूला होती. त्यात प्रामुख्याने ग्वाल्हेरच्या पाच हजार सैन्याचा भरणा होता. या ग्वाल्हेरच्या सैन्याला दुसरी कुठली कुमक येणार नाही, याची इंग्रजांनी दक्षता घेतली. त्यामुळे बंडवाल्या सैन्याचा पराभव झाला. हे सैन्य 'काल्पी'च्या बाजूने पळू लागले. पळताना त्यांनी शस्त्रास्त्रे फेकून दिली. आपली फळी फुटली, हे पाहून रात्रीच्या समयाला तात्या टोपे निसटून निघून गेले. 'कानपूर' परत ६ डिसेंबर १८५७ ला इंग्रजांच्या ताब्यात आले.

सर कॉलीन कॅम्पेलने या भूमिवर पाय टाकताच लखनौ, कानपूर ही महत्त्वाची स्थळे बंडवाल्यांकडून परत जिंकून घेतली. त्याचप्रमाणे सर ह्यू रोज हाही त्याचे कामगिरीवर जाण्यास सिद्ध झाला. आपली लष्करी तयारी पूर्ण करून ऑक्टोबर-नोव्हेंबर महिन्यांत तो 'झाशी'कडे रवाना झाला. दरम्यान 'झाशी' येथील बंडवाल्यांनी 'झाशी'तल्या ब्रिटिश अधिकाऱ्यांना गोळ्या घालून मारले होते. 'झाशी'च्या किल्ल्यात आश्रय घेतलेले सारेजण तेथून बाहेर पडल्यानंतर 'जोखन बागे'पाशी या गोऱ्यांची कत्तल बंडवाल्यांनी केली होती. त्यातून बायकामुले सुद्धा सुटली नाहीत. नंतर बंडवाल्यांनी 'झाशीचा किल्ला' ताब्यात घेतला व राणी लक्ष्मीबाईच्या नावे कारभाराची द्वाही फिरवून ते दिल्लीकडे निघून गेले होते.

सर ह्यू रोज मुंबईहून 'महू'कडे रवाना होऊन तिकडील बंदोबस्त करून तो सागरकडे रवाना झाला. तेथील कमिशनरकडून माहिती घेऊन तो 'झाशी'कडे रवाना झाला व २१ मार्च इ. स. १८५८ ला त्याने 'झाशी'ला वेढा घातला. 'झाशी'तून राणीने कसून प्रतिकार करण्यास सुरुवात केली. यावेळी राणीकडे चौदा हजारांचे एकूण संख्याबळ होते. यात बुंदेले रजपुतांचे दहा हजार सैन्य होते; शिवाय चारशे स्वारांचे घोडदळ पथकही होते. तीस-चाळीस तोफांची ताकद या सैन्याचे मागे उभी केलेली होती.

इंग्रजांकडून तोफांचा भडिमार चालू झाला. 'झाशीतील राजवाड्या'च्या तटबंदीची पडझड होऊ लागली. राणी घोड्यावर बसून सर्वत्र देखरेख करीत असे. पडलेली तटबंदी लगेच दुरुस्त करण्यात येत असे. आघाडीच्या सैन्याला दारूगोळा व साधनसामग्री ती स्वत: देत असे.

लवकरच राणीला खबर मिळाली. तात्या टोपे राणी लक्ष्मीबाईच्या मदतीसाठी फौजफाटा घेऊन येत होते. तात्या टोपे ग्वाल्हेरहून 'झाशी'कडे येत होते. हे ऐकून 'झाशी'तील बंडवाल्या सैनिकांचा हुरूप वाढला. तात्या टोपे यांचे सैन्य एका बाजूने व किल्ल्यातील राणीचे सैन्य यामध्ये सर ह्यू रोजचे ब्रिटिश सैन्य सापडले. इंग्रज सैन्याने तात्या टोपेंच्या आघाडीवर जोमाने हल्ला चढविला. तात्या टोपेंचे पंधराशे सैन्य इंग्रजांनी कापून काढले. सतत दोन दिवस तात्या टोपेंचे सैन्य लढत होते. तात्या टोपेंचा पराभव झाला. त्यांना माघार घ्यावी लागली; तरीही राणी ब्रिटिशांच्या सैन्याचा कडवा प्रतिकार करतच होती. पंधराशे अफगाण सैनिक तलवारीने इंग्रजांवर तुटून पडत होते. सर ह्यू रोजचा वेढा मात्र वरचेवर जास्त आवळला जात होता. 'झाशी शहर' आणि गावातील राजवाड्याचा ताबा त्यांनी मिळवलेला होता. जागोजागी झाशीचे सैन्य प्रतिकार करीत होते. बंडवाल्यांना अपेक्षित यश मिळत नव्हते. राजवाड्यातील सर्व सैनिक प्राणांची बाजी लावनू लढले. इंग्रजांकडून मारले जाईपर्यंत एकानेही शरणागती पत्करली नाही.

'झाशीच्या किल्ल्या'स तात्या टोपे येण्यापूर्वीच शिड्या लावण्यात आल्या होत्या. सर ह्यू रोज याचा वेढा कडक असतानाही किल्ल्याच्या बुरूजांवरील खिडकीतून दत्तक पुत्रासह रात्रीच्या समयी राणी खाली उतरली. शत्रूंची फळी फोडून राणी निसटली. किल्ल्याच्या बुरूजांवरून निसटलेली राणी 'काल्पी'च्या रस्त्याला लागली. तीनशे स्वारांची तुकडी बरोबर होती. तो पावेतो घराघरातून, गल्लीगल्लीतून लष्करी लोक, तसेच मुलकी नागरिक सतत दोन दिवस शत्रूंशी लढत होते. राणी किल्ल्यातून निसटून गेल्याचे समजताच बंडवाल्यांचा प्रतिकार कमी झाला. ब्रिटिशांनी 'झाशी'तील पाच हजार स्त्री-पुरुषांची कत्तल केली.

दुसरे दिवशी सर ह्यू रोजला राणी निसटल्याची बातमी मिळाली. तिच्या पाठलागावर त्याने लगेच सैन्याची तुकडी रवाना केली. पाठलाग करणारी फौज मेजर डॉवरवर यांचे हाताखाली राणीच्यामागे लागली.

दुसरे दिवशी सकाळी राणी आपल्या सहकाऱ्यांसह न्याहरीसाठी थांबली असता पाठलाग करणारी मेजर डॉवरवरची तुकडी तेथे पोच झाली. त्यांना राणी दिसली. राणीने केशरी पोशाख केला होता. डोईस पांढरा रुमाल बांधला होता. राणी दिसल्याबरोबर मेजर डावरवरची तुकडी तिच्यावर धावून गेली. राणीने न्याहारी सोडून दिली. घोड्यावर स्वार होऊन ती दौडू लागली. इंग्रज सैन्याने लगट केली. राणीच्या

हातात तलवार होती. त्या तलवारीने मेजर डॉवरवरवर वार करून तिने त्याला जखमी केले. मेजर डॉवरवरचे दोन तुकडे होण्याचे वाचले. या गोंधळात राणी पुढे निसटली. दिवसभर सतत प्रवास करून एकशे दोन मैलांचे अंतर कापून मध्यरात्रीच्या समयास तिने 'काल्पी' गाठली.

'काल्पी' येथे यावेळी बंडवाल्यांचे नेतृत्व करणारे पेशव्यांचे बंधू रावसाहेब, तात्या टोपे, बांद्याचे नवाब अशी मंडळी जमली होती. 'झाशी'तून निसटल्यानंतर चोवीस तासांत राणीने एवढे अंतर पार केले होते. वाटेतील पाठलाग मोडून काढला होता. रस्त्यातील अडचणी दूर करून ती 'काल्पी'ला पोहोचली तेव्हा तिच्या या धाडसाचे सर्वांनी कौतुक केले.

सर ह्यू रोज याला राणी झाशीतून बाहेर पडल्यानंतर 'झाशीचा किल्ला' हाती येण्यास वेळ लागला नाही. किल्ला व शहर ताब्यात येताच, 'काल्पी'कडे त्याने आपला मोर्चा वळवला. 'झाशी' ताब्यात येताच सर ह्यू रोज 'काल्पी'कडे धावत येणार, हे जाणून सेनापती तात्या टोपे त्याला वाटेत प्रतिकार करण्यास सज्ज होऊन गेले. त्यांनी सर ह्यू रोजला वाटेतच अडवनू त्यास चांगलाच पायबंद घातला. लहान मोठ्या चकमकी झाल्या. तात्यांचे सैन्य बहादुरीने लढले; पण त्यांना माघार घ्यावी लागली. तात्या टोपे माघार घेऊन 'काल्पी'ला आले.

दिल्ली पाठोपाठ बंडवाले व त्यांचे सैन्य यांचा मोठा मिलाफ 'काल्पी'लाच झाला होता. 'काल्पी' येथे पाठलाग करीत येणाऱ्या सैन्याची व बंडवाल्या सैन्याची जोराची लढाई झाली. बंडवाल्या सैन्याला 'काल्पी'ला विजय मिळाला नाही. २३ मे रोजी बंडवाल्यांना 'काल्पी' खाली करावी लागली. 'काल्पी'तून बंडवाल्या सैन्याचा मोर्चा ग्वाल्हेरकडे निघून गेला. ग्वाल्हेरच्या वाटेवर ग्वाल्हेरपासून आठ मैलांवर या बंडवाल्या सैन्याची ग्वाल्हेरच्या सैन्याबरोबर लढाई झाली. ग्वाल्हेरचे आठ हजार सैन्य चालून आले. त्यांचेकडे चोवीस तोफा होत्या. या ग्वाल्हेरच्या सैन्यावर राणी लक्ष्मीबाईने आपल्या दोनशे लोकांचे घोडदळ पथकाबरोबर थेट चालून घेतले. शिंदे सरकारच्या शिपायांना राणी चालून येत आहे, हे समजल्यावर बरेचसे सैनिक बंडवाल्यांना येऊन मिळाले. त्यांच्या तोफा बंद झाल्या. काही सैन्य रणांगणातून निघून गेले. ग्वाल्हेरचे महाराज आण्याकडे इंग्रजांचे आश्रयाला निघून गेले. ग्वाल्हेरचा ताबा बंडवाल्यांकडे आला.

'ग्वाल्हेर' ताब्यात घेण्यात राणी लक्ष्मीबाईचा पराक्रम कारणीभूत ठरला. 'काल्पी'चा ताबा घेतल्यानंतर सर ह्यू रोज पुनः ग्वाल्हेरकडे वळला. ६ जून इ. स. १८५८ ला 'काल्पी'तून निघालेला सर ह्यू रोज हा१६ जूनला 'ग्वाल्हेर' येथे दाखल झाला.

'ग्वाल्हेर' येथे इंग्रज सैन्य येताच पुनः युद्धाला तोंड फुटले. 'झाशी' आणि

'काल्पी' येथे झालेला पराभव आणि इंग्रज सेनेपुढे घ्यावी लागलेली माघार यामुळे बंडवाल्यांचे सैन्य मरगळलेले झाले होते. तरीही इंग्रज सैन्याला 'ग्वाल्हेर' घेण्यासाठी तीन दिवस लढावे लागले. तीन दिवसांच्या अथक प्रयत्नांनंतर १९ जून रोजी 'ग्वाल्हेर' पुन: सर ह्यू रोज यांचे ताब्यात आले. त्याने 'ग्वाल्हेर'च्या शिंदे महाराजांना परत वाड्यात आणून स्थानापन्न केले.

त्यापूर्वीचा एक दिवस अगोदर म्हणजे १८ जून इ. स. १८५८ हा दिवस राणीच्या आयुष्यातील अखेरचा दिवस ठरला. दिनांक १८ जून रोजी सकाळी सरबत घेऊन राणी पोशाख करून लढाईला सज्ज झाली. तिने केशरी पोशाख केला होता. तिच्या बरोबरच्या सैनिकांनीही असाच पोशाख करून सर्व जण लढाईला सज्ज झाले होते. एका टेकडीवरून ब्रिटिश सैन्याची टेहळणी राणी करीत होती. बरोबर तात्या टोपे, रावसाहेब पेशवे होते. या दिवशी दिवसभर लढाई चालू राहिली. घोड्यावर स्वार झालेली राणी दिवसभर शत्रूशी सामना करता करता श्रमाने थकून गेली होती. तेवढ्यात इंग्रज सैन्यातील एकाने संगिनीचा जोराचा वार तिच्या डाव्या बाजूला केला. त्याने रक्तस्त्राव सुरू झाला.

मागे वळून राणीने त्या इंग्रज सैनिकाला तलवारीच्या घावाने गारद केले. इतक्यात दुसऱ्या इंग्रज सैनिकाने तिची साथीदार सुंदराबाईस गोळी घालून जखमी केले. सुंदराबाई धरणीवर पडलेली पाहताच त्या सैनिकालाही तलवारीच्या घावाने राणीने यमसदनास पाठविले. एवढे होईपर्यंत आणखी एका इंग्रज शिपायाने झाडलेली गोळी राणीच्या मांडीत घुसून जखम झाली. राणीने डाव्या हातातील तलवार टाकून देऊन बंदुकीच्या गोळीने झालेली जखम दाबून ठेवली. राणीच्या दोन्ही हातांत दोन लांब तलवारी होत्या. उजव्या हातातील तलवारीने राणीने बंदूक झाडणाऱ्या शिपायाला ठार केले. अजून इंग्रजांचे बाजूचे काही मोजके सैनिक राणीच्या भोवती होतेच. त्यातील एकाने राणीवर तलवारीचा वार केला. त्यामुळे राणीच्या डोक्याचा भाग चिरला जाऊन उजवा डोळा बाहेर आला; तरीही त्या शिपायावर हल्ला करून राणीने त्याला जखमी केले. 'गुलमहंमद' हा तिचा विश्वासू सरदार त्या शिपायावर पुन: चालून जाऊन त्याने त्यास ठार केले.

राणीची ही अवस्था पाहून तिच्या अनुयायांनी तिला उचलून जवळच गंगादास बाबांच्या झोपडीकडे नेले. राणीला ओळखून तिच्या मुखात त्यांनी गंगाजल घातले. नंतर राणी शुद्धीवर आली. 'हरहर महादेव' असा मुखातून उच्चार करून राणीची प्राणज्योत मालविली. सर्वांना तीव्र दुःख झाले.

गंगादासबाबांच्या झोपडीशेजारीच तिच्या अंत्यविधीची लगेच तयारी करण्यात आली. तिचे शव 'फूलबाग' आणि 'ग्वाल्हेरचा किल्ला' यामध्ये असलेल्या नदी तिरावर नेण्यात आले. मोठ्या झाडाखाली तिचेवर तेथे अग्निसंस्कार करण्यात आले.

१८ जून इ.स. १८५८ रोजी 'पराक्रमी झाशीवाली' अनंतात विलीन झाली. वयाचे तेवीसावे वर्षी इंग्रजसत्तेला प्रखर लढा देऊन मरण पत्करणारी राणी लक्ष्मीबाई, पराक्रमाची देदीप्यमान शलाका झाली.

राणीच्या मृत्यूसंबंधी अनेक हकिकती उपलब्ध आहेत. रियासतकार सरदेसाई तिचा मृत्यू घोड्यावरून पडून झाला असे सांगतात.

ब्रिगेडीयर स्मिथच्या सैन्याची राणी टेकडीवरून पाहणी करीत असताना, त्यावेळी राणीच्या सतत बरोबर राहणारी मुसलमान स्त्री व स्वत: राणी, अशा दोघींनाही गोळ्या लागून त्या पडल्या. राणी सुमारे वीस मिनिटांनी गतप्राण झाली; अशी आणखी एक हकिकत आहे.

दुसऱ्या हकिकतीनुसार राणीला गंभीर जखम झाल्यावर आपल्या अंगावरील दागदागिने राणीने आपल्या सैन्यात वाटून टाकले. सर्व सैन्याला मोठे दु:ख झाले. असे म्हटले आहे. ताम्हणकरांच्या पुस्तकात राणीच्या अखेरचे क्षणाबाबत खालील उतारा आहे-

'सकाळपासून संध्याकाळपर्यंत सारखी लढाई करीत राहिल्यामुळे राणी अगदी थकून गेली होती. त्यातच तिला झालेल्या जखमेतील रक्तस्त्रावामुळे तिची शुद्ध गेली. जवळच्या अनुयायांना काहीही करता येणे शक्य नव्हते. बाबा (बाबा गंगादास-ग्वाल्हेरचे एक संत) तिच्याजवळ जाऊन तिचे सांत्वन करू लागले. त्यांनी तिच्या ओठांत गंगेचे पवित्र जल घातले. राणीने डोळे उघडले व क्षीण आवाजात 'दामोदर' चे (दत्तक पुत्राचे) नाव उच्चारले व त्याचे पाठीवरून प्रेमाने हात फिरवून ती आपले विश्वासू सरदार रामचंद्रराव देशमुख यांना अति क्षीण आवाजात म्हणाली, ''मी माझा 'दामोदर' तुमच्या हवाली करीत आहे.'' हेच तिचे शेवटचे शब्द आणि तिने डोळे मिटले. ती ईश्वरचरणी विलीन झाली. ('नानासाहेब पेशवे आणि १८५७ चे बंड', पान नं. ५३६ म. सा. सं. मं. प्रकाशन)

'झाशी संस्थान' म्हणजे छत्रसालने मोगलांकडून झगडून मुक्त केलेली भूमी होती. छत्रसालने थेट शिवछत्रपतींना दक्षिणेत येऊन साकडे घातले होते. त्यांना वंदन करून त्यांचे आशीर्वाद घेतले होते. याच भूमिचे रक्षण करण्यासाठी राणी लक्ष्मीबाईने इंग्रजांशी छत्रसाल बुंदेल्यासारखीच प्राणाची बाजी लावून लढा दिला. त्यातच तिने हौतात्म्य पत्करले...'मेरी झासी नही दूँगी' ही तिची गर्जना साऱ्या भारतात घुमली. तरवारीचे पाणी इंग्रजांना रणांगणावर दाखविणारी राणी लक्ष्मीबाई ही एकमेव व अलौकिक व्यक्तिमत्त्वाची.

भविष्यात हे राष्ट्र जर कधी संकटग्रस्त झाले तर त्यावेळी राणीचे बलिदान व देशासाठी प्राणपणाने लढत राहण्याचा सर्वांना संदेश देत राहील, यात शंका नाही.

हिंदुस्थानचा इतिहास लिहिणाऱ्या सर्वांनाच 'राणीच्या बलिदाना'ला 'मानाचा

मुजरा' केल्याशिवाय त्यांचे लेखनास पूर्णत्व येणार नाही, एवढे अलौकिक कार्य या राणीने करून ठेवले आहे, हे कुणालाही मान्य करावेच लागेल.

राणी लक्ष्मीबाई स्मारक

संदर्भ सूची

१.	मराठी रियासत, खंड-१ ते ८	गो. स. सरदेसाई
२.	ब्रिटिश रियासत, खंड-२	गो. स. सरदेसाई
३.	महाराष्ट्राचा इतिहास, मराठा काळखंड-भाग-२	डॉ. वि. गो. खोबरेकर
४.	शककर्ते शिवराय	विजय देशमुख
५.	छत्रपती संभाजी स्मारक ग्रंथ	डॉ. जयसिंगराव पवार
६.	रामशास्त्री प्रभुणे	सदाशिव आठवले
७.	मुगल साम्राज्याचा ऱ्हास,भाग-१ला	सर जदुदाय सरकार अनु.ग. श्री. देशपांडे
८.	ऐतिहासिक बखरी, खंड-२	अ. भ. सोवनी
९.	करवीर रियासत	स. मा. गर्गे
१०.	मराठी राज्याचा उत्तरार्ध,खंड-२	य. वा. खरे
११.	मराठी दप्तर रुमाल (दुसरा)	द.वि.आपटे
१२.	अहिल्याबाई होळकर	प्रा.डॉ.राम इंगळे
१३.	होळकरशाहीचा संस्थापक	प्रा.डॉ.राम इंगळे
१४.	लोकमाता अहिल्याबाई होळकर	प्रा. धनंजय बोडदे
१५.	भाऊसाहेबांची बखर	भीमराव कुलकर्णी
१६.	श्री. राजा शिवछत्रपति, खंड-१	ग.भा. महेंदळे
१७.	नानासाहेब पेशवे आणि स्वातंत्र्य युद्ध	आनंद स्वरूप मिश्रा अनु.वा.रा.ढमढेरे